अडगळ

ल. सि. जाधव

मेहता पब्लिशिंग हाऊस

✆ +91 020-24476924 / 24460313

Email : info@mehtapublishinghouse.com
production@mehtapublishinghouse.com
sales@mehtapublishinghouse.com

Website : www.mehtapublishinghouse.com

ADGAL by L.S. JADHAV

अडगळ : ल. सि. जाधव / कादंबरी

प्रकाशक : सुनील अनिल मेहता, मेहता पब्लिशिंग हाऊस,
१९४१, सदाशिव पेठ, माडीवाले कॉलनी, पुणे – ४११०३०.

मुद्रक : स्पेक्ट्रम ऑफसेट, डी-२/४, सत्यम इस्टेट,
सीडीएसएसच्या मागे, एरंडवणे, पुणे – ४११००४.

मुखपृष्ठ : सतीश भावसार

प्रथमावृत्ती : जुलै, २०१८

किंमत : ₹ २२०

P Book ISBN 9789387789913
E Book ISBN 9789353170028
E Books available on : play.google.com/store/books
www.amazon.in

प्रणव, ओंकार, प्रतिभा,
सुवर्णकांता, श्रावणी,
प्रियदर्शन, प्रियरंजन, प्रेमरंजन
या माझ्या सर्व नातवंडांस.....

प्रस्तुतची आत्मपर कादंबरी पूर्णपणे काल्पनिक आहे. व्यवस्थेच्या वर्णनामुळे, अनेक घटना, प्रसंग, पात्रे यांचा सत्याभास शक्य आहे. तो तसा वाटत असला तरी वास्तवाशी त्याचा कसलाही संबंध नाही; त्यामुळे अन्वय, संदर्भ जोडू नये.

एक स्मिताची अद्‌भुत रेषा
बुद्धाच्या ध्यानस्थ मुखावर
या हास्यास्तव जगतो मरतो
रडतो कढतो मी जीवनभर
- वा. रा. कांत

‘A good novel tells us
the truth about its Hero...
But a bad novel tells us
the truth about its authors’
- C. K. Chesterton.

सहा

मनोगत

खूप उशिरा, अगदी वयाच्या सरत्या सहासष्टीत सुरू केलेले माझे लेखन आता मी बहात्तरीच्या मध्यावर आलो तरी अव्याहत झरतच आहे. 'होरपळ' या आत्मकथनाने सुरुवात करून चार कादंबऱ्या, दोन कवितासंग्रह व चार बालवाङ्मयांतर्गत पुस्तके अशी एकूण अकरा पुस्तके प्रकाशित झाली. आता 'अडगळ' हे माझे बारावे पुस्तक. दलित कादंबरी. असे वाटते, आभाळ तर दाटून आले आहे; अजून किती बरसेल ठाऊक नाही.

आधुनिक भारतीय साहित्यातील मानव्याची कक्षा विकसित, विस्तारित करण्याची खूप मोठी कामगिरी किंवा त्याला वैश्विक प्रत्ययकारकतेचा लाभ मिळवून देण्याचे सुप्त सामर्थ्य मराठी दलित साहित्यात आहे, असे विधान समीक्षक करतात. त्याच्या चिकित्सक विच्छेदनात मी जात नाही; परंतु एक मात्र नक्की म्हणता येईल- दलित साहित्याने मराठी साहित्याचे अनुभव व जीवनविश्व आणखी विस्तारित केले.

वस्तुतः कादंबरी हा कथात्म मानवी जीवनांश असतो- आपला एक स्वतंत्र प्रांत तयार करणारा; मग त्यास अमुकतमुक वर्गवारी नसावी असे मला वाटते. कादंबरी ही विशिष्ट जीवनाचं प्रतिनिधित्व करते. एक नवं जगच निर्माण करते.

कादंबरीचे कथासूत्र, उद्देश, पर्यवसान हे नेहमीच बंधमुक्त असायला हवेत. सार्थ सुंदर जीवनास अट नसते. ते नेहमीच सौंदर्यलक्ष्यी असते. डौलदार, ऐटीत चालणारा गजराज असो, सिंहावलोकन करणारा वनराज असो अथवा निमूटपणे चालणारी शिस्तप्रिय मुंगी असो- सारेच आपले स्वतंत्र अस्तित्व जपणारेच असतात. असे जीवन जगणे तारतम्याचे, अलौकिक वा नगण्यांच्या नजरेतून तोलूच नये. झडपझेपावणारा गरुड आणि हळुवार उडणारं फुलपाखरू हे दोघे आपापले सौंदर्यलक्ष्यीच

असतात. म्हणून कादंबरी अपेक्षित मूल्याधिष्ठित असू नये; ती स्वयंभूच असावी, असते.

प्रस्तुत 'अडगळ' ही कादंबरी एका दलित लेखकाच्या अगतिकतेची, तरल हळव्या भावविश्वाची, भावुक मनोवस्थेची फरपट चित्रित करते. इथे जे जसे मूलतः असते ते हलू दिले नाही, ढळू दिले नाही. ते स्वभावतः फुलत जाते; भव्यदिव्यतेचा अट्टहास नाही धरत. अद्वितीय नाही होऊ पाहत. स्वतःला पूर्णपणे समजून-उमजून असते. अगतिकतेचा बांध फोडून धो-धो वाहण्याचा देखावा ते नाही निर्माण करू इच्छित. एकूणच तिला दंतकथा व्हायचे नाही. असते असे व्यक्तिमत्त्व- हळवे, बुजरे, सहनशील, प्रेमळ आणि मानव्यावर विश्वास ठेवणारे... आपले जगणे चोख ठेवत. प्राप्त उत्तरदायित्वावर ते तक्रार करत नाही आणि हे असे असणे असूही शकते. त्यावर अपेक्षेचा अधिक्षेप नसावा.

अखेर मावळतीच्या सावल्यादेखील आपल्यापासून दूर दूर जातात. संधिकाल हीच अडगळ असते आयुष्यातील. हेच तर इथे अधोरेखित होतेय.

या पुस्तकनिर्मितीसाठी ज्यांचे योगदान लाभले, त्या सगळ्यांचा मी ऋणी आहे. मेहता पब्लिशिंग हाऊस परिवाराचा सहयोग उत्तम होता. मी त्यांचा खूप ऋणी आहे. रसिक माझ्या याही साहित्यकृतीचे यथोचित स्वागत करतील, असा विश्वास आहे.

सोलापूर — **ल. सि. जाधव**

/ एक /

आकाशवाणी केंद्र, सांगली यांचं पत्र होतं.

'जुगा काळे, स. न. वि. वि.

तुमच्या 'जोगी' या आत्मकथनाचे आकाशवाणीवरील क्रमशः वाचन दि. १५ जानेवारीस संपत आहे. लोकांचा खूप चांगला प्रतिसाद होता. आकाशवाणी कार्यक्रम विभागाने 'जोगी' नंतर लगेच तुमच्या 'स्मशानभूमी' या कादंबरीचे क्रमशः वाचन सुरू करण्याबद्दल निर्णय घेतला आहे. या संदर्भात आपणास विनंती करण्यात येते की, 'स्मशानभूमी' या कादंबरी वाचनास आपण संमती द्यावी. सोबत संमतिपत्र जोडले आहे. तसेच, 'जोगी' आत्मकथन वाचनाबाबतच्या मानधनाचा धनादेश सोबत पाठविला आहे. धनादेशाची पावती व संमतिपत्र पाठवावे. धन्यवाद.'

पत्र वाचून मी ते बाजूला ठेवलं.

एवढ्यानंही मी विचारमग्न झालो. मी कशानंही विचारात गढून जातो. विचाराचे घडच्या घड मनास लगडतात. आजही असंच झालं. एकएक विचार उमटू लागले.

वयाच्या सरत्या सहासष्टाव्या वर्षी लिहिलेल्या आत्मकथनानं मला खूप काही दिलं. एवढ्याही कालावधीत जीवनशैलीचे अनुसंधान राखणारे निर्मितीचे कंद किती प्रबळ आणि रसरशीत असतात, याचं मला आश्चर्यच वाटतं.

सांगली येथील जोगीवाड्याच्या झोपडपट्टीत जन्म घेतलेले आपण कोणत्या अनोख्या ऊर्जेनं इथपर्यंत पोहोचलो! सहा वर्षांच्या लेखन कालावधीनं आपण झपाटून तर गेलोच; शिवाय सलग आठ पुस्तकं लिहून किती समृद्धही झालो, हे आपल्याला अपूर्व होतं. पिढ्या न् पिढ्या साधी अक्षरओळखही नसणाऱ्या अस्पृश्य जोगी जातीतले आपण, हे असं साहित्याच्या मूलस्रोताशी अभिमुख होऊन हे सारस्वताचं रोप कसं लावू शकलो? साहित्याच्या सौंदर्यशास्त्राशी आपण कशी लगट करू शकलो? वाङ्मयीन महात्मता आपण कशी जाणू शकलो? चकोर पक्ष्यांची पिलं शारदीय चंद्रकळेतील कोवळे अमृतकण हळुवार वेचतात, तसे आपणही गलिच्छ वस्तीत राहून साहित्यनिर्मितीचे शब्दकण हळुवार कसे वेचू शकलो? यात निर्मिती व्यवस्थेचं कसलं संचित असेल?

माझं मलाच कुतूहल वाटतं.

वयाच्या सहासष्टीनंतर आपण लिहायला सुरुवात केली. मावळतीच्या या बहात्तरीपर्यंत आपण अव्याहत लिहितोच आहोत. माझं लेखन कोणत्या जातकुळीचं? दलित साहित्य- संवेदन हे एकाच वेळी विध्वंसक, विद्रोहात्मक विचाराची भूमिका मांडतं, तर कधी ते विधायक जाणिवांचा ताण अनुभवतं. माझं लेखन यात कुठं उभं राहतं? ते तर दलित असूनही दलितेतर आहे. लालित्यही ते अनुसरतं. 'सर्व धर्म' या कादंबरीमध्ये ते धर्मचिकित्सा करत तत्त्वचिंतनही करतं.

मी माझ्या साहित्याचीच चिकित्सा करतोय. लिहिण्याचा सोस थांबत नाही. सृजनाचा मोहोर लयबद्ध बहरतोय. हा बहर जणू जुन्या झाडाला उशिरा आलेला मोहोरच. आभाळ तर दाटून आलंय; अजून किती बरसेल ठाऊक नाही!

पुन्हा नव्या होरपळीचा दाह जाणवतोय. पुन्हा शब्द दाटून आलेत. स्पष्ट आठवतं. होरपळीची वर्षं अशीच एके दिवशी माझ्यासमोर येऊन उभी ठाकली आणि 'आमचा गुंफा आत्मकोश' म्हणून सांगत आग्रह धरू लागली. मग 'जोगी' शब्दरूप पावलं. २७० पानांची आयुष्याची तगमग जुळवताना हातही भाजले.

आज असाच अस्वस्थ झालोय. पुन्हा धग जाणवतेय अवतीभोवती.

अलीकडच्या वर्षांत सलग, सतत बरंच काही घडत आलं. मग विचाराच्या वादळाचे झोत झेपावतात माझ्या रोखानं. काहीही असलं तरी स्वतःच्या फाटक्या अस्तित्वाची लक्तरं वेशीवर टांगायला मन बुजत नाही. सहाच वर्षं उलटून गेली. धग प्रखर जाणवतेय. उरलेसुरले मागचे अनेक संदर्भ ओंजळीत घेऊन होरपळ पुन्हा समोर येऊन उभी आहे. सावल्या लांबल्या की सूर्य बुडायला मोकळा होतो. पुन्हा धग शब्दांतून झरू पाहतेय.

रात्र सरत असलेली. विचारात बुडून गेलेली.

मी निर्मनुष्य होऊ लागतो. एकांतात मी मलाच सोलत राहतो... मनाचे एकएक पापुद्रेही. इथं उजेडाची गरजच नसते. अंधारातही ढळढळीत सगळं स्पष्ट दिसतं. भूमिका, विचार, निष्कर्ष सारं सारं. अनेकदा मी संभ्रमित होतो. प्रकाशाला या आदिम अंधारानं अव्याहत भक्ष्य का केलं म्हणून. अंधार प्रकाशाचा चारा की प्रकाशाचा अंधार? मला नेहमीच वाटतं, अंधार सदैव प्रकाशाला गिळंकृत करत रिचवत असतो. अंधार तर अनभिषिक्त सम्राटच. या उभयतांच्या अस्तित्वाचा मी नेहमीच वेध घेत असतो. वाटतं- अधूनमधून या अंधाराचं उदर फाडून आत साचलेला घनदाट प्रकाश भळभळा बाहेर ओसंडून वाहू द्यावा मुक्त. किंवा असेही 'ज्योतीच्या देठामध्ये अंधार कसा साकळला' हे प्रमेय उमजून घेण्यासाठी प्रकाशाच्याही पोटात आत आत मग शिरत जावं. डोळे दिपून गेले तरी शोधित जावं, अंतर्यामी ठाण मांडून बसलेला अंधाराचा कंद. यांचं साहचर्य असं की आता सुख-दुःखाचे दोलायमान

तोल, अनुभवातून बऱ्या-वाईट प्रसंगाच्या निर्मितीचं बीज ठळक स्मरू लागतं. आयुष्य तर प्रवाहप्रतित. अनभिज्ञ फरपट... अटळ अपरिहार्य... हे सारं होरपळीच्या वाटेवर प्रतीक्षा करतंय.

लौकिक अर्थानं मी खूप सामान्य. एकूणच अतिशय अदखलपात्र. मी ओळखतो मला पूर्णपणे. जाणतो अचूक. मधूनच मला अंतर्मनाच्या तळाशी जाणवतात प्रचितीच्या साचलेल्या गम्य खुणा. मी अजून आजही आहे- जुगा काळे किंवा संपूर्ण नावानिशी जुगा भिवा काळे. एवढाच मी. सदेह आणि सर्जनशील. मनानं संपृक्त. संवेद्य. मी एकांतात आत्मविभोर फुलतो. 'विस्तीर्ण फुलशेती' सारखा. गर्दीतही मी एकटा. मिसळून तरीही वेगळा. हे कसं जमतं मला? तरीही लौकिकात मी सर्वसामान्य खास ओळखचिन्ह नसलेला.

विचाराच्या वाऱ्याचं शीड मुक्त विहरतं. तरी ते त्यांची स्वतंत्र शिस्त सांभाळत असतं. विचार शिस्तबद्ध असतात तेव्हा, झुरत असतो महत्त्वाची अवतरणं घेऊन परिपक्वपणे नवउन्मेष. अंकुरत सघन शब्दांचा आधार घेत. आयुष्य प्रांजळ असलं की शब्दांना फारशी तोशीस पडत नाही, आशय प्रसवताना. असं प्रांजळ प्रकट होणं सुलभ असतं. मला खूप बरं वाटतं. मोकळंही. माझ्यात 'माझी' अशी एक सृजन प्रेरणा आहे, म्हणून माझ्या जगण्याशी- जगण्यातील अभिव्यक्तीशी ती सदैव इमान राखून असते. जगण्याच्या व्यवस्थेशी तर ती कधीच प्रतारणा करत नाही. हिरवळीची ती दांभिकपणे नाही सजवत होरपळ. माझ्या प्रांजळ जगण्याचे, स्वभावाचे ती वेळोवेळी आणि सचेत राहून आरेखन करते. आडपडदाही नसतो कसला. म्हणून जाणीव, नेणीव आतून उमलून येते. तिला पर्वा नसते पारंपरिक अभिव्यक्तीची. जरूर तर ती अर्थासह शब्दांना वेठीस धरते. जरूर तर ती मनमोकळंही सोडून देते.

असा विचारमग्न असतो मी आयुष्याचं विच्छेदन करताना. सवयच.

खळ्ळ्कन काच फुटावी आणि बेसावध मग्न आपण दचकून जागं व्हावं तसं, रात्रीचे तीन ठोके झाले. आपण धडपडीत जागे होतो. समोरचे कागदाचे दस्त आणि राजहंसपंखी लेखणी, दोघंही आपली आतुरतेनं वाट पाहताहेत केव्हापासून ताटकळत, हे कळतं.

रिक्त होणं हे प्रयोजन असतं दाटून आलेल्या ढगाचं, दाटून आलेल्या मनाचं.

मी पुन्हा लिहितोय आपलं उरलंसुरलं जगणं. बरंच काही पूर्वी लिहायचं राहून गेलेलं. या मावळतीच्या लांबच लांब पसरलेल्या सावलीच्या आसऱ्यात तसं तर आत्मचरित्राचं वय नसतं. ते प्रत्येक अवधीच्या अनुषंगानं लिहायचं असतं. मैलाच्या दगडाप्रमाणे आयुष्यातील घटना घडत असतील, अस्तित्वाचं वेगळेपण जपत असतील, तर का नकोय ते शब्दांकित व्हायला?

म्हणून तर हे.

आकाशवाणीच्या पत्रानं मला पुन्हा विचाराच्या गर्तेत ओढून घेतलं. आपण अजून दलित आहोतच- सर्वार्थानं. तरीही, गलिच्छ वस्तीतील अभद्र, अमंगल, अश्लाघ्य, अर्वाच्य काहीही आपण अंगाला लागू दिलं नाही. दलदलीतही शरीर, मन स्वच्छ ठेवलं. वस्तीत वाऱ्यासारखा हुंदडलो, उधळलो, स्वैर-सैरभैर झालो; पण भटकलो नाही. विद्येनं कुशीत घेतलं. शब्दांनी माया करत अक्षरओळख करून दिली. वसंत ऋतूसारखे मनात साहित्याचे अंकुर फुटत गेले. बहरलो, फुललो आणि अक्षरजिणं अक्षरातून मांडत राहिलो. हे कुतूहल होतं मलादेखील. तसं पाहता, दलित असूनही आपली स्वभावोक्ती दलितेतर अधिक, पण पूर्वनाळ जपलीही. तुटलो नाही गोतावळ्यापासून. आपण तर उन्हातान्हातलं केकताड. केकताडाला ऋतू नसतो. 'वर्षा'नं ते हुरळून जात नाही आणि 'शिशिरा'नं ते भयभयीत, उदास होत नाही. बिनपानाचं, बिनपाण्याचं हे खुरटं झुडूप. किती साम्य दर्शवतं माझ्या 'कोऽहम'शी.

आता पुन्हा धग मनात मूळ धरू पाहतोय. केकतीच्या घायपाताची तोड झाली तरी.

विस्मृतीच्या फटीतून ओघळून गेलेले कित्येक प्रसंग मी पुन्हा गोळा करतोय. अलीकडले तर अधीरपणे आजूबाजूला रेंगाळताहेत... अधाशीपणे शब्दबद्ध होण्यास. असंख्य विचारांचे ताफे मनावर येऊन आदळत आहेत. दूरवरून समुद्राची लाट घोंगावत येऊन किनाऱ्यावर फुटावी तसे. माझ्याही मेंदूत विचारांचे असंख्य स्फोट कोण घडवून आणतं? सुन्न व्हायला लागतं. अस्वस्थ होणं तर माझा स्थायीभाव. बुजरेपणाची सदैव सोबत करणारा. विचार करत राहतो. विचार पिंजत राहतो... रुई पिंजत राहावी तसा. अन्वय लागेपर्यंत घोळत राहतो. होरपळत राहतो.

अलीकडे मी फार घरचा म्हणून नसतो. लौकिक अर्थानं असेन तेवढाच. संबंधित नातेसंबंधानं. तेवढं तर असावंच लागतं. मावळतीला आपण पूर्णपणे मनस्वी सन्यस्तच झालेले असतो. मला तर प्रपंचाची मूलभूत उपरतीच.

माझी पत्नी सौ. जानका. माझ्या वैचारिक भूमिकेच्या कोणत्याच पातळीवर उतरत नाही. मी उच्चशिक्षित, तर ती संपूर्ण निरक्षर. मी वाचतो, लिहितो. सुसंगत बोलतो. तर्कशुद्ध विचार करतो. मला सुचतं, मी निर्णय घेतो. मत मांडतो. मत खोडतो; तर, या सर्व पार्श्वभूमीवर ती पूर्णतः 'शून्य'. एवढं महदंतर असूनही आम्ही एकजीव आहोत. एकमेकांसाठी आहोत. प्रदीर्घ काळ. आध्यात्मिक बोलायचं तर आम्ही अद्वैत. भाबडेपण असेल; पण तिला साधी उचकी जरी लागली तरी ती 'मी आठवण काढलीय म्हणून ती लागली' असं श्रद्धेनं मानते. माझ्या सर्दीपडशासाठी उपासतापास करते. अशी ही.

परवा आम्ही युको बँकेत आकाशवाणीचा चेक जमा करायला गेलो होतो. मी

नेहमीसारखा तेवढाच टापटीप वेशात, तर हिनं मात्र एखाद्या साखरपुड्याला निघावं तसं नटून घेतलं. बँकेत पोहोचलो. बँकेत गर्दी होती. महिन्याचा पहिला आठवडाच होता. बहुतेक सगळे पेन्शनर्स होते. चेक जमा करायची स्लिप भरून मी संबंधित काउंटरकडे दिली. काउंटर स्लिपवर चेक रिसिव्ह्ड म्हणून ठप्पा मारलेली पोहोच घेतली. या स्टेशन रोड ब्रँचमध्ये मी पंचवीस वर्षांपूर्वी कॅश ऑफिसर म्हणून होतो. आता ब्रँचचं सगळं रिनोव्हेशन केलेलं. कायापालटच केलेला. सगळीकडे कॉम्प्युटर, की बोर्ड, माउस... सगळंच बदलून गेलेलं. माझं काम तर झालं होतं. आता निघावं की काय करावं म्हणून विचार करत होतो. काम होतं. माझं पेन्शन खातं जॉइंट अकाउंट करायचं राहून गेलं होतं ते. मी घोटाळत थांबलो. पत्नीनं 'चला निघा की आता' म्हटलं. 'थांब' म्हणून मी पलीकडे कोण ओळखीचं दिसतं का पाहू लागलो, तर केबिनमध्ये माझे जुने मित्र जोशीबुवा होते. मिरज ब्रँचमध्ये आम्ही दोघं जण एकत्र होतो. सांगलीहून येऊन-जाऊन करत- नॉनस्टॉप एस.टी.नं.

मी जोशीकडे वळलो. मला पाहिल्यापाहिल्या जोशी चेकाळला, "अहो काळेसाहेब, या या, इकडे कुठे?" असा नेहमीचा सवयीचा प्रश्न केला. तो वेंधळाच होता. ब्रँचमध्ये सगळे जण जोश्या म्हटलं तरी 'ओ' देणारा. आम्ही दोघं त्यांच्या केबिनमध्ये अदबीनं समोर बसलो. मी म्हणालो, "काय जोशीबुवा 'इकडे कुठे' म्हणण्याची जुनी सवय अजून मोडली नाही वाटतं." जोशी हसला. "बोला" म्हणाला.

"जोशीबुवा माझं खातं जॉइंट खातं करायचंय. फॅमिली पेन्शन अकाउंट-आयदर ऑर मोड असलेलं."

"काळे साहेब, अजून पेन्शन अकाउंट सिंगल अकाउंटच ठेवलंय?"

"राहून गेलं."

"ठीकंय, करून टाकू."

मी पासबुक, अर्ज, फॉर्म, फोटो देऊन थांबलो. जोशी फॉरमॅलिटीज पूर्ण करू लागला... बडबडत.

"काळेसाहेब, आम्ही रोज सकाळी रेडिओ ऐकतो. बातम्यांनंतर तुमचं 'जोगी' क्रमशः वाचन ऐकतो. फार जबरदस्त आहे. आई, वडील अगदी न चुकता ऐकतात. तुम्ही व मी एकत्र काम करत होतो हे त्यांना सांगितलं."

"अरे वा! छान."

"बँकेत असताना तुम्ही लिहिता हे माहीत नव्हतं."

"होय, नाही कधी कुणाला बोललो. सेवानिवृत्तीनंतर लिहायला लागलो."

जोशीनं समोर स्पेसिमन सिग्नेचरचा फॉर्म ठेवला. "वहिनी इथं सही करा." म्हणत.

सौ. माझ्याकडे बघत होती, ''जोशीबुवा तिला सही येत नाही. थम् इम्प्रेशन घ्या.''

जोशी काहीसा विचित्रपणे पाहत होता.

काम संपलं. जोशीचं ऐकून एक-दोघे जण माझ्याजवळ आले व नमस्कार करत ''तुम्ही जुगा काळे का? अहो आमची सकाळ फार छान जाते. आम्हीही तुमचं आत्मकथन ऐकतो.''

मी अवघडत त्यांना धन्यवाद दिले. लोक आपलं 'पुस्तक' आवडीनं ऐकतात या समाधानात मी निघतो.

आकाशवाणीचं काम फारसं नव्हतं. चेकची पोहोच व 'स्मशानभूमी' कादंबरीच्या क्रमशः वाचनाचं संमतिपत्र देणं. आकाशवाणी केंद्राचे कार्यक्रम अधिकारी अजय शिनखेडे यांना भेटलो. त्यांना समक्ष भेटल्याचा आनंदच झाला. सोपस्कार पूर्ण करून काही बोलत बसलो. पत्नी ठिम्म शांत. भिंतीकडे काही बघत. आम्ही तर साहित्यावर, रेडिओवरील जुन्या कार्यक्रमांवर बोलत होतो. पूर्वी रेडिओवर छान नभोनाट्य प्रसारित व्हायची त्यावर, बिनाका गीतमाला, भूलेबिसरे गीत वगैरे वगैरेंवर. बोलताबोलता शिनखेडेंनी आकाशवाणीवर माझी मुलाखत प्रसारित करण्याविषयीची कल्पना सांगितली, 'साहित्यिकांची थेट भेट' या कार्यक्रमांतर्गत. मला आणखी आनंद झाला.

❖

दोन

अलीकडच्या पाच-सहा वर्षांत एकूणच मी साहित्यलेखनात अधिक गुरफटत चाललो होतो. तसा घरापासून दूरदूरही. मुलं मोठी. सुनांनी कारभार हाती घेतलेला. परंतु पत्नीस हे रुचणारं नव्हतं. तिच्या हाती वर्षानुवर्षं असलेली एकसत्ताक घरशाही आता हस्तांतर करून ती सुनांकडे केंद्रित होतेय ही कल्पनाच तिला सहन होणारी नव्हती. हातून निसटणार असलं की माणूस अधिक नेटानं ते जखडून ठेवू पाहतो. ती अशाच कामास हटकून लागली.

वयपरत्वे मी अधिक समंजस होत गेलो. माझ्या बाबतीत हे साहजिकही होतं. परंतु पत्नी जानका हिच्याबाबत ते लागू नव्हतं. जितका मी समजूतदार आहे, तितकीच ती हट्टी, संकुचितही आहे; आणि हे तर 'हक्कसोड' प्रकरण होतं. दुसरं असं, की मी तिच्या जवळ असूनही तिच्यापासून तसा खूप दूरदूर जात होतो. गेलेला होतो. मला खिडकीतूनही दिसेल तेवढं आकाश अधाश्याप्रमाणे पाहावंसं वाटे, तर ती 'खिडकी बंद करा वं, कसलं थंडगार वारं भुर्रकन् आत येतंया' म्हणत धाड्कन खिडकी बंद करे. कसा मेळ बसायचा. अलीकडे तर तिची चिडचिड वाढतच चाललेली.

कारणं अनेक जुनीपानी... तशी नवीकोरीदेखील.

आम्ही जोगीवाडा सोडून इथं इन्डिपेंडन्ट ब्लॉकमध्ये वसंतनगरात राहायला आलो होतो. वस्ती आणि ब्लॉक- नगर- खूप फरकाचं वास्तव्य. मोकळेपणा. स्वैर जगणं आणि निर्बंधातलं. शिष्टाचारातलं बंगलोमधलं जगणं हे वेगळं आणि खूप अवघड. जुन्या सवयी सहज मोडत नाहीत. मी समजून घेऊ शकत होतो; परंतु तिला जमत नव्हतं. दिवसेंदिवस विपरीत घडणं वाढू लागलं. हे आता कुठं जाऊन धडकणार- सांगता येत नव्हतं. माझं जगणं ठळक-ठळक विभिन्न होतं. मी साहित्यिक जगतात रमत होतो. त्या जगताशी जुळत होतं माझं मन, जगणं; त्याच वेळी मी हिच्या जगतात रुळत नव्हतो. विचारानं मी खूप पुढं गेलो होतो. जात होतो. ती खूप मागं होती. तिचा तरीही फारसा प्रश्न नव्हता; पण होत होती ती माझी कुचंबणा आणि होत होता तो माझाच कोंडमारा.

वसंतनगरातील आमचा हा ब्लॉक : सी ५५. बँकेच्या

गृहकर्जातून साकारलेला. शेजारी बहुतेक ब्राह्मण व लिंगायत. यांच्या कचाट्यात सापडल्यासारखं आमचं जोगड्यांचं एकमेव घर. पण झालं उलटंच! आम्ही, विशेषतः सौ.नं. कुणाला जुमानलंच नाही. आम्हीच शिरजोर झालो. सर्व बाबतींत. आहारापासूनही. घरी सर्रास सागुती शिजायची. गदगद. अद्रक-कोथिंबिरीचा खास जुळा वास मटणाच्या घमघमाटासह, या स्पृशांच्या भवती हटकून घुमत राहायचा.

आमचा शेलका त्रास, त्यांना होणारा म्हणजे, झिंगे व बोंबिल भाजताना होणारा. डाव्या-उजव्या ब्लॉकवर तुफान हल्लाच असे तो. त्यांना वाटत असावं, 'काय खातात हे लोक असलं?' या कठीण प्रसंगी त्यांच्या खिडक्या-दारं बंद व्हायची.

मला न पटून काय उपयोग? पत्नी मटणाची खूपच आळकी होती. आठवड्यातील देवाचे वार सोडले तर नेहमीच सागुती. तसे तर सर्वच वार होऊ शकतात. पण आम्ही पटणारी कारणं शोधून त्यात कपात केली. मंगळवार, शुक्रवार जगदंबेचा वार, रविवार खंडोबाचा त्यांना तिखटाचा नैवेद्य चालतो. बुधवार, शनिवार आमच्या दृष्टीने बिनदेवाचे. मग राहता राहिले सोमवार व गुरुवार हे दोनच दिवस आम्हाला मटणाबिगर जड जाणारे दिवस. नावडते.

सागुतीभक्षक म्हणून आम्ही इथले मूल निवासी अस्पृश्य. पण आम्हाला नंतर हळूहळू कळले की, ही स्पृश्य मंडळीही बाहेर हेच खातात. आमचा पंथ विस्तारतोय. आनंदच.

तर हे झालं खाण्याचं.

दुसरं म्हणजे भाषाशैली. माझे, मुलांचे, सुनांचे व नात-नातूंचे उच्चार दलितेतर. निव्वळ ब्राह्मणीही. परंतु पत्नी? औषधाला म्हणून एकही उच्चार शुद्ध नाही. तिच्याशी बोलताना मला तिच्यासारखं बोलावं लागत असे. हाय, न्हाय, कवा, व्हय, आजुक, हांड्रेट, गंजिफराक, कॅश, कुतिंबीर, बरबाट, डल्ली, टोना... कितीतरी शब्द असत. 'जरा कोरड्यास वाड बरं' म्हणावं लागे. बाहेर आम्ही 'थोडी ग्रेव्ही हवीय का' म्हणत असू. 'एकदोन पीस चालेल' म्हणू.

घरचं राहू द्या. शेजारचं?

शेजाऱ्यांशी ती नेहमी ओरडून बोलते. आपली मूळ खमकेगिरी टिकावी म्हणून. कम्पाउन्डवॉलच्या बाहेर, गेटच्या समोरील रस्ता ती रोज झाडते. नको म्हणून सांगावं तर 'सोच्चता न्हाय का आवडत तुम्हास्नी, आवं दार, आंगन झाडून पानी शिपडलं, रांगुळी घातली तर लक्षीमी येती' म्हणून उपदेश करत असे. तसं पाहता रस्ता झाडायला महानगरपालिकेची झाडूवाली बाई येत असे. तीही आमच्या जोगीवाड्यातली. नात्यातलीच. हिच्या मावशीची ध्वाडी. ती आली की काम आटोपून येई. बोलायला, प्यायला पाणी मागायला. कम्पाउन्डवॉलच्या लगत लावलेल्या झाडाच्या सावलीत बसे. चंची सोडत... बाजूला झुपकेदार खराटा ठेवून.

आमची सौभाग्यवती जानकाबाई तिचं आदरातिथ्य नित्यनेमानं करते. छान चहा देते. आपणही घेते व वस्तीकडच्या गप्पा काढत बोलत बसते. हालअहवाल पुसत. बाईचं नाव सोना. मग तीदेखील उल्हासानं वार्ताहरासारखं माहिती पुरवावी तशी अमुकतमुक सांगे.

"जानकाबाय, आवं ती धोंडाबाय उठाउठी गेली की वं, लय मरान आलं बगा चांगलं! पडली न्हाय ना झिजली न्हाय, ना कुनास गू-मूत काढाय दिली. लय श्यानी वं."

लगेच विस्मयानं 'आगं बया' करत ही सुतकी चेहरा करून कायबाय सांगत हितगुज करी.

सोना कधी मयत वार्ता सांगे... कधी आजारपणाची कल्पना देई... तर कधी गल्लीतलं साग्रसंगीत 'भांडान' ब्याळब्याळ शिव्यांसह कथन करे.

हे आम्हा कुणाला पटत नसे. पण ही त्यांची थेटभेट रोखायची कशी? शेवटी सोनाबाई नात्यातली. काय सांगावं तर पंचाईत. ती थेट आम्हाला माणुसघाणे ठरवणार; 'शिकलं म्हनून सोताला लय मोटं समजतात. आपुन लय बॅलिस्टर हाय म्हनून समजतात,' असं बोलत सगळ्या वाडाभर आमची नालस्ती करणार.

म्हणून सोना सुरक्षित.

हे झालं सोनाचं.

नातवामुळेही शेजारपाजाऱ्याशी वितुष्ट येईल हे ध्यानीमनी नव्हतं. थोरला सुधीर त्याची पत्नी सौ. कविता, मधला अरुण, इरिगेशनमध्ये इंजिनिअर. त्याची पत्नी सौ. रेवती व धाकटा आनंद व सौ. राधा या सगळ्यांची मिळून चार नातवंडं, मुलगी रेखा दिल्याघरी.

मुलं कम्पाउन्डच्या आत क्रिकेट खेळत. शेटे डावीकडचे शेजारी, तर ताम्हणकर उजवीकडचे. दोन्ही बाजूंस पाच फुटांपर्यंत उंच भिंत. भिंतीस खडूच्या तीन रेखा ओढून स्टम्प्स केलेले. शेटे यांच्या घराकडून बॉलिंग करत. मोठा नातू प्रणव बॅटिंग तर ओंकार बॉलिंग. जणू काही टी-ट्वेंटीची मॅचच चाले. 'आउटऽ' 'हाऊ इज दॅट', 'अरे', 'शट्', 'नो नो', 'चीटिंग' असं मोठ्यानं म्हणत, ओरडत नुसता गोंधळ चाललेला. साहजिकच शेजाऱ्यांना त्रास होई. अनेकदा बॉल कम्पाउन्ड ओलांडून पलीकडे त्यांच्या आवारात जाई. कुणी असलं तर 'बॉल प्लीज' म्हणून ही पोरं ओरडून मागणी करत. परंतु बॉल येणं तर सोडाच, ताम्हणकर बॉल जप्त करत. मुलं मागायला गेली की डोळे वटारून दटावत. ताम्हणकर-शेटे हे दोघे तसे सेवानिवृत्त. आजोबा. मुलांना समजून घेण्याऐवजी मुलांवर ते चिडत, रागवत. त्यांना मुलांचा उपद्रव वाटे.

एका सुट्टीच्या सायंकाळी खेळताना प्रणवचा चेंडू उसळी मारून वरच्या

खिडकीवर आदळला व खाली व्हरांड्यात ईझीचेअरवर बसलेल्या ताम्हणकरांच्या डोक्यावर पडला. टेनिसबॉल होता. ताम्हणकरांना लागणं, इजा होणं शक्य नव्हतं. पण ताम्हणकर भडकले. आधीच मुलांच्या आरडाओरडा व गोंधळाने ते त्रस्त झालेले. त्यात हे चेंडूचं असं पतन होणं. पलीकडून ते ओरडू लागले-

"ओ, काळेसाहेब, काय हा मूर्खपणा! कसलं लागलं माझ्या डोक्याला. थांबवा, आवरा ना पोरांना हो! "

मूर्खपणा शब्द ऐकून आमच्या धर्मपत्नी तर चवताळल्याच. मी आत हॉलमध्ये नेमाड्यांचं 'कोसला' पुन्हा एकदा वाचत होतो. 'एकदा तरी मांजरीला मारलंच पाहिजे. ओळीने दररोज तिन्ही दिवस दूध पिऊन जाते.' या ओळीवर मी थांबलो.

तिला माझ्या परवानगीची गरज नसते हे मला ठाऊक. पाहतो तो पत्नीनं ताम्हणकरांचं कम्पाउन्ड लाथ मारून उघडलं व आत शिरत म्हणाली, "ये बोचऱ्या कुनाला म्हंतूस रे तसं. जवातवा लेकरास्नी डोळ्यात घातल्यावनी करतूस. बघू बरं तुझं कुठं टकुरं फुटलं... रगतबंबाळ झालं ती, जाव द्या देवा म्हंताव. रोज उटून तोंडं बगायची, कशाला तोंडाला त्वांड द्यावं. तर लयच आगुचारपना लावलाया की, गप बसताव म्हनून भर घेताव का? का नाबर समजाव आमास्नी?"

जानकाचा दांडपट्टा सुरूच होता. ताम्हणकर तोंड वासून नुसतं 'आ' करून उभा. बोलायची टाप नव्हती. पत्नीनं सरळ ताम्हणकरांजवळचा बॉल हिसकावून घेतला आणि वर म्हटलं, "लाज वाटत न्हाय. म्हातारा झालास. पोरवांचा चेंडू घिटलास, लय झागिरदार समजाताव काय सोताला. आजूक माजा हिसका म्हाईत न्हाय. आमच्या नादाला लागल्यावर लय करून ठिवीन."

मी हिला समजावणं अवघड होतं. मीच ताम्हणकर यांना डोळे मिचकावत शांत राहा सुचवत होतो. ताम्हणकर यांची पत्नी मध्ये पडून म्हणाय लागली, "आहो बाई, तोंड सांभाळून बोला. काहीही बरळत आहात. थोडा शिष्टाचार सांभाळा ना, ही सुशिक्षितांची कॉलनी आहे."

लगेच हातवारे करत हिचा मोर्चा वळला सौ. ताम्हणकरांकडे "ये भवाने, लय शानपना दाऊ नगंस. भुतावनी बसताव दोगंच घरामंदी. ना जवळ लेकरू ना बाळ. नीट गुनानं सांगते. न्हाय तर लयच इचपनी करीन."

"आगं गप्प बस ना. घेतला ना चेंडू राहू दे. एवढ्यासाठी किती वाढवतेस. चल बरं.' म्हणत तिला ओढून नेऊ लागलो. तेवढ्यातनं तिनं मला झिंजाडा दिला. "सोडा वं, आसं बामनावनी आळणी बोलू नगा. हेन्ला आपला जोगड्यांचा हिसकाच दावला फायजेल. तवा कळतंय आशाना. ही ही म्हातारी झाडून कचरा आपल्या भितीकडं लावतीया. तवापस्नं ही माझ्या कपाळात बसलिया." "बरं असूं दे, चल." "ओ ताम्हणकर मी नेतो, समजावतो. ठीक आहे आत जा तुम्ही.." असा काहीसा

तह करून मी प्रसंग सांभाळला. प्रश्न सोडवला.

एक बरं होतं. मोठी मुलं कुणीच घरी नव्हती. मोठ्या मुलांबरोबर सोरेगावला शेताकडे गेलेली. नसता वाद वाढला असता. मोठ्या मुलाचं आणि ताम्हणकरांचं फारसं पटत नव्हतं.

शेजारच्या तणावामुळे नातवांचे उच्छाद चिडीचूप झाले. पाखरांचा चिवचिवाट अचानक बंद व्हावा तसा. पत्नीला विजयाची बाधा झालेली. अशी संधी सहसा मिळत नसे तिला. शास्त्रीय भाषेत सांगायचे तर 'दबलेल्या इच्छांचे विरेचनच' झालं. रात्री जेवताना तोच विषय. तोपर्यंत मोठी मुलं आलेली. त्यांना विषय कळलेला.

मोठा म्हणाला, "नाही पपा, हे ताम्हणकर नेहमीच आपल्याशी असे वागतात."

"कसे?"

"मला तर सरळसरळ ध्यानात येतंय! "

"अरे पण काय?"

"ते आपण जोगड्याचे असल्याने फटकून वागतात."

"आरे पण कॉलनीत सगळेच तसे वागतात. कुणी कुणाला कारणाशिवाय नसतं बोलत."

"ते झालं हो, पण परवा हळदी-कुंकवाला ताम्हणकर काकूंनी आईला सोडून सगळ्यांना बोलावलं होतं."

"जाऊ दे, नाही तर नाही, कशाला मनावर घ्यायचं."

"पपा तुम्ही म्हणता ते ठीक आहे. आज जसा चेंडू त्यांच्या अंगणात गेल्यानं वाद झाला तसा आधीही झाला होता. त्या वेळी तर ताम्हणकरकाकू, काकांना म्हणत होत्या 'असल्या' लोकांच्या नादी लागू नये. लांबूनच बोलावं."

"असं होय. सोड, लक्ष देऊ नये."

"असं सहज घेऊ नका पपा. त्यांना आपल्या हलक्या जातीची आठवण करून द्यायची होती. मी त्यांना दमच भरला. दाखवू काय ॲट्रॉसिटीचा हिसका म्हणून."

"अरे तू कुठच्या कुठं प्रकरण नेतो. असा अर्थ काढू नये."

मुलगा चिडला. पत्नी नुसतीच पाहत होती. तिला ॲट्रॉसिटी कळला नसला तरी हिसका शब्द मात्र कळला. चर्चा भलतीकडेच वळण घेऊ लागली. मला हे थांबवावं वाटत होतं.

म्हणालो, "चला आटपा बरं. बघू या नंतर, असो. आपल्या सगळ्यांना इथं जन्म काढायचा आहे."

छोटेछोटे प्रसंग. माणसाला कुठच्या कुठं वाहवत नेतात. कुठंही जा- माणसं माणसंच असतात भली-बुरी सगळी. सगळ्या प्रकारची. अनेक प्रकारची. बरे-वाईट अनुभव येणारच. आपण इतकी वर्षं बँकेत नोकरी केली- सगळे जोशी, कुलकर्णी,

देशपांडे. पण एकंदरीत नोकरीत जात कुठेच आडवी आली नाही. आपण आणि आपले काम. कामातला नितांत, संपूर्ण प्रामाणिकपणा, इमानदारीशी कुठेच, कधीच तडजोड केली नाही. छान काळ गेला. एक-दोन कटू अनुभव आले; नाही असं नाही, पण ते जातीच्या संदर्भातले नव्हते. कामातली पद्धती, नियमाचे होते.

अलीकडे वाद, तंटा याचा मला तिटकारा वाटतो आहे. प्रत्येक गोष्ट मी समंजसपणे घेतोय. असं समजून घेणं सुखदायी असतं. एक वेगळंच समाधान मिळतं.

एवढ्याशा प्रसंगानं मी सारासार विवेक तपासत बसतो. आयुष्याची निम्मी वर्षं जोगी' वाड्यात गेली. रिक्त वर्षं एका विशिष्ट सुशिक्षित वर्गात. शिक्षण, वाचन, सहवास यामुळे माझीही एक मनोधारणा बनली. दृष्टी निर्माण झाली. 'नजरिया' तयार झाला आणि हाच मला खूप मोलाचा वाटतो. पैसा, प्रतिष्ठा, मानमरातब यापेक्षा जीवनाकडे आपण कसं सुसंगत, समंजसपणे पाहू शकतो, हे मला महत्त्वाचं वाटतं. ताम्हणकरांचा म्हणून मला राग येत नाही. 'असली माणसे' याचा स्पष्ट अर्थ दलित माणसं असा आहे. ज्याला माणसातला चांगुलपणा दिसत नाही, कळत नाही उलट जुनाट पारंपरिक रीती, विचारांचा पगडा मनावर घट्ट आरूढ असतो अशांना आपण जमेस का धरायचं? माणसं वाद घालतात, पुढे वितंडवाद तयार असतो. संवादापेक्षा विसंवादास त्यांची अधिक तयारी असते. तीत त्यांना अधिक आवड असते.

❖

तीन

बालपणातील परिसर, वातावरण, निसर्ग मनावर खूप खोलवर मुरत असतो. मन तरल, संवेदनशील आणि सुपीक असेल तर खूप हळवेपण त्यावर हुळहुळते, झुळझुळते. अशा वयात आपण खूप सूक्ष्म होतो. आत्ममग्न होऊन जग चक्क विसरून जात असतो. ही तादात्म्य अवस्थाच. कोवळ्या कुसुंबी पानावर नक्षीदार अंग ल्यायलेली गडद हिरवीकाळी अळीदेखील या वयात आपण तल्लीन होऊन निरखत असतो. मी कित्येकदा देहभान हरवून गेलो आणि पाना-फुलांवर हळुवार थरथरत तरळणाऱ्या, अलगद उडत जाणाऱ्या फुलपाखरास डोळ्यांतून आत साठवत गेलो. ती बहुरंगी नक्षीदार फुलपाखरे, पिवळ्या पाकोळ्या, काळ्याशार पाकोळ्या सर्व सर्व मनःचक्षूनं वेचत गेलो. आजही मला त्या सर्व यथावत् स्पष्ट दिसतात. आठवतात.

जोगी वाड्यातील वस्ती गलिच्छ वस्ती म्हणून ओळखली जायची. स्वच्छ मनाची माणसं तिथं गुण्यागोविंदानं राहत असूनदेखील.

मोजकीच मातीभेंड्यांची बुटकी घरं, बाकी सगळी झोपडीवजा, कोपी घालून तंबूसारखी तयार केलेली. अस्ताव्यस्त. मिळेल त्या जागेत घरं घातलेली. नगरपालिकेनं पाहणी करून त्यांना लेआउटचा व्यवस्थित आकार दिलेला. खालचा जोगीवाडा व वरचा जोगीवाडा अशा दोन भागांत विभागलेला. मधोमध प्रशस्त रस्ता. डांबरी. झोपड्यात नसले तरी मोक्याच्या ठिकाणी विजेचे दिवे झगझगीत. चौकात मर्क्युरी दिवा. लख्ख उजेड फेकणारा. दिव्याभोवती किड्यांची ओवाळणी चाले. दिव्याच्या काचआवरणात देहार्पण केलेले किडे साचत.

सकाळ झाली की पोटापाण्यासाठी निघण्याची जोग्यांची धांदल उडे. जोगीवाड्याला लागून एक वाहत्या पाण्याचा सदाबहार कॅनॉल होता. हिप्परग्याचा 'आडवा नळ' नावानं प्रसिद्ध. हिप्परगा तलावापासून निघालेला आणि आडवातिडवा वाहत जवळजवळ पंधराएक किलोमीटर अंतर कापत जोगीवाड्याला कवेत घेऊन डोणगावाकडे विसर्जित झालेला. दुतर्फा प्रचंड झाडी. असंख्य प्रकारची. अजस्र, हिरवीगार. कॅनॉलच्या बाजूला बारमाही बहरलेली शेती, गायरानातही या आडव्या नळामुळे पसरलेली वनराई, शिंदीची बनं, केकताडाच्या असंख्य रांगा. नुसता निसर्गरम्य परिसर. जोगीवाड्याचं दंडकारण्यच. या नळावर, कॅनॉलच्या

वनश्रीवर कित्येक जोग्यांची घरं सुखानं जगत होती. मध, डिंक, चिंचा, कवठ, शिंदीचे फडे, केकत असे अनेक व्यवसायांत साहाय्यभूत वृक्ष. पाण्यातील मासे, खेकडे, झिंगे हेही अधूनमधून पोटाची भूक शमवायला जय्यत असत. पक्ष्यांची तर गणतीच नाही. पोपटांपासून गिधाडापर्यंत असंख्य.

जोग्यांना हा आडवा नळ म्हणजे नंदनवनच. पोटभर खायला नसलं तरी प्यायला उदंड. सकाळच्या अंघोळी आटोपून जोगी लगबगीनं पोटापाण्याला जात. कुणी केरसुण्या, कुणी वाख दोरखंडाची कामं करत. शिंदीचे फडे, केकताडाची केकत आडव्या नळावर विपुल. त्यामुळे पारंपरिक व्यवसाय सांभाळून लोक उदरनिर्वाह करत. हा आडवा नळ आम्हाला जणू आमचा जातगोतावळाच वाटत होता.

नाल्यालगतच्या हागण्या-पोहण्यापासून ते थंडगार सावली, फांद्या जळण इथपर्यंत आडवा नळ जोग्यांची इमानेइतबारे जणू सेवा करे, सांभाळ करीत असे. निसर्गाच्या सान्निध्यात माणूस प्रसन्न राहतो. मला या चिमुकल्या निसर्गसौंदर्यानं अंतर्बाह्य निरामय केलं. मी मनानं समृद्ध झालो. विपुल झाडांनी माझं बालपण जोजवलं. अंकुरलेलं लुसलुशीत कुसुंबी पान ते थरथरत टपटपणारं जीर्ण पिवळं पान, माझे बालपणीचे जीवलगच. कितीतरी पानगळीचा हिशेब मी आर्त मनानं टिपला. अव्याहत वाहणाऱ्या या कॅनॉलच्या पाण्यात ही झाडं आमूलाग्र आपला देह न्याहाळत. मीही पोहताना त्याच्या फांद्या ओंजळीत धरून न्याहाळत असे. एक छंदच. एकरूप होण्याचा. वस्ती तर आडव्या नळानं ओळखली जाणारी.

वस्तीतील घराच्या समोरील अंगणात आम्ही बिनधास्त झोपायचो. ऐसपैस. पथारी कसल्या? गोधडी-वाकळी टाकून. वर आकाशभर चांदणं. झुंबरच. अंधारास लटकलेला चंद्र असला की चांदी पाझरत असे वस्तीभर. वारवसाला झोपणं हा स्वर्गीय आनंदच. उन्हाळ्यातील मौज तर काही औरच. कसली चिंता नाही ना कसली भ्रांत. सुख सुख तरी आणखी काय असते?

आणि इथं!

सिमेन्टची मजबूत घरं पण आत राहणारी माणसं विस्कळीत. जोगीवाड्यातली वस्ती विखुरलेली तरी मनानं, प्रेमानं बांधलेली. इथं तर ओळीत शिस्तबद्ध उभी; पण एकमेकांपासून खूप दुरावलेली. काही देणंघेणं नाही कुणाशी. शिष्ट, आत्मकेंद्रित, माणूस असून नसलेली. ताम्हणकर आमच्याशी असं का वागतात? त्यांचं ते वागणं समर्थक आहे का? हिला हळदी-कुंकवास का नाहीत बोलवत? की दुसरं कारण असेल! असूया?

काही स्पष्ट सांगवत नाही. काही स्पष्ट कळत नाही.

दुसऱ्या दिवशी सकाळीच ताम्हणकर आले. 'काळेसाहेब' म्हणत हाक मारत. मी 'या या' म्हणत त्यांना प्रेमानं आत घेतलं. चहापाणी विचारलं.

"कालचा प्रकार उगाच ताणला गेला हो. मलादेखील असं वागायला नको होतं हे नंतर ध्यानात आलं." ताम्हणकर असं अगदी नरमाईला येऊन बोलत होते.मी सरळ विचार करतो. गोष्टीत तेढ असते, बोलण्यात लपलेला हेतू असतो, हे मला कधी फारसं ध्यानात येत नसतं; मी गप्प. पुन्हा तेच म्हणाले,

"तुमचा मुलगा अॅट्रॉसिटीचं बोलून गेला."

मुद्दा ध्यानात आला. मुलगाही घरात होता. एवढं होऊनही तो "काका नमस्कार" म्हणत हॉलमध्ये येऊन बसला. सौ. जानकानं पाणी आणलं. दिलं. ताम्हणकरांनी घोटभर घेऊन ग्लास टिपॉयवर ठेवला. निदान ताम्हणकरांनी आमचं पाणी तरी प्यायलं. माझं मन आणखी स्वच्छ होऊ लागलं. मी बोलू लागलो.

"ताम्हणकर! अहो, तुम्ही-आम्ही कायमचे शेजारी-शेजारी हो. चालायचं. शेजारपाजार म्हटलं की थोडंफार खटकायचं. मी समजू शकतो. पण तुम्हास तरीही मोकळेपणानं सांगतो. आम्हीही चांगले शेजारी म्हणून राहू शकतो हो. मुळात आमची अख्खी जिंदगी दलित वस्तीत आणि रानावनात गेलेली. भांडण-तंटे, शिवीगाळ, हाणामारी हा रोजचा खेळ हो तिथं. आम्हालाही असला प्रकार नकोय. कंटाळून गेलो त्याला. इथंही तेच म्हटलं की अवघड आहे. माझं सोडा, मी खूप समजून घेतो; पण आमच्या हिचं...? बरं मी ही खात्री देतो, ती उगाच नाही कुणाच्या वाट्याला जाणार, पण..." मुलानं मध्येच भाग घेतला.

"तुम्ही काका, लहान मुलांकडे लक्ष देऊ नका. मी तसं का म्हणालो ते आता पप्पांच्याही समोर सांगतो, काकूंनी कम्पाउन्ड वॉलच्या भिंतीवरून तुमच्या आवारातून विंचरलेला केसांचा बुचका आमच्या अंगणात टाकला. मी स्वतः बघितलं. काकू चपापल्या म्हणून..."

मुलास थांबवत मी ताम्हणकरांना स्पष्ट सांगू लागलो, "ताम्हणकर, बाब किरकोळ असो नसो- पण हेतू वाईट दिसतो. ब्राह्मणांनी दलितांच्या अंगणात किंवा दिशेनं असं फेकणं, कचरा टाकणं याला वेगळा अर्थ प्राप्त होतो हो. आम्ही उलट गलिच्छ वस्ती सोडून तुमच्या संगतीला आलोत."

"मला हे माहीतच नव्हतं," ताम्हणकर काही आर्जवी विनयानं बोलू लागले. "काळेसाहेब, आम्ही जुन्या पठडीतले नाहीत हो. मनातला गैरसमज काढून टाका. आमच्या ध्यानीमनीदेखील हे असलं नाही."

"अहो आता पूर्वीचे दिवस नाहीत राहिले. माहीत आहे."

सौ.नं ट्रेमध्ये चहाचे कप भरून आणले व ते समोर ठेवत म्हणाली "घ्या".

"अहो वहिनी, मी आत्ताच घेऊन आलो. निदान विचारायचं तरी," ताम्हणकर नेहमीच्या सुरात बोलले.

"हेच बघा. हाच फरक तुमच्या आमच्यात. तुम्ही 'घेणार का?' म्हणून

विचारता. 'चहा टाकू का?' म्हणून विचारत खात्री करून घेता. आमचा सगळा व्यवहार हा असा. रांगडा. कदाचित अशहरी. घरी आलेल्याला चहा देणारच. पटो न पटो.''

आम्ही चहा घेऊ लागलो. तणाव तसा नव्हताच, पण तरीही हलकंहलकं वाटू लागलं. ताम्हणकरांनी चहा घेतघेत मुलास विचारलं,

''सुधीर, शेती काय म्हणते?''

''ठीक आहे काका! ''

''काय आहे शेतात?''

''ज्वारी.''

''अरे वा!''

''काका पंधराएक दिवसात हुरडा भरतोय. जाऊ आपण सगळे.''

''नक्की हो. हुरडा खायला मिळणं दुर्मिळच. फार चांगला बेत असतो. नक्की जाऊ.''

चर्चा झाली. सौ. कशी काय गप्प होती हे तरीही कोडंच होतं. मी तिच्या चेहऱ्याकडे मधूनच पाहत होतो. पण अंदाज लागत नव्हता. पण काहीतरी डोक्यात चाललं होतं. घोळत होतं. चहा घेऊन ताम्हणकर 'येतो' म्हणून निघाले. ही त्यांची बोलणी तहाची होती का आणखी काही, हे कळणं माझ्या कक्षेबाहेरचं होतं.

ताम्हणकर असो, बाजूचे शेटे असो किंवा समोरचे अमणगी, देशपांडे असो- काही हातचं राखून वागत असायचेच. पूर्वीइतकं नसलं तरी अजून अंतर जाणवतंच. सार्वजनिक कार्यक्रमात आम्ही सगळे एकत्र होत असू. गणपतीच्या वर्गणीत आमच्या नोटा सहज मिसळून जात; परंतु पूजा मात्र पुरोहित-ब्राह्मणांचीच अधिकृत. वतीने पूजा चाले; पण हस्ते पूजा नाही. बारीकसारीक गोष्टींत मला माणसामाणसातला पाळला जाणारा भेद जाणवत असे. जातीयता नष्ट झाली असे आपण म्हणतो, पण पूर्णतः नामशेष झाली असे म्हणता येत नाही. होईलही, नाही असे नाही.

मध्यंतरी माझा दुसरा मुलगा अरुण इरिगेशनमध्ये इंजिनिअर असूनही त्याच्या लग्नासाठी किती यातायात करावी लागली. पहिल्या पत्नीचा घटस्फोट झालेला. दुसरं लग्न इच्छेसारखं होत नाही. सर्व दृष्टीनं तो अनुरूप असूनही घटस्फोटित म्हणून योग्य स्थळं मिळेनात. विवाहसंस्थेत नोंदणी केली. वेबसाइटवर शोध घेऊन फोन करायचो, पण हे कारण आडवं यायचं. पुन्हा त्यात जातीची भर. दै. लोकसत्तात विवाहाच्या जाहिराती पाहायचो, पण त्यात अनेक जाहिरातींत 'एससीएसटी' क्षमस्व' असं असायचं. काय करावं कळत नव्हतं. त्याचं वयही उलटून गेलेलं नव्हतं. कोणत्याही जातीतील अनुरूप मुलगी चालणार होती, पण अडथळे. शेवटी मुलगी मिळालीच नाही. नात्यात शोध घेतला आणि जुळलं. तेव्हा हा अनुभव आता तीव्र

होता. याचा अर्थ कसा घ्यायचा?

अनेक प्रथा-परंपरा अजाणतेपणानेही तशाच चालत राहतात. पिढी दरपिढी नवी जुनी पिढी अजून पूर्णपणे हे अकारण लोढणं नाही टाकून देत. आमच्यातही.

अगदी ताजाताजा गमतीचा दुसरा अनुभव- आमच्या जुन्या जोगीवाड्यात जी शिकली ती पिढी वस्ती सोडून चांगल्या ठिकाणी नवी घरं करून राहू लागली. आमचं जुनं घर अजून वस्तीत आहे. वस्तीची नाळ तोडावी असं नाही वाटत. आमच्यासारखंच वस्ती सोडून आमच्या येथील भाऊ थोरो व लगतच्या महारवाड्यातील श्रीकांत मस्के हे शिक्षित आमच्या कॉलनीला लागून असलेल्या श्रीकांत नगरात राहायला आले. दोघेही युनायटेड इन्शुरन्स कंपनीत कामाला. चांगला हुद्दा, चांगला पगार. कौतुकाची बाब म्हणजे दोघांनी आपल्या आई-वडिलांना बरोबर आणलेलं. मला दोघंही चांगले परिचित. माझ्यावर त्यांची श्रद्धा. दोघांचेही वडील मला खूप मान देतात. अदबीनं बोलतात.

मी सहज म्हणून भेटायला गेलो. ड्रीम रेसिडेन्सीत दोघांचे ब्लॉक ग्राउंड फ्लोअरला समोरासमोर. दोघांना मी आल्याचं खूप आवडलं. प्रत्येकानं नवं घर आवर्जून दाखविलं. हॉलमधील किमती सोफादेखील. सगळं नवंकोरं. पण अंथरूण जुनंच. जुनं घोंगडं, जुनी वाकळ, जुनी चादर, हे पाहून मला काही बरं वाटलं नाही. दोघांना नवं घ्या म्हणून सुचवलं. म्हणाले, 'ऑर्डर दिलीय, फर्निचर येऊ लागलंय अगदी डनलपिलो गादीसह. मग बरं वाटलं. चहापोहे घेऊन झाले. वस्तीच्या गप्पा झाल्या. आई कोपरा धरून बसलेली. वडील उभेच. मीच म्हणालो, 'भगवानराव बसा ना.', 'होय होय, हाय की' म्हणत नीलकमल खुर्चीवर टेकले. मी दोघांच्याही वडिलांचं कौतुक केलं. 'तुमच्या कष्टांना फळ आलं' म्हणालो.

आणि ते खरंच होतं. वस्तीत डहाळा, बोरं, कणसं विकून जगणारी अडाणी माणसं. मुलांना छान शिकवतात. मुलंही शिकतात. ग्रॅज्युएट होतात. चांगल्या नोकरीस लागतात. गलिच्छ वस्ती सोडून चांगल्या एरियात राहायला येतात... हे कौतुकाचंच की.

मी निघालो. दोघांच्या वडिलांना खासगीत त्यांना धन्यवाद द्यावेत व आता नव्या ठिकाणी कसं वाटतं हे विचारावं, म्हणून बाजूला घेऊन विचारलं. मस्केचे वडील म्हणाले, 'सायब, होय तुम्ही कवतिक करता बरुबर हाय; पन येक लय मोठी चूक केली भाड्यानं.' 'काय हो, कोणती?' 'काय सांगू, घर हितं घ्येया नकू व्हतं. त्या जोगड्याचं रोज रामपाऱ्यात त्वांड बगावं लागतंया की वो.'

थोरोचे वडीलही नेमकं असंच म्हणत होते, 'काय चांगलं म्हंताव, रोज उटून सकाळ सकाळ म्हाराचं त्वांड बगायचं साडंसाती.'

मी अवाकच झालो.

जातीयता, अस्पृश्यता वाण्या बामणांनी अजूनही पाळली म्हणून त्यांच्या नावानं बोटं मोडायची, तर या दोघांच्या वडिलांची अजब नाराजी यारा काय म्हणायचं? हीही अस्पृश्यांतील अस्पृश्यता. आणखी खोल.

मनुस्मृती जाळूनही ती काही स्मृतीतून, कृतीतून जात नाही.

❖

चार

दुसऱ्याच दिवशी मीही ताम्हणकरांच्या घरी गेलो. त्यांनीही अतिथी धर्म पाळला. या, बसा, चहा घेता का वगैरे सोपस्कर पाळले. ताम्हणकरांनी सांगितलं,

"काळेसाहेब, मुलगी सुनंदा आलीय. कालच. बाळंतपणाला. पहिलं बाळंतपण माहेरीच असतं ना."

"अरे असं होय, तरी रात्री रिक्षाचा आवाज आला होता. आम्हीही मुलीचं पहिलं बाळंतपण माहेरीच पाळतो. एकच रीतभात. बरं झालं. कुठाय सुनंदा?"

"ये सुनंदा, ये! काळेकाका आलेत."

सुनंदा अवघडलेली. सावरत आईबरोबर येते. माझ्या पाया पडू पाहते. मी नको नको म्हणतो. मग ती आईसोबत बाजूला उजवीकडे बसते. 'कसे आहात काका?' हसत म्हणते. मला खूप बरं वाटतं. मला माझ्या मुलीची तीव्रतेनं आठवण येते. सुनंदाची विचारपूस करून 'तू जा बेटा आत' म्हणतो.

"ताम्हणकर साहेब, आपल्याकडं माझं काम आहे. तुम्हाला माहीतच आहे मी लिहितोय."

"होय काळेसाहेब, आम्हीही तुमच्या पुस्तकाचं वाचन रोज रेडिओवरचं ऐकत होतो. आता 'स्मशानभूमी' ऐकतोय. तुमचे लेखन फार छान आहे. कमाल वाटते, वस्तीत राहून..."

"थँक्स"

"अजून काय लिहिताय? तुमचं खूप छान वाटतं. या वयात तुम्ही सतत लिहिताय."

"होय ना, आता नवं लेखन करतोय. धर्मावरची मोठी कादंबरी आहे."

"काय सांगता? खूपच छान कल्पना."

"मी आलोय त्याच कारणासाठी. तर मला तुमची मदत लागेल."

"माझी?" ताम्हणकर दचकल्यासारखे झाले.

"होय, त्याचं असं आहे. तुम्ही संस्कृतचे शिक्षक ना. मला माहीत आहे. तुमचा संस्कृतचा चांगला अभ्यास आहे."

"होय."

"मला या कादंबरीत धर्माविषयीचे बरेच संदर्भ घ्यावे लागणार आहेत. ऋग्वेद, उपनिषदं वगैरेत संस्कृताचे महत्त्वाचे दाखले

आहेत. श्लोक, ऋचा, मंत्र यांचे संस्कृतातील संदर्भ मराठीत हवेत अनुवाद करून."

"चांगलीच गोष्ट आहे. मला खूप आवडेल. जरूर सहकार्य करतो. मलाही पुन्हा सगळं पाहता येईल."

"ताम्हणकर कादंबरीची कल्पना अशी आहे. सेवानिवृत्त आणि आयुष्याची उपरती आलेला एन्शन्ट इंडियन हिस्ट्री ॲण्ड कल्चरचा प्राध्यापक धर्मबोधासाठी धर्माचा सखोल अभ्यास करायला तीर्थाटनं, भ्रमण करत देशभर फिरतो व सकलधर्म चिकित्सेसाठी संशोधनाचा एक कल्याण आश्रम स्थापित करतो, अशी काहीशी कल्पना आहे कादंबरीची. मी गेले ४ महिने अनेक पुस्तके, ग्रंथ यांचा अभ्यास करतोय. टिपणं काढतोय. मराठी, इंग्रजीचा प्रश्न नाही, पण संस्कृत भाषेच्या आकलनाची, समजून घेण्याची गरज भासतेय."

"जरूर, माझ्याकडेही काही पुस्तके आहेत. आपण चर्चा करू. विषय गहन आहे. तत्त्वज्ञान, अध्यात्मपर आहे. मला तुमची कल्पना फार आवडली."

"संस्कृत श्लोकाबरोबर त्यापाठची भूमिकाही मला जाणून घ्यायची आहे. त्याची मी बरीच टिपणं काढलीत. खूप विपुल आहे. स्वतंत्र अध्ययन करायचं म्हटलं तर आता मला या वयात कुठे वेळ उरला आहे? मी पाहिलं, संस्कृतात खूप प्रचंड ज्ञानभांडार आहे हो. 'नेति नेति', 'तत्त्वं असि', अनेक विधी, यज्ञ, यज्ञमंत्र, घोष, व्रत, पूजा, सामग्री, पद्धती, कोणी काय करायचं, कोणते मंत्र केव्हा म्हणायचे, त्यांचे शुद्ध विशिष्ट उच्चार, मृत्युंजय, महामृत्युंजय मंत्र, असं एक का दोन, खूप विशाल आहे हे, ते मला मुळातून जाणून घ्यायचं आहे."

"खरंय तुमचं. फार सूक्ष्मही आहे; फार चांगला विषय घेतलात सर. अहो सहज म्हणून सांगतो. आपणास यज्ञ म्हणून नुसतंच ठाऊक असतं. पण हे इतकं सूक्ष्म आणि विशाल विधिवत् कार्य आहे. थक्क होऊन जातो आपण. यज्ञवेदी, यज्ञ मंडप, पुरोहित, अग्निहोत्री, पूर्वमुखी बसायचं की पश्चिममुखी, यज्ञाची साधनसामग्री, होतृचमस, ब्रह्मचमस, द्रोणकलश, इडापात्र धृष्टी, स्त्रुव ही यज्ञात लागणारी पात्रं, उपकरणं, औदुंबरदण्ड, पूतभृत मडके, समिधा, त्याही ठरावीक वृक्षांच्या. यज्ञात पिंपळाच्या काड्याच्या समिधास फक्त मान असतो. पिंपळात अग्नी स्थित असतो. पिंपळहोत्री लाकडातून अग्निहोत्री यज्ञासाठी घर्षणातून अग्नी तयार करतो. यज्ञाचे काम ठरावीक ब्राह्मणच करतात. श्रौत यज्ञात ऋत्विज हा ब्राह्मण ऋचांचे पठण करतो. अनेक यज्ञ, सोवळे, यज्ञोपवीत काय नाही. असं खूप काही आहे. तेव्हा तुम्ही हे जाणून घेऊन लेखन करता ही फार चांगली गोष्ट आहे."

ताम्हणकर इतकं काही सहज सांगून गेले. मला त्यांचं कौतुक तर वाटलंच, परंतु आता आदरही वाटू लागला. माणूस वरून नाही कळत. अंतरंगच कळावं

लागतं त्याचं. आपण ढोबळ अनुमान करतो, आडाखे बांधतो; पण तसं असतंच असं नाही. हेही असं नवं शिकायला मिळालं.

"ताम्हणकर सर!" मी आता त्यांना सर म्हणू लागलो सर उपाधी माझ्या तोंडून आपसूक सहज आली.

"मला खूप समाधान वाटले. मी तुमच्याकडे आलो ते. मी योग्य ठिकाणी आलो. कमाल वाटते मला योग्य ठिकाणी कुणी कसं धाडलं. काल मला अचानक मनात येऊन गेलं, तुम्हास आज या संदर्भात सहज भेटून बोलावं म्हणून. माझी फार मोठी चिंता मिटली. तुम्ही सहकार्य कराल ना?"

"हे काय, अहो किती मोठं काम करताहात तुम्ही. तुम्ही मला सर म्हणू नये. तुम्ही मोठेच आहात. प्रतिभावान लेखक हो. आम्ही माहितीचे भारवाहक. पण तुमचं मला मोठेपण आणि कौतुक वाटतं ते एवढ्यासाठी की आम्ही ब्राह्मण असून नुसतेच पोटार्थी हो. तुम्ही कुठून आलात, किती मोठं अध्ययन करता आहात. किती प्रचंड वाचन करता आणि आता तर हा धर्मावरील कादंबरीचा किती मोठा प्रकल्प हाती घेत आहात. कमाल वाटते तुमची."

ताम्हणकरांशी बोलल्यामुळे माझा उत्साह दुणावला. कादंबरीच्या साधनांची जुळवाजुळ करू लागलो.

धर्मावरची पहिलीच कादंबरी.

वाचलेल्या कादंबऱ्या तर अनेक. मराठी आणि इंग्रजीशिवाय हिंदी. त्यामुळे कादंबरीत कथानक कसंकसं फुलत जातं, आपण त्या प्रदेशात कशी वाटचाल करत रमत जातो. अरेरे! म्हणून इथं अशी कादंबरी संपली कशी म्हणून हुरहुरत राहतो, हे ठाऊक होतं. लिहायची पहिलीच वेळ, त्यामुळे जे उपजेल ते उपजेल म्हणून हिय्या केला. मनातल्या दांडग्या आत्मविश्वासाच्या बळावर.

कादंबरीचे समीक्षक शास्त्राधारे तिचं मोल ठरवतील; परंतु आपण आधी शास्त्र अभ्यासलं आणि तदनंतर, संकेतानुसार, रूढीनुसार कादंबरी लिहू लागलो, असं नाहीच आहे ना. त्यामुळे समीक्षकाला भ्यायचं कारण नव्हतं. तो विचार कशाला करायचा?

कादंबरीचा कंद मनात रुतून होता. मनात एक गोठलेलं कथानक होतं. अभिव्यक्तीच्या दाहकतेनं ते जसं वितळेल तसं मला ते वितळू द्यायचं होतं. लीलया. तसे तर मला अनेक धर्मांचे तोंडवळे माहीत होते; परंतु आता त्यांच्या खोलखोल अंतर्मनात शिरून मला एकएक पापुद्रे अलगद विलग करायचे होते. निरखून त्यांच्या स्वरूपाचं दर्शन नेमकेपणानं घडवायचं होतं. काम अवघड तरी मला ते आवाक्यातलं वाटे, आवडीचं वाटे त्यामुळे शक्य होते आणि यात

ही धर्मचिकित्सा होती...

हा धर्मवेध होता...

हे धर्मवेड होतं...

या धर्मचिंतनातून, मंथनातून हाती भलेबुरे लागेल...

ही कथा होती...

तीर्थाटनातून आरंभ, भ्रमण, जे जे लाभले ते ते आत्मसात करत इच्छित स्थळ गाठायचं होतं. जगभरचे धर्मसंदर्भ कनवटीस बांधायचे होते. मोझेस, जीझस, झरथ्रुस्टियन, नबी-प्रेषित हे सारं कवेत घेत, वैदिक, बौद्ध, जैन तीर्थंकर, हिंदू यांच्या प्रवाहात तीर गाठायचा होता. यश दृष्टिपथात होतं.

सर्वधर्मसमभाव ही संकल्पना मनात का उद्‌भवली, माझ्या धर्मप्रणीत कादंबरीचं मूळसूत्र ती का व्हावी, यांचा उद्‌बोधक वेधच जणू ही कादंबरी मला सुखावत होती.

'सर्व धर्म' ही माझी कादंबरी म्हणजे एक मोठं जहाजच. अथांग सागरात उद्दिष्ट गाठायला, इच्छित स्थळी पोहोचायला निघालेलं, हे एक धूडच.

कादंबरीनं पल्ला गाठला. दीप अजून तेवत आहे, हा पराभवाचं शल्य उरात जळजळत असताना प्रकट केलेला आशावाद. याकरता कादंबरीनं तब्बल ३८३ पानं उचलली. सलग अडीच महिने कालावधीचं हवन तिनं घेतलं.

या कादंबरीनं माझं मन उन्नत झालं. मी अधिक शुचिर्भूत झालो. मी, मला अभिप्रेत असलेल्या धर्माचं रूप मांडू शकलो. मी, माझी मला अभिप्रेत असलेली धर्मसंकल्पना हिच्या रूपांतून मांडू शकलो. धर्मवेध जमला.

❖

पाच

आपण एकट्यानं सोशीक होऊन चालत नाही. आपण एकट्यानं समंजस होऊन चालत नाही. वैचारिक समृद्धी पावून आपण आपल्या रिपूंवर विजय मिळवू शकत नाही. मी शांत होत गेलो तसा अशांतही होत गेलो. बाह्य आघात आपण रोखू शकत नाही आणि अंतर्गत द्वंद्व तर चालूच असतं. सतत दृश्य-अदृश्य, अंतर्बाह्य घुसळत असते एक उलघाल.

मी घरापासून दूर दूर जात राहिलो. त्यांच्या दृष्टीनं मी तसाच होतो. पूर्वीच्या त्यांच्या मोजमापानुसार.

संततधार पाऊस बरसत राहावा, तसे मनात माझ्या विचार पाझरत राहतात.

सद्विचार माणसाला शुचिर्भूत करतात. मी बाह्यांगाचं नाहीच बोलत. माणूस आतून समृद्ध होत राहावा. चांगुलपणानं परिपक्व व्हावा. धर्म कादंबरीच्या संहितेचं काम तीन महिन्यांत सुफल झालं. परिपूर्ण. सुविद्याचे प्रकाशक बाबूराव मैंदर्गीकर एक भला सज्जन माणूस. धर्मावरील लेखन विवाद्य असू शकतं. परंतु आम्ही बसून सखोल चर्चा केली. यात तसं काहीच नाही, हे तपासून पाहिलं. मुद्दाम म्हणून धर्माच्या कलागती चव्हाट्यावर मांडण्याचा हेतू मुळीच नाही, हेही ताडून पाहिलं. माझा धर्मावरचा अन्वयार्थ निष्कर्षरूपानं एवढाच की धर्म ही प्रेम, बंधुत्व, मानवी कल्याणाचा परिपाक म्हणून संकल्पना आहे. मग ती धर्मच्छल, धर्मकलह, धर्मयुद्ध या धर्मविसंगत कल्पनांनी का डागाळली? कशामुळं? धर्ममार्तंडांनी धर्मार्थाचा वदतोव्याघातच केला. तो का, हे सारं यात मांडायचं होतं.

धर्माचे सांभाळकर्ते, रक्षणकर्ते यांनी व्यापक प्रेमाची, कल्याणाची कल्पना सोईस्कर धर्मचिकित्सा करून धर्मसंकल्पना संकुचित करून टाकली. संख्यात्मक व्याप्तीवर भर दिला. अटीतटीचे कर्मकांड प्रस्थापित झाले.

बाह्यरूप समृद्ध झाले; अंतरंग रितेच.

२ ऑक्टोबर २०१३ : 'सर्व धर्म' कादंबरीचा प्रकट दिन. अवतीभोवती दिव्यांचा प्रचंड झगमगाट असावा. डोळे दिपून जावेत इतका आणि आपण विजनवासी एक काजवा. पण प्रकट तर झालो.

मी घरात असून फारसा नसतो.

शब्दांच्या जंगलात मी माझा मार्ग शोधत राहतो. कधी अरण्ये घनदाट, तर कधी विरळ खुरट्या झाडोऱ्यानं तुटकतुटक. कधी डोंगरभर पसरलेली, विखुरलेली, तर कधी नुसतीच सपाट, विस्तीर्ण आणि अथांग भूमी. सर्व ऋतूंनी घेरलेली. मी चालत असतो एकटाच आपल्या निजधामाकडे... ते कुठे असते, काय असते? अज्ञातच सारे; अज्ञेयच असते माणसास.

मी असा आकंठ बुडालेला. वर येणं जमत नसतं. मी सन्यस्तच. सर्वसंगपरित्यागानं भारलेला. माझ्यातला एक असा चालत राहतो. दुसरा कुढत राहतो. त्याला सोसावे लागतात प्रत्यही प्रपंचातील अनुबंध, निर्बंध.

'सर्व धर्म' कादंबरीचा पूर्वकाळ हा माझ्या असह्य रुग्णावस्थेत होता.

आयुष्यातील वळणं महत्त्वाची असतात. नेहमीच्या रस्त्यावरचीदेखील. अपघाताला फार मोठं कारण असायला हवं असतं असं नाही. स्कूटीवरून सहज उजवीकडे वळणं आणि रस्त्यावरची वाट पाहत थांबलेली मूठभर रेती. तिच्यावरून चाक घसरलं. पडताना आपण बेसावधपणे पडतो- आकस्मिक, तसाच पडलो. पायावर स्कूटी. कुणीतरी येतात. आपण वयस्क असल्यानं त्यांना सहानुभूती वाटते. स्कूटी उचलतात. मलाही सावरतात. 'काका लागलं नाही ना' म्हणत धरून बाजूला बसवतात. आपण सर्जनशील लेखक असूनही इथं सर्वसामान्य अडाणी असतो.

नीट उठता येत नाही. पाठीत जोराची कळ. जीवघेणी कळ ती हीच का, असं आपण अनुभवतो. वेदना शरीराच्या असल्या म्हणून काय झाल्या, त्या अस्सल आणि जातिवंत असतात. म्हणून तर त्या आपल्याला कळतात. त्यांच्याजवळ कसलाच भेदभाव नसतो.

तरीही मी सावरतो. मनःशक्ती, आत्मबल अशा वेळी मदतीला धावून येतात.

मी उठून थरथरत उभा राहतो. जमलेल्या माणसांत कुणी ओळखीचं निघतं. 'काका, घाबरू नका, मी सोडतो घरी' म्हणत 'अरे, सुधीरचे वडील आहेत रे' अशी माहिती देत मला स्कूटीवर मागं बसवून घरी पोहोचवलं जातं.

किरकोळ खरचटलेलं सोडलं तर फारसं लागलेलं नव्हतं. पण पाठीत जीवघेणी वेदना मधूनच सळ्कन उठायची. सुधीर, अरुण, आनंद काळजीत पडले. सौ. जानकाचा जीव तर चुकल्या पाखरासारखा झालेला. डॉ. बाकळेकडे गेलो. त्यांनी एम.आर.आय. काढायला सांगितला. ऑर्थो.कडे रेफर केलं.

बसलं तर झोपता येत नव्हतं. झोपलं तर उठता येत नव्हतं. प्रचंड कळ. पण कळत नव्हतं कारण, कुठून उद्‌भवते.

एम.आर.आय.साठी मशिनमध्ये शरीर झोकून दिलं. आत पोकळीत दीडएक तास निश्चल, स्तब्ध राहणं म्हणजे दिव्यच. प्रत्यक्ष वेदनेपेक्षा असं स्थिर, निश्चल

राहणं भयंकर होतं.

क्षण, अवधी काय मौल्यवान असतात. काळ क्षणिक म्हणतो, पण तो किती प्रदीर्घ असतो, हे या यातनाघरात कोंडून घेतल्यावर कळतं.

रिपोर्ट आला. 'Show the little fracture to the bones of spine. D11th and D12th Thoracis vertebrae.'

रिपोर्ट डॉ. एन. प्रभाकर यांना दाखविला. ते एम.आर.आय. बराच वेळ निरखून पाहत होते. मग निष्कर्ष बोलू लागले, 'दोन मणके दुखावले गेलेत. २४ तासांच्या आत ऑपरेशन करावं लागेल. नाहीतर कमरेपासून खालचा भाग अपंग होण्याची शक्यता आहे. आत्ताच ॲडमिट व्हा. ब्लड, शुगर, युरीन अन्य चाचण्या करून घेऊ. सकाळी ऑपरेशन थिएटरमध्ये.'

असं सांगूनही 'काळजी करण्याचं कारण नाही' हे पालुपद होतंच.

थरारलो.

हे सगळं अनपेक्षित झालं. डॉक्टरांनी भयभीत केलं. मन साशंक का व्हावं? पाठीत सरसरून येणारी कळ, एवढंच तसं दुखण्याचं स्वरूप. बाकी सगळं व्यवस्थित वाटत होतं. पण सहज तरी कसं घ्यावं? गंभीर असेल तर? असं कसं असतं. आपलं बेभरवशाचं शरीर. निष्काळजी राहून चालणारं नव्हतं. मन शंकाकुशंकेन ग्रासलं.

आम्ही बाहेर थांबलो होतो. डॉक्टरांना आमचाही निर्णय सांगायचा होता. पैसा दुय्यम होता, पण रिस्क घ्यायची न घ्यायची ही द्विधा स्थिती होती.

मुलं मोठीच. तशी कळती. करती सवरती. बाजूला जाऊन त्यांनी काही विचार केला. निर्णय शिक्कामोर्तब झाल्यासारखा ठरवून माझ्याजवळ आले. ''पपा, डॉ. बाकळेकडे जाऊ, रिपोर्ट्स दाखवू, सुचवू सेकंड ओपिनियनबद्दल.'' मला पटलं. त्यांचा विचार योग्य होता.

डॉ. बाळकेंनी न्यूरोसर्जन, डॉ. काटीकरांना रिपोर्ट दाखवा असं सांगितलं.

डॉ. काटीकरांनी त्यांच्या पद्धतीनं तपासलं. अतिशय शांत, गंभीर मुद्रा. नाव दत्तप्रसन्न. वैद्यकीय शास्त्रातील तज्ज्ञ, तरीही दत्तगुरूंची प्रतिमा हॉलमध्ये लावलेली. पेशंटनी भेट म्हणून दिलेली. मी त्रयस्थ. तटस्थपणे पाहतो तिकडे. माणूस संभ्रमात असला की देहाचा मोह फार प्रबळ होत जातो. मला बरं व्हावं असं प्रकर्षानं का वाटत होतं? विचार सैरभैर होणं हे अस्वस्थतेचंही लक्षण असतं.

डॉ. म्हणाले, ''काळे काका, काहीही काळजी करू नका. मी सांगतो ते नीट ऐका. ते डॉक्टर म्हणाले तसं मला तर ऑपरेशन करण्याची गरज आहे असं वाटत नाही. आणि २४ तासांच्या आत तर मुळीच नाही. आपण औषधं चालू करू. फक्त एक करायचं, चार महिने तरी तुम्हाला झोपून राहावं लागेल. जरुरीपुरतं उठायला हरकत नाही. औषधानं ठीक होईल.

"मणके शक्यतो हालचाल न करता सुरक्षित ठेवू. प्रश्न अवघड आहे तो तुम्ही एका अवस्थेत निदान चार महिने तरी झोपून राहण्याचा. त्रास होईल. कंटाळवाणं होऊन जाईल, पण हे करणं जरूर आहे. अधेमधे त्रास वाढलाच तर दाखवायला या; पण गरज भासणार नाही. महिन्यानंतर या; पुन्हा तपासू. ठीक होईल. ओ. के."

डॉक्टर बोलके होते. मोजकं बोलणं नव्हतं. आपल्या शंका बोलून सविस्तर सांगून त्यातूनच निरसन करत. अशी पद्धत. आम्हाला धीर आला. पुनर्जन्माचा दाखलाच माझ्या हाती पडला, असं मला वाटू लागलं. समाधानानं आमचे चेहरे उजळले. आनंद झाला. मळभ निवळलं.

आयुष्यातील हे चार महिने म्हणजे अग्निदिव्यातून जाणं. मी हॉलमधील एक कोपरा पकडला. आरंभ केला निश्चल राहण्याचा. दुर्धर व्याधीतून शरीराला बाहेर काढण्याची तपश्चर्याच. दोनच इवले मणके, सगळं शरीर त्यांनी बंधक ठेवलं. ताब्यात घेतलं.

मी अधूनमधून पाय हलवून पाहायचा. हलायचे. बरं वाटायचं. पायावर माशी बसल्याचं जाणवायचं. समाधान वाटायचं. मी मनोमन माशीचे आभार मानत असे.

एकदा मांजर खिडकीतून उडी मारून पायावरून गेलं. मी दचकलो. सर्रकन पाय वळवले. मला मांजराचेही नितांत आभार मानावेत, असं मनोमन वाटू लागलं.

दिवस सरत होते.

औषधांचा असर जाणवत होता. काही कारणासाठी उठलो तर जीवघेणी कळ सरसरून चमकून जायची. पण पूर्वीइतकी भयंकर नव्हती.

बघता बघता महिना सरून गेला. मणके स्वस्थपणे हवी तेवढी विश्रांती घेत होते.

पण तरी ही अवस्था मला सोसवत नव्हती.

हळूहळू ही अवस्था त्रासदायक वाटू लागली. स्वस्थ एकाच अवस्थेत झोपणं हे म्हणावं तेवढं सोपं नव्हतं. पाठ बधिर व्हायची. झोपून झोपून झोपायचं तरी किती. डोळे सताड उघडे राहत. त्यांना दिवस-रात्र सारखीच. वर छताकडं नुसतं एकटक बघत राहणं. पंखा गरगरत राहायचा. पंख्याबरोबर स्मृती, आठवणी, विचार भरकटत राहायचे. विचारांना धरबंद नसे. ते वादळ होतं. आपल्यातच गोल फिरत चक्रावत राहणारं. कधी उधळत, कधी आदळत. कधी झंझावात होऊन मन उद्ध्वस्त करत. मग नकोसं वाटे. खूप उदास वाटत असे. कशासाठी हे असं पडून राहायचं? कोणती नवी पहाट सुवर्णकलश होऊन येणार आहे आपल्या आयुष्यात? एकतर आयुष्य होरपळीनं घेरलेलं. होरपळत केलेली वाटचाल. असामान्य, भव्यदिव्य काहीच नव्हतं. मग हा तरीही अव्याहत भोग का?

तथापि देह कोण जपू पाहतंय? का तग धरू पाहतंय मन?

विचाराचे असह्य झोत अंगभर ओघळत.

झोपून झोपून अंग ठणकू लागलं. पत्नी जानका जवळच असायची. मुलं गोळ्या देत. विचारपूस करत. ज्यांना ज्यांना माझं हे अपंगसदृश आजारपण कळायचं, ते आवर्जून भेटून जात. कुणी कळवळा म्हणून तर कुणी आपल्यावरचा बोल टाळावा म्हणून. अशा वेळी भेटण्याची रीत असतेच. मित्र, नातलग येत. चौकशी करत, हळहळत, धीर देत, सांत्वन करीत. या माझ्यासारख्याच्या आजारावर नवी माहिती देत. सल्ले देत. 'गोव्यात एक जण आहे, तो यावर औषधं देतो. पाठीवर अंगठ्यानं दाब देतो. मणका दाबतो. लगेच माणूस ठणठणीत बरा होतो. एकतर तो एक पैसाही घेत नाही. गळ्यात येशूचं लॉकेट घालतो. माणूस पुन्हा म्हणून आजारी पडत नाही.' कुणी सांगत असे, 'गोकाकजवळ निगिवरू गाव आहे. माणूस आयुर्वेदिक झाडपाल्याचं औषध देतो. उजव्या नाकपुडीत तीन तर डाव्या नाकपुडीत चार थेंब जडीबुटीचा रस टाकतो. माणूस उठून ठणठणीत चालायलाच लागतो. कर्नाटकात नागरमुन्नोळी गावात इंजेक्शन देतात. दहा दिवसाला एक. पाच-सहा इंजेक्शनात माणूस ठणठणीत होतो. आमच्या शेजारच्या एकास झोळीत घालून नेलं होतं. औषध दिलं आणि लकव्याचा माणूसबी खडखडीत उठून चालायलाच लागला. माझं ऐका चला घेऊन तिकडं. आसं खितपत किती दिवस ठिवताव.' एक का दोन. प्रत्येक जण आपण काहीतरी सल्ला दिलाच पाहिजे, या भ्रामक कल्पनेत असतो.

कधीकधी मी चिडत असे. वैतागच वाटे. पत्नी तर माझं सर्व काही न किळस करता करत असे. मला लाजिरवाणं वाटे. अपराधी वाटे.

दीड महिन्यातच मी आयुष्याला कंटाळून गेलो. वाटे, काय घेऊन करायचं हे असलं घृणास्पद जिणं? संपून टाकावं हे असलं जगणं, असंही प्रकर्षानं वाटत होतं. पण कसं? तोही विचार मन करू लागलं. मार्ग सापडत नव्हता. वरचा पंखा मात्र विकट हसत असल्याचं जाणवत होतं. मृत्यू डोक्यावरच गरगर फिरतो आहे, पण हाती सापडत नाही, असं. हाती लागेल त्या औषधी गोळ्या मात्र खुणावत होत्या. एकवट सगळ्या गोळ्या एकाच वेळी फस्त कराव्यात आणि....?

पण गोळ्याही ताब्यात नव्हत्या. जरूर तेवढ्याच गोळ्या मुलगा देई आणि औषधाचा डबा माझ्यापासून लांब ठेवत असे. सुरक्षित स्थळी. बहुधा त्याला सावधतेची कल्पना डॉक्टरांनी दिली असावी.

कसेबसे दिवस सरले.

साडेतीन महिन्यांतच मला बरं वाटू लागलं. गड जिंकला. मी उठून बसू लागलो. आधारानं टॉयलेटला जाऊ लागलो. हे जाणं मला किती तरी मोलाचं वाटू लागलं. साधंच पण आत्मनिर्भर असणं किती जरुरीचं असतं. आत्मतुष्टीच असते त्यात.

डॉ. काटीकरांच्या आत्मविश्वासाचं काय सांगावं? किती दृढ निश्चय!

❖

— सहा —

घरावरचं सावट दूर झालं. आभाळ तर दाटून आलं होतं. किती सहज निरभ्र झालं आकाश.

खिडकीतून आल्हाददायक हवा छान झुळझुळू लागली.

बरं वाटल्यानंतर लेखन पुन्हा नव्या दमानं सुरू झालं. पहाटे उठतो. एकाच वेळी दोन-तीन पुस्तकं जवळ ठेवून वाचतो. बहुतेक पुस्तकं आधीच वाचून झालेली असतात. कुठल्याही पानावर स्थिरावतो. तिथून लगेच ओळीमागून ओळी वाचत जातो. आशयात समरसतो. जुने संदर्भ स्मृती पुरवत असतात.

अलीकडे नवं लेखन, पुस्तकं वाचणं होत नाही. खास असेल तरच एक-दोन बैठकीत वाचून टाकतो. काहीही वाचणं नको वाटतं. ती गरज नसते.

पुस्तकांनीही आपापले कालखंड निर्माण केलेत.

प्रत्येकाची अभिरुची स्वतंत्र आणि वेगळी. तशी माझीही.

लेखनातील कल्पक, अर्थवाही वाक्यरचना, सुंदर ओघवती शैली, मन मोहित करणारी एकूणच भाषा, प्रतिभा, प्रतीकं, नेमके मोहक शब्द, नवीन शब्दांची आपसूक झालेली निर्मिती. खूप दिवसांनंतर अचानक भेटलेले शब्द. प्रसंगाची मांडणी, लहानमोठे परिच्छेद अशा सामग्रीतून पुस्तक आपणास गुंतवून ठेवतं. योग्य आणि नेमके शब्द एकत्रित येतात आणि अर्थपूर्ण मोहक वाक्य होतं. अशा ओघवत्या, ओजस वाक्यांतून फुलणारा आशय मनाला मोहित करतो. भुरळ पडते. छान अभिजात आनंद मिळत राहतो. आपण अशा वाङ्मयाशी समरस होतो. तादात्म्य पावतो.

'चावडीचे दगड पिसारा झडलेल्या मोराच्या पायासारखे कुरूप दिसू लागतात.' अशा वाक्य वाचनाने आपण आतून साहित्यानंदाने मोहरून जातो.

कवितेत तर अनेकदा होतं.

कादंबरीत तिच्या व्यामिश्रतेत अशीच मनमुक्त डूब असते. आपण अशातून आशयात खोलवर उतरत जातो तेव्हा त्या त्या स्वरूपातून अनुभूती घेत जातो. वाङ्मयीन महात्मता आणखी वेगळी ती काय? तादात्म्य ते वेगळे काय?

माझ्या कादंबरीचं स्वतंत्र चरित्र मला आधीच ज्ञात असतं. सुप्त, अज्ञात जाणिवांसह. शब्दांचे पंख मला हळुवार उचलून

उंच उंच नेत राहतात. कादंबरीचं चरित्र घडत जातं. पाखरं गोळा व्हावीत तसे असंख्य शब्द कादंबरीच्या पटावर अलगद येऊन जमतात.

बोधवादी, रंजनवादी किंवा कलावादी असं काही चौकटीत बसवून मला कादंबरीला बंदिस्त करायचंच नाही. लेखन मनमुक्तच असायला हवं. साहित्यही आपण वर्गवर्ण व्यवस्थेत विभागून टाकतो. कप्पेबंद करून त्याची विहित पारंपरिक वर्गवारी संमत करतो. सोईसाठी हे ठीकही असेल, पण निर्बंधाचे जोखड कायमचं खांद्यावरून वाहत न्यावं लागतं. मूल्याधारित संरचनेची ती घटनात्मक अशी अखेर सांकल्पनिक व्यवस्थाच होऊन जाते. मग अशा कलाकृतीच्या मर्यादा शोधणं, कलात्मकता जोखणं, तिचं 'स्वरूप आणि प्रवृत्ती' ठरविणं, प्रातिनिधिकता तपासणं अशा कसोट्यातून तिला जावं लागतं. मला एकच योग्य वाटतं. कादंबरीचं आकलन महत्त्वाचं. ते एक प्रदीर्घ कथानक असतं. स्वतःचं वेगळं जग ती निर्माण करते, ज्यात व्यापक परिप्रेक्ष्य अंतर्भूत असतो.

हे निर्बंध झुगारून देणं असेल. जरूर तर ते असायला हवं. आर्या, वृत्त, गण-मात्रा, लघु-गुरू, छंद अशा अनेक आकृतिबंधातून नवकवितेनं स्वतःला मुक्त करून घेतलंच, हे सर्वज्ञात आहे. मुक्तछंदातून अभिनव कविता जशी आपलं एक वेगळं, प्रभावी अस्तित्व निर्माण करू शकली, तसं साहित्य कलाकृतीस अनिर्बंधच राहू द्यायला हवं. कादंबरी, घटनाप्रधान की विचार-भावनाप्रधान, ऐतिहासिक की पौराणिक, केवळ कलामूल्य जपणारी की दारुण, विदारक वास्तव भेदकपणे निर्बंध झुगारून, संकेत झुगारून, आविष्कृत होणारी, हेही महत्त्वाचं म्हणून तिकडे पाहायला हवं.

साहित्य जेव्हा आयुष्याचा अविभाज्य भाग होतं, तेव्हा आत्मचरित्रातील असंख्य प्रसंगांचे घड निर्मितिकक्षेस लीलया लगडलेले असतात. आपल्याच साहित्यनिर्मितीचा चेहरा न्याहाळतो तेव्हाही जीवनातील असंख्य क्षण स्पष्ट जाणवू लागतात, दिसू लागतात. इथले मुक्काम, नंतर उठून जाणारे पालाण हे सारे गतक्षण अनेकदा भावुक होतात. कधीकधी इतके काव्यात्मक असतात, की भावनेचा अपरिहार्य सहजस्फूर्त उद्रेकच असतो तो.

काव्याच्या उत्कट अभिव्यक्तीच्या बाबतीत मी अनेकदा असहाय होतो. अंतर्मनात भावनेचा कल्लोळ उसळत असतो. शब्द भांबावतात. त्यांची त्रेधा उडते. माझ्या आयुष्याच्या या संध्याकाळी शब्दांची आवराआवर अवघड होते. माझा हा भार मी अनेकदा पिकल्या पिंपळपानावर टाकतो. याच पिंपळपानाने ज्ञानवंताला सावली दिली. बोधिवंताला सम्यक बोधिसत्त्व बहाल केले. त्यानेच काही करावे म्हणून.

'सर्व धर्म' कादंबरीच्या निर्मितीचा एक अद्भुत कैफ मी अनुभवत होतो.

तत्पूर्वी 'जोगी' आवडल्याच्या प्रतिक्रियेचा अपूर्व आनंद मी अनुभवला. तसे आपण कुणी प्रतिष्ठित नव्हतो. आपल्यात काही विशेष अतुलनीय अशी गुणवत्ताही

नव्हती. जवळ होता तो फक्त प्रांजळपणा. जन्मापासून सोबत करणारा आणि सतत सलणारा बुजरेपणा. आपण कोणी विशेष नव्हतोच. कशामुळेही आपण सहज हळहळत होतो. हे मला सुखावतही होतं. दुसऱ्यासाठी आपण थोडंतरी खर्ची पडतोय, हे मनाला समाधान देऊन जायचं. हे आपल्याला खूप होतं. अखेर आपण होतोच कोण? जन्माने एक जोगी'च की!

हे भाबडेपण होतं का? असेल; पण ते मला प्रियच होतं. त्यापेक्षा दुसऱ्याला निष्प्रभ करणारी हुशारी, दुसऱ्याला सहज चकवणारी चतुराई आपल्याजवळ नव्हती, हे किती बरं होतं.

आपण लिहितोय याचं घरी कुणाला कौतुक नव्हतं. मुलांचं विश्व वेगळं. पत्नीचा तर प्रश्नच नव्हता. तिला वाटायचं, 'यांनी काय हा नवीनच पसारा मांडलाय. नाही तो उद्योग!'

दरमहा थोडीथोडी म्हणत मी आजवर तशी खूप पुस्तकं खरेदी केली होती. ती कपाटात व्यवस्थित ओळीनं मांडूनही ठेवलेली. मन फिरेल तसं मी काहीही वाचत असे. एका वेळी दोनदोन-तीनतीन पुस्तकंही जवळ असत. एखाद्या पुस्तकात रमलो की रमलोच. नसेल तर दुसरं. पण नेहमी उशाला असत. त्यात ग्रेस, जी. ए. (पत्रांसह), मे. पु., नेमाडे, दि.पु., त्र्यं.वि. आणि आठवणीतल्या जुन्या कविता. हे माझे जीव की प्राण.

अलीकडे ओशो आणि जे. कृष्णमूर्ती यांनी पछाडलं.

वयपरत्वे 'रुचिर्भिन:' पुस्तकेही असतात. फडके-खांडेकर हे आता फारसे फिरकत नाहीत. अत्रे, पु.ल. वाचायच्या प्रथम आवृत्तीत संपले. आता ते फक्त कपाटात.

दलित साहित्य वाचलं. सगळ्यांचं जिणं एकाच चाकोरीचं. तेच भोग, तेच दारिद्र्य, तीच होरपळ आपणही सहन केली. त्यामुळे भयानक अस्वस्थ झालो नाही. 'फकिरा' वाचली तेव्हा दलित साहित्य म्हणून नाही. 'मरण स्वस्त होत आहे', 'अघोरी' वाचलं तेव्हा ते आपलंच जगणं अनुभवत होतो. 'सांगावा'नं अस्वस्थ झालो ते आपलेच भाऊबंद असे विदारक जगण्याचे भोग भोगत होते म्हणून. 'गोलपीठात' आमच्याही माय-बहिणी होत्या म्हणून. एका अर्थानं आम्ही सगळेच 'ना घर होते ना गणगोत, चालेन तेवढी पायाखालची जमीन होती' असेच विस्थापित होतो. चार ओळी लिहिल्या म्हणून काय झाले. माझे सगळेच बांधव, त्यांचं दारुण, दाहक जगणं, दैन्यदारिद्र्य, अगतिकता अजून ओतप्रोत भरून होती... आहे वस्तीवस्तीभर. मीही कविता लिहितो पण असे अजूनही का वाटते मलादेखील की, 'कविता लिहिण्याऐवजी रद्दी विकली असती तर बरं झालं असतं. निदान देणेकऱ्यांचे तगादे तरी चुकविता आले असते' म्हणून. आपलं कूळ सुर्व्यांशी नातं सांगणारं की ग्रेसशी.

आता या मावळतीला हे सारे 'आठवणीतले पक्षी' माझ्या मनाच्या फांदीवर का येऊन हळुवार बसताहेत? ही 'स्मृतिचित्रे' मनःपटलावर का उमटताहेत चक्क-स्पष्ट.

रोज पहाटे उठतो... अलीकडे झोपही कमी झालीय. कधीकधी लिहिणं किंवा वाचणंही नसतं. मग तसाच पडून राहतो. अशा वेळी अनेक आठवणी आणि विचार सोबत करतात. त्याच पांघरून बसतो. छान वाटतं. रमतो. इतका की, सकाळचा उजळ दिवस पुढ्यात केव्हा येऊन उभा ठाकलाय, हे कळतही नाही. अंगणात तर कोवळ्या सूर्यानं एव्हाना सोनेरी सडाही टाकलेला असतो.

मावळतीच्या या काळात उगवतीच्या अजून किती पहाटवेळा उरल्या असतील?

आकाशवाणीवर 'स्मशानभूमी' कादंबरीचं वाचन अजय शिनखेडे करत होते. अतिशय प्रभावी-अप्रतिम आणि ओघवतं. त्यांच्या खास शैलीबद्ध पद्धतीच्या वाचनामुळे कादंबरीनं लोकांची मनं जिंकली.

या कादंबरीतील अगतिकता, तगमग होतीच तशी. तीन वयस्क उच्चभ्रू शिक्षितांची, मावळतीची ही कहाणी. दोन प्राध्यापक व एक सर्जन डॉक्टर, प्रा. जोशी, प्रा. बनकर व डॉ. वैशंपायन. एकलकोंडे जीवन जगणारे. मावळतीचे.

संध्याकाळी अंधार पडायला लागतो. हळूहळू मंदावत जातो उजेड. अंधारानं घेरण्याआधीची वेळ भयानकच असते.

आयुष्याचंही असंच असतं. उदास, खूप उदास...

संपणं सहज का नसतं? पक्षी निदान घरट्याकडे परततात. मुलं का परतत नाहीत? या व्यथेने उदासीनग्रस्त हे तिघे वयस्क. भेटीची आस लागलेले.

हे तिघे जण रोज भेटत राहतात. सायंकाळी, स्मृतिवनात. तिथंच रोज उलगडत जातो आयुष्याचा पट. कसाही. कुठूनही. त्यात ते रमतात. स्मृतिवनातील वाळली-पाने त्यांच्या पायाशी लोळण घेतात वाऱ्याच्या भरकटत राहण्यानं.

डॉ. वैशंपायनांचा अमेरिकेतील न्यूरोसर्जन असलेला एकुलता एक मुलगा अखेरपर्यंत प्रतीक्षा करूनही येत नाही.

चटका लावून जातो प्रसंग, घटना. आयुष्य जणू स्मशानभूमी.

या क्रमशः वाचनाच्या वेळी मला रोज अनेकांचे फोन येत. मनोगत व्यक्त करत वयस्कही. आपलेही असंच आहे सांगत. पुढील घडणारे उत्कंठापूर्वक विचारत. काहींचे फोन घणघणत आणि 'हॅलो' म्हटल्यावर ते हमसून हमसून नुसतं रडत. कंठ दाटलेला, हुंदका आलेला स्पष्ट कळत असे. मी पुन्हा 'हॅलो, हॅलो, बोला... प्लीज शांत व्हा' असं सांत्वनाचं बोलत असे. तरीही दाटून आलेलं मोकळं होत नसे. नंतर कसंबसं आवरून, 'मी खूप अस्वस्थ झालो हो तुमच्या या कादंबरीमुळे. माझाही मुलगा बोस्टनमध्ये आहे. माझंही असंच होईल का हो,' म्हणून

तुटकतुटक आणि केविलवाणं होऊन ते मन मोकळं करू पाहतात. हे कसले ऋणानुबंध?

एवढं माझ्याकरता खूप आहे. आपल्याजवळ प्रतिभा असो वा नसो, पण कुणा एखाद्या रसिकाच्या काळजापर्यंत तरी आपण पोहोचू शकलो, हे कौतुकच की! आपण तर झोपडपट्टीत अर्धं आयुष्य काढलेलं, मग 'सर्व धर्म'चा पूर्णपणे, दलित साहित्याशी काडीचाही संबंध नसलेलं दलितेतर साहित्य आपण कसं लिहू शकलो? हा सृजनमंत्र आपणास कोणी दिला? हेही महत्त्वाचंच की.

दिवस उतरणीला लागला की एखादं पुस्तक हातात घेऊन वाचत बसतो. हातात अर्नेस्ट हेमिंग्वेचं 'द ओल्ड मॅन ॲण्ड द सी' ही छोटेखानी कादंबरी होती. कित्येक वेळा वाचलेली. वयस्क आणि अनुभवी क्यूबातील सॅण्टिगो फिशरमनची ८४ दिवसांची झुंजकथा, हाती मासा लागत नाही म्हणून व्यथित झालेल्या.

आयुष्याच्या समुद्रातील आपणही झुंजार सॅण्टिगोच असतो.

'फिश... आय विल स्टे विथ यू अन्टिल आय ॲम डेड' पृ.-५२ वरील वाक्यावर मी थांबलो, तर याच वेळी कम्पाउन्डवॉलच्या गेटवर 'काळेसाहेब' म्हणून कुणीतरी हाक मारली.

गृहस्थ नवखे आणि वयस्क होते. ओळख सांगू लागले, "मी, रामचंद्र बापट. या वसंतनगराला लागून असलेल्या बाजूच्या संतोषनगरात राहतो. तुमचं रेडिओवरील 'स्मशानभूमी' न चुकता ऐकतो. खूप छान सकाळ जाते."

"हो! कादंबरी छानच आहे शिवाय ते वाचणारे गृहस्थ खूप छान वाचतात."

"होय. आज तर क्लायमॅक्सच होता. डॉ. वैशंपायन यांचा मुलगा अखेरपर्यंत येत नाही आणि डॉ. वैशंपायन शेवटी जातात. मनाला चटका लागून गेला. आज फारच उदास वाटू लागलं. माणसं असं का वागतात. म्हणजे मुलं."

"काका, काळ बदलतोय. असं खूप होतंय बऱ्याच ठिकाणी."

"तेच तर मलाही सांगायचंय."

"असं? कशाबद्दल?"

"थोडं पाणी देता का?"

"थांबा देतो."

बापटकाकांनी शांतपणे पाणी पिऊन डोळ्यावरचा चष्मा काढून शर्टानं काच पुसली. त्यांना बरंच काही सांगायचं होतं. आविर्भाव तसाच होता. सांगू लागले,

"मी व माझी पत्नी पुण्यास होतो. बिबवेवाडीस. एका अपार्टमेन्टमध्ये. मी सेवानिवृत्त तहसीलदार. पत्नी मुख्याध्यापिका. दोघांनाही पेन्शन आहे. दोन मुलं, पैकी एक लंडनमध्ये व दुसरा बोस्टनला अमेरिकेत मोठ्या पदावर कामाला आहेत. भरपूर पगार आहे. त्यांना तिथं त्यांचे स्वतंत्र बंगले आहेत, पण इकडे यायचं नाव

घेत नाहीत हो. निदान तीन-चार वर्षांतून तरी एकदा आम्हाला येऊन भेटावं, ही आमची फार मोठी इच्छा असते. पण व्यर्थच हो सगळं.''

मी मध्येच, ''त्यांची लग्नं वगैरे.''

''झालीत ना. एकएक मूलदेखील आहे. पण गेली दहा वर्षं उलटून गेली; पण येतच नाहीत. कारणं सांगतात. अधूनमधून फोनवरून विचारपूस करतात. तुमच्या कादंबरीसारखंच हो. पैसा भरपूर आहे, पण त्या मोबदल्यात आम्ही एकमेकांपासून कायमचे दुरावलो गेलो ना. पुण्यात फ्लॅटमध्ये आम्ही दोघंच राहत होतो. दिवसरात्र काय करणार? आम्ही मुलांची भेट होईल ही आशाच सोडून दिली. मागच्या ऐन दिवाळीत माझ्या पत्नीस सिव्हिअर ॲटॅक आला. हृदयाचा. त्यातच ती गेली. आता काय करायचं? गडबडून गेलो. अपार्टमेन्टमधली सगळी मंडळी जमा झाली. अंत्यविधीचं काय? तिची तीव्र इच्छा होती, मुलं शेवटच्या दिवशीतरी जवळ असावीत म्हणून. अपार्टमेन्टमध्ये चर्चा झाली. काही जण मुलांना कळवा, ताबडतोब बोलवून घ्या म्हणाले. निदान आईच्या अंत्यविधीसाठी यायला हवं म्हणून. सगळे बोलले, मीही हुंदके आवरत आग्रह धरला. मुलं येईपर्यंत आम्ही थांबतो म्हणून.''

''मग''

''दुसऱ्या दिवशी रात्री ११ वाजता लंडनहून मुलगा आला. तो मोठा होता. शेजारचे विचारू लागले बोस्टनचा कधी पोहोचेल म्हणून. मोठ्या मुलानं अतिशय शांतपणे सांगितले, ''अंकल, सॉरी, प्लीज ट्राय टू अंडरस्टॅन्ड. परिस्थितीच अशी आहे. आम्ही दोघांनी ठरवलं, की आईचे वेळी मी यायचे व पपांचे वेळी बोस्टनचा येणार.''

''बाप रे, काय सांगताय काय काका!''

''होय. शब्दन्‌शब्द खरा आहे.''

बापटकाकांना रडू फुटलं. कसंबसं आवरत त्यांनी अश्रूंना बांध घातला. तरीही म्हातारे किलकिले डोळे डबडबून गेले होते. मी सांत्वन करू लागलो,

''भयानकच आहे हे माझ्या कादंबरीतील डॉ. वैशंपायन व त्यांचा मुलगा डॉ. नंदन यांच्यापेक्षाही.''

''म्हणून तर तुमचा पत्ता शोधून काढला व भेटायला आलो. माझंच दुःख तर तुम्ही मांडलं नाही ना, म्हणून!''

बापटकाकांचं वास्तव जिवंत धगधगतं होतं. असं अनेकांचं असणार. पण हे असं का व्हावं? ही नात्याची अशी लक्तरं का व्हावीत? अशी शुष्क, कोरडी मनं का व्हावीत? मायेचा, ओढीचा, कृतज्ञतेचा, लवलेशही या पिढीत का आढळू नये? काळीज असं दगडासारखं कठोर कसं होऊ शकतं? बापटकाकांना हे मावळतीचं भयानक एकलकोंडेपण किती यातनामय होत असावं. मी सुन्न झालो होतो.

बापटकाकांना मी काही अंतर सोडायला गेलो. मीही वयस्कच. ते माझ्यापेक्षा खूप थकलेले. तरीही ते मला भेटायला शोधत आले. हे कोणतं नातं होतं? माझ्या कादंबरीतील डॉ. वैशंपायन व बापटकाका हे समदुःखी म्हातारे. यांच्या दुःखातील इतकं साम्य कोणत्या समान धाग्याचं होतं?

इथं पडलेलं पालाण उठणार तर आहेच. ती कोणती संध्याकाळ असेल? जीवघेणी? सुंदर, असुंदर, अखेरची. जी मनावर ओरखाडे काढून जाईल.

रात्री मी ती कादंबरी पुन्हा वाचायला घेतली. आपलंच अंतरंग पुन्हा न्याहाळू लागलो.

❖

सात

वयाच्या उतरणीला नॉस्टेल्जियानं मन हमखास घेरलं जातं. या स्मृती गोड असतात. उदास आणि सलणाऱ्या. हेमंतातील लसलसणारी थंडीच जणू.

आडव्या नळाचं वाहतं पाणी, वाऱ्याशी झुंजणारी कॅनॉलवरची झाडं, असंख्य पक्ष्यांची उधळणारी झुंबड. दूरवर कुठंतरी रोखून पाहणाऱ्या उंचउंच फांद्या. या आडव्या नळाच्या कडेने किती दूरवर आम्ही लहानपणी हुंदडत फिरत असू. ऊन, वारा, सावली आणि हे वाहतं पाणी यांचीच संगत. इथल्याच सुंदर निसर्गानं माझं मन स्वच्छ धुवून काढलं आणि मनात अलगद ठेवले असंख्य रंगीबेरंगी पक्षी, फुले, फुलपाखरे आणि सुगंध.

अजून दरवळतोय या साऱ्यांचा गंध. मी हुरळून जातोय. आठवणीचा दरवळ मला बेभान करतोय.

अख्खा देहच असतो डोळा. अख्खं शरीरच असते त्वचा. अख्खं रोमरोम असतात कान. आपण हे सगळं समुच्चयानं एकत्रित अनुभवतोय. पाहतो, ऐकतो, जाणतो.

सातवीपर्यंतचे शाळेचे दिवस बालपणाच्या अल्लडपणात सरले. शाळेतल्या शिक्षणापेक्षा भवतालच्या निसर्गातच मी अधिक रमतो. इथं पुस्तकपाटी नसलं तरी सर्व काही मुक्तपणे शिकायला मिळे. शिवाय कसलीही परीक्षा नसे. नुसतं निरीक्षण, अनुभव आणि समरसून जाणं. रंग-गंध आणि स्पर्श हेच गृहपाठ.

माझे मामा-मामी केरसुण्या बांधणे व दोरखंड वळणे या व्यवसायावर जगत होते. सूर्य उगवल्या उगवल्या कामाला लागत आणि सूर्य मावळेपर्यंत अंग मोडून काम करत. त्यांना माझा खूप लळा होता.

सुट्टीत मी त्यांच्याच आडोशाला सावलीसारखा राहत असे. मीच तेवढा शाळा शिकतोय आमच्या गोतावळ्यात; त्यामुळे माझा सगळेच लाड करत. स्मशानभूमीत गोवऱ्या विकणाऱ्या गीतामावशीपासून ते माझ्या या प्रिय गोविंदमामापर्यंत. गोविंदमामा मला सुट्टीत दूर रानावनात केकत कापायला नेत असे. तर कधी शिंदीचे फडे कापायला. आलटून पालटून.

मी, मामा, मामी व शेजारचे गोरखकाका आणि त्यांची थोराड पोरगी गंगी असे आम्ही सगळे रामपाऱ्यातच जोगीवाडा सोडत असू. मी तरी बारा-तेरा वर्षांचा होतो.

झपझप चालत तडक एकुरग्याच्या शीवेकडे निघायचो. मामीनं एका टोपलीत धडुत्यात गुंडाळून घेतलेलं बरंच काही असे. मामाच्या हातात फडं कापायची लांबलचक कत्ती. बांबूला मजबूत बांधलेली. गोरखकाकाच्या खांद्यावर एक वाघर. हातात विळी, कमरेला सत्तूर.

एकूण शिकारीच आम्ही. झाडाझुडपांची व सशांची शिकार करणारे.

आठएक मैल तरी होतं हे चालणं. परिचित पायवाट. आजूबाजूला बहरलेली शेती; कुठं गुडघाभर वाढलेली ज्वारी, कुठं पुरुषभर मका, कुठं वीतभर हरभरा, मध्येच डोक्यावर चढून शिरजोर झालेला तुर्रेबाज ऊस. जाताजाता गोरखकाका सत्तुरानं फडातला ऊस तोडून छान कांडकं करून प्रत्येकाला देई. ऊस सोलत, खातखात चालण्यातीलही मग गोडी वाढत असे.

पायाखालची वाट. बांधावर गडी-गुरं दिसत. ओळखीच्या बरोबर वार्तालाप होई. कुठं शेतात खुरपण चालत असे. बायका गोड चिरक्या आवाजात शेतगाणी म्हणत. आवाज झुळझुळ वाऱ्यावर दूरवर जाई. शेतातले गडी, कुणी मालक आमच्याकडे पाहत. गंगीकडे तर रोखून बघत. गंगी चोळी-पोलक्यातली. मग ती अंग चोरून चाले. लोकांच्या खिळलेल्या नजरा गंगीला सहज कळत.

दुपारपर्यंत एकुरग्याच्या ओढ्यापाशी आम्ही पोहोचत असू. या वाटेवर फक्त दोन ठिकाणी म्हसोबा आडवा येतो. एक खरताड म्हसोबा आणि दुसरा येलतारी म्हसोबा. या दोन्ही म्हसोबांना मामी पाटीतल्या धडुत्यात करून आणलेला निवद दावत असे. हळद-कुंकू वाहून. त्याशिवाय वाट ओलांडली जायची नाही आणि ओसरलीही जात नसे. मी म्हसोबाला फार भ्यायचो. नुसता शेंदूर फासलेला लालभडक दगड. पण सगळ्यांना सोडून तो माझ्याकडेच रोखून पाहतोय, असं मला वाटत असे.

त्या ओढ्यापाशी कडुनिंबाची डेरेदार झाडं होती. ओढ्यात हात-पाय धुवून थंडगार पाण्याचे सपकारे तोंडावर मारून घ्यायचे व डोक्यावरून तसाच पाण्याचा हात फिरवून घ्यायचा. सगळा शीण क्षणात कुठच्या कुठं उडून जाई. मग आम्ही सावलीत बसत असू- पाचएक मिनिटं तरी. मला तर थंडगार सावलीत झोपावंच वाटत असे. पण एवढ्यात लगेच झट्‌कन उठत गोरखकाका फर्मान देई-

"चला उठा, हाला बरं, लय कामं आटपायची हाईत. बसलं की आळस मुरतंया आंगात."

थोड्या अंतरावर शिंदीचं बन. शिंदीची झाडंच झाडं. मामा कत्तीनं फडे कापत असे. काही झाडावर काप छाटून मडकी लावलेली. शिंदी गोळा करायला. शिंदीच्या झाडाची भरभर फडे पडत. तोवर मामी काट्याकुट्या जळण गोळा करून जमवाजमव करे. गोरखकाका विळीनं तर कधी सत्तुरानं केकताडीची लांब करवतीसारखी पानं

झपझप कापत सुटे. केकतीच्या पानाला काळाभोर एक टोकदार काटा असे. त्याला सांभाळून हे जोखमीचं काम करावं लागत असे. गंगीदेखील जळण गोळा करत फिरे. मी उपटसुंभासारखा त्यांच्या मागोमाग हुंदडायचो. आमच्या कुणाच्याही पायात चप्पल नसे. काटे चुकवत पाऊल टाकणं ही सवयच आम्हाला. घुसलाच काटा तर तसलाच बाभळीचा आणखी एक टोकदार काटा घ्यायचा. खाली बसून काटा घुसलेल्या तळव्यावर वा टाचेवर थुंकी लावायची. जागा स्वच्छ करून हळुवार पुसायची. काट्याचा काळा ठिपका शोधायचा आणि काट्यानं तो टोकरत बसायचं. हळुवार काट्यापर्यंत. काटा दिसू लागला की तो हलवून हलवून वर उचलत राहायचं. आवाक्यात आला की नखाच्या चिमटीतून अलगद उपसून काढायचा. लगेच तो हाताच्या तळव्यात ठेवायचा आणि पापणीचा एक केस उपसून काट्याला चिकटवून पाहायचं. काटा चटचटू लागला की काट्याची जात कळते. चोरकाटा, कुजका काटा की सावकाटा.

तासभरात कपातीचं काम संपतं. मग शिंदीच्या फड्याचे भारे बांधायचे, केकतीचे भारे बांधायचे व गोळा केलेल्या जळणाचेही. काम झालेलं असतं.

पुन्हा ओढ्यात हात-पाय-तोंड धुवून झाडाच्या सावलीत आम्ही येतो. मामी टोपल्यातला दाळभाकरीचा चुडुप सोडते. प्रत्येकाला गरगरीत दोन जुंधळ्याच्या भाकरी त्यावर दाळगा, बाजूला ठेचा आणि वर एक कांदा, असा झोकदार बेत.

रानावनात खूप भूक लागते आणि भरपेट जेवणही जातं. चवदार गोड. एकएक जण उठून ओढ्यातलं पाणी ओंजळीनं प्यायला लागतो. उदर तृप्त होतं.

पुन्हा सावलीत अर्धा घटका लवंडायचं.

नंतर गोरखकाकाची हाळी तयारच, 'गोंदा, चल ऊठ एखादं ससं सापडतं का बघू' म्हणून.

झुडपात वाघर लावायची. लांबून हाकाटी करत, झुडपं हालवत 'अे, हौ, ऊं.' करत वाघरीकडं येत राहायचं. गंमत म्हणजे जणू वाट पाहात राहावी तसा एखादं दुसरा ससा हमखास वाघरीत सापडत असे.

उन्हं उतरणीला लागली की डोईवर भारे, हातात कान धरलेला ससा असा आमचा ताफा वस्तीकडं निघालेला.

दुसऱ्या दिवशी फडे वाळत घातले जात. केकत भिजवली जाई. तीन-चार दिवसांनंतर फडे काठीने सडकून घ्यायचे, चिरायचे, केरसुणीच्या मापाइतके मूठमूठ घ्यायचं, त्याचे मुडगे बांधून झुपकेदार केरसुणी बांधायची. एकावर एक रचायची. त्यावर दगडाचं ओझं ठेवायचं.

केकत भिजली की बडवायची. किसणीनं घासायची. सुटसुटीत धागे होऊ द्यायचे. रेशमासारखा मऊसुद वाख तयार. वाखापासून दोर, दोरखंड, कासरे, सोल,

नाडे, सुंभ असे विविध प्रकार बनवायचे. चार पदरी, आठ पदरी, सोळा पदरी, फिरकीनं पीळ देणं, आकडीनं पदर वळून घेणं, साळिंगानं ते गुंफणं ही सारी कामं घरातील सगळ्यांनी मिळून करायची. सोमवारपर्यंत कामाचे ढिगारे तयार. मंगळवारी बाजार. केरसुण्या, दोर, दोरखंड बाजारात न्यायचं. दिवसभर विकून कनवटीला नोटा बांधून, येताना माल, मीठ-मिरची, मिठाई, सागुतीचा बाजार करतच घराकडे परतायचं.

मी शिंगरू मामा-मामीबरोबर असायचाच.

हे कष्ट, ही कला, हा व्यवसाय, हे जगणं किती पिढ्यान्‌पिढ्या चालत आलेलं. माझ्यासारखा आता एखादाच हातात कत्ती, सत्तूर, फिरकी, साळिंग, केरसुणी, दोरखंड आणि सुंभ न घेता लेखणी घेणारा व 'लिकन लिवनारा' याचं आम्हा गोतावळ्यास किती अप्रूप असेल, केवढं कौतुक असेल?

मी जेव्हा माझी तिसरी कादंबरी 'केकत वन' लिहायला घेतली तेव्हा माझ्या जातबांधवांचा, वस्तीचा, या पारंपरिक व्यवसायाचा मोठा परिप्रेक्ष्य माझ्या दृष्टिक्षेपात होता. सोळापदरी सुंभ मला गुंफायचा होता. इतका चिवट की सुंभ जाळला तरी त्याचा पीळ कायमचा राहणार हे माहीत होतं, तसा.

'जोगी' आणि 'केकत वन' यात 'मी' पानोपानी भरून आहे. आभाळात जल संपृक्त असावे तसा. एकात व्यक्तिगत, दुसऱ्यात माझं सामूहिक जगणं, दोन्हीत दाह जाणवेल.

सुंभ, दोरखंड आमच्या जगण्याचं साधन. केकतीच्या पात्यासारखं जगणं. केकतीला स्वत:च्या मालकीची जागा नसते. कुठंही, कुणाच्याही बांधावर, बांधाच्या आसऱ्याला तिनं वस्ती केलेली. केकताड काही मागत नाही. ना खत ना पाणी. रुजण्यापुरतं पोटभर पाणी लाभलं की झालं. उन्हात, थंडीवाऱ्यात टिकून राहणं केकताडाला ना मोहोर ना पानं. करवतीसारखी पाती. एकवटून विखुरलेली. शेंड्याला सूळकाटा डौलानं मिरवत असलेला. केकतीचा गर, कंद पुरेपूर भरलेला असतो. नवतीचं हिरवेपण सदैव धारण करून केकत सर्व ऋतूंत उभीच. पाती कापा- पुन्हा फुटवे तयार. या अशा केकतीचा आणि जोगी जातीचा ऋणानुबंध कसा निर्माण झाला? केकताडाच्या वाखापासून तयार केलेल्या वस्तू घर, शेत, सण, उत्सव प्रत्येक ठायी उपयोगी. पाळण्याची दोरी ते प्रेतयात्रेच्या ताटी बांधणीपर्यंत दोर, दोरखंड कामास येतो. मोटेचा नाडा, झोक्याचा दोर, सोल, सुंभ, शेतीस लागणारे कासरे, यांनी माणसाचं सगळं सगळं व्यापून गेलेलं दैनंदिन जीवन. हे सारं स्मशानाच्या आडोशाला, वस्तीला लागून.

सुंभ वळतात, एकेरी, दुहेरी, अनेक पदरी. अनेक पदरी सुंभ अनेक पदरी जीवनाचं प्रतीकच असतो. सुंभ असा पीळदार गुंफतात की गुंफण कायमची एकजीव होऊन जाते.

'केकत वन' कादंबरीतील सगळी माणसं, त्यांचं धाडस, प्रसंगी एकजीव होणं हे सारं केकतीच्या वाखासारखं, दोरखंड, सुंभासारखं प्रतीकात्मकच. या कादंबरी लेखनामुळे मी तिच्या वास्तवाशी, दाहक जगण्याशी खूप एकरूप झालो. जोगी'च्या पारंपरिक अशा सांकेतिक बोलीभाषेत कादंबरी प्रवाहित होते. तिचं बोलणं, प्रसंगाचं वर्णन कथन करणं, कित्येक बारकावे, सूक्ष्म निरीक्षणे, थरारक घटना, सामाजिक मनाचं दर्शन, माणुसकीचं उदात्त चित्रण, जातीतील वीण, प्रथा-परंपरेतील मानवी-अमानवी रूपं, व्यवस्थेचे, नियतीचे भोग अशा खूप व्यापक पातळीवर कादंबरी वावरते.

संकेत, औरंगाबादचे प्रसिद्ध प्रकाशक आणि ख्यातनाम लेखक केशव कुलकर्णी यांनी 'केकत वन' कादंबरी अत्यंत आपुलकीनं प्रकाशित केली. अंतर्बाह्य सुंदर-देखण्या स्वरूपात कादंबरीची निर्मिती होती. भारतीय पातळीवरचं नवी दिल्ली प्रेस ट्रेडचं उत्तम निर्मितीचं पारितोषिकही संकेत प्रकाशन यास 'केकत वन'बद्दल मिळालं होतं. ही कादंबरी तशी खूप यशस्वी झाली. २०१४ चा राज्यस्तरीय 'उत्कृष्ट दलित साहित्य लोकशाहीर अण्णा भाऊ साठे'हा पुरस्कार ही मिळाला. बघताबघता वर्षभराच्या आत पहिली व दुसरी आवृत्ती संपली आणि विशेष म्हणजे कोल्हापूरच्या अभिमत विद्यापीठात तृतीय वर्ष बी.ए.साठी अभ्यासक्रमास कादंबरीचा समावेशही करण्यात आला.

माझ्यासारख्याला हे यश खूप मोठंच आहे. आमच्या पिढीचा वंशवारसा पाहिला तर हे सन्मानाचं, कौतुकाचं असं अपूर्व यशच की!

या कादंबरीनं माझ्या साहित्यनिर्मितीच्या कर्तृत्वावर एक प्रकारे शिक्कामोर्तबच केलं.

'जोगी'चा पहिला राज्यस्तरीय पुरस्कार घ्यायला मला मुंबईस नाही जाता आले. मणक्याच्या विकाराने आजारी होतो. झोपूनच.

पण 'केकत वन' च्या पुरस्कारास गेलो. नटराज नाट्य मंदिरातील असा सन्मान सोहळा आमच्या पिढ्यांत कधी कुणाच्या भाळी नव्हताच. मी सद्‌गदित झालो. नाव पुकारलं- ''पुढील पुरस्कार, दलित साहित्य उत्कृष्ट साहित्य निर्मिती लोकशाहीर अण्णा भाऊ साठे पुरस्कार' 'केकत वन' या कादंबरीस. कादंबरीकार श्री. जुगा काळे.'' 'टाळ्यांच्या प्रतिसादात मी पायऱ्या चढून स्टेजवर पोहोचतो. पुरस्कार प्रदान केला जातो. अभिनंदनाच्या पुन्हा टाळ्यांचा गजर. मी काहीसा भावुक होतो. सगळ्यांना नमस्कार करून पुरस्कार स्वीकारतो. फोटोंचे स्नॅप लागोपाठ. मी उजेडानं दिपून जातो.

कार्यक्रम संपतो तेव्हा मला शोधत चंद्रकांत दुधाळ येतात. चंद्रकांत दुधाळ प्रसिद्ध साहित्यिक, अनुवादकार. 'सहित' मध्ये ज्ञानपीठ पुरस्कारकर्त्यांच्या भाषणाचे

सदर लिहिणारे. मला भेटतात. ओळख सांगतात. मला खूप आनंद होतो. आपल्या पुस्तकानं ही अशी प्रतिभावान माणसं आपल्या भेटीसाठी आवर्जून येतात, हाही मला माझा वेगळा सन्मानच असतो.

अशीच भेट डोंबिवलीत 'मधुश्री' पुरस्कार स्वीकारताना पु. भा. दिघे व व. श्री. कानिटकर या दिग्गज साहित्यिकांनी घेतली. ही दिग्गज माणसं. किती प्रेमळ, दिलदार. मी कोण कुठला; परंतु माझं काही लेखन वाचून त्यांना मला भेटावंसं वाटणं, हे मला किती सन्मानाचं होतं.

या कार्यक्रमात मी मुंबईस असताना वरुण देशपांडे सरांनीही भेटून जाण्यास सांगितलं होतं. परंतु जमलं नाही. पुण्यात म.सा.प.चा पुरस्कार स्वीकारताना गर्दीतही आवर्जून भेट घेऊ इच्छिणारे मित्र महेंद्र, उद्धव, मिलिंद होतेच. कुणी प्रत्यक्ष तर कुणी फोनवर संपर्क करत. मला हे खूप अप्रूप वाटणारं.

बघताबघता आपण मागील केवळ पाच एक वर्षांत आपल्या परीनं का होईना, एक दखलपात्र साहित्यिक म्हणून तरी या साहित्य वर्तुळात परिचित होत गेलो. नवोदित ज्येष्ठ साहित्यिक असलो तरी, आपल्याला हे खूप मानाचं होतं.

❖

/ आठ /

माझ्याच घरी मात्र मी साहित्यिक म्हणून पत्नीसह सगळ्यांना अप्रिय होतो. अमान्य होतो. त्यांच्या नजरेतून मी एकूणच उपेक्षित होतो. माझ्या लेखनाकडे ते जाणूनबुजून दुर्लक्ष करीत. 'लेखकाचं काय फॅड डोक्यात शिरलंय यांच्या' अशी त्यांची प्रतिक्रिया असे. त्यापेक्षा कुठंतरी काम बघावं, काम करावं चार पैसे तरी मिळतील, हे काय फुकटचं लेखन करत राहायचं, असं त्यांचं म्हणणं होतं. त्यांच्या लेखी मी लेखक नव्हतोच.

कधीकधी मी वाचनात झपाटून जायचा. पुस्तकात इतका गढून जायचा की एखाद्या कादंबरीतील वातावरणात देहभान विसरायचा.

सृजनात्मक एक असं आकलनही असतं. आपल्या मनःपटलावर त्याचं चित्रमय जगत त्यामुळे सहज उमटत जातं.

खूप दिवसांपूर्वी मी फुटपाथवर २ रुपयाला विकत घेतलेली एक कादंबरी होती. कुणी हर्मन मेलव्हिल लेखक होता. अपरिचित. त्याची 'टायपी' नावाची छोटेखानी कादंबरी.

ती वाचत होतो. तीनतीन महिने दर्यावर सफर करणारे खलाशी, कॅप्टन, पॅसिफिक महासागरावरील जबरदस्त लाटांवर हेलकावे खात भरकटलेलं जहाज. वाघबीर माशांच्या शिकारीची आशा केव्हाच संपुष्टात आलेली, बोटीवरचं अन्नही संपत आलेलं. केळीचे घड संपलेले, रताळी संपलेली, ब्रेडपाव पहिल्याच फेरीत संपलेले; सगळं संपत आलेलं, परंतु ना धड माशांची शिकार, ना मैलोन्मैल जमिनीचा मागमूसही. वर आकाश व सभोवती पाणीच पाणी. सर्वदूर. असं कादंबरीचं चित्रण होतं. अतिशय वेधक.

मिठात ठेवलेलं घोड्याचं मांस व खारवलेले मासे याशिवाय बोटीवर अन्नाचा कण नाही. अशी शेवटी वेळ येते.

कादंबरी इतकी शैलीदार, इतकी ओजस-ओघवती, भाषाशैली इतकी चित्रमय, कसदार की वाचक या सागरसफरीतच जणू खलाश्यासारखा स्वतः सफर करू लागतो. मीही सहासहा महिने बोटीवर वास्तव्य करून होतो. अजूनही कुठल्याही बेटाचा किनारा लागत नाही. असंख्य कोंबड्यांतील एकएक कोंबडी संपत अखेर एक लाल तुर्रेबाज ऐटदार तेवढा कोंबडा शिल्लक राहतो. कॅप्टनसाठी त्याची अखेरची मेजवानी घ्यायची, असा खलाशांचा बेत.

एक दिवस उगवतो आणि पाण्यावर हिरव्या गवताच्या काड्या तरंगताना दिसतात. अवघं जहाज हर्षोल्लासात बुडून जातं. कॅप्टन दूरवर दुर्बीण लावून अधीरपणे पाहू लागतात. तोच, जहाजाच्या दिशेनं एक पक्षी उडत येताना दिसतो. यांच्या आनंदाला पारावार राहत नाही. जमीन दिसू लागते. अखेर किनारा लागतो. पडाव किनाऱ्याला लागते. कॅप्टन ते योग्य ठिकाण बघून नांगरतात. बोटीतून सगळे एकएक करत उतरतात. जमिनीवर माथा टेकवून नमस्कार करतात. प्रार्थना करतात. धन्यवाद देतात आणि-

आणि चित्रविचित्र गलका, आरडाओरडा करत, चीत्कारत ओरडत, किंचाळत टायपी या रानटी टोळीचा जत्था हातात तीरकामठे, भाले घेऊन यांच्या दिशेने नाचत, आनंदाने येत असतो. टायपी हे जंगली नरभक्षक. हिस्त्र, क्रूर, उघडेनागडे चित्रविचित्र असे. त्यांना त्यांचं हे माणसांचं खाद्य एवढ्या मोठ्या प्रमाणात अचानक लाभलं म्हणून ते आनंदी होतात आणि जंगली हैदोस करतात, उड्या मारत आनंदून जातात. कित्येक महिन्यांनंतर जमिनीचा स्पर्श झाल्याचा या कॅप्टन व खलाशांचा आनंदही ओसंडून वाहत असतो. परंतु हे भलतंच अरिष्ट.

विचित्र संकटात सापडलेले कॅप्टन आपल्याजवळील तो लाल तुरेवाला कोंबडा मात्र कवटाळून धरत असतात.

मी कादंबरीच्या १२७ पानावर सुन्न होऊन थांबलेला असतो आणि अचानक माझ्या हातून ही कादंबरी माझी बायको झप्कन हिसकावून घेते. मी दचकतो. हाही जंगली 'टायपी'च प्रकार. ती खेकसत म्हणते,

"आवं काय यॅडबिड लागलंय की काय? कवाधरनं म्या हाका मारतिया जेवान वाडलंया, सागुती थंडगार व्हतीया म्हणून. आन सकाळधरनं या पुस्तकात त्वांड खुपसून हाव तुमी. का येळकाळ हाय का न्हाय."

माझा विरस होतो. मला रागही येतो. हे असलं वागणं शिष्टाचारात तर बसत नाहीच, पण निव्वळ गावंढळ प्रकार असलेलं. अडाणी, असंस्कृत काय करावं, काय म्हणावं?

चुकतं कुठं?

चुकतं कोण?

प्रसंग म्हटला तर साधा, म्हटला तर रानटी, असंस्कृत मग...?

इथंही मी व्यवस्थेलाच दोष द्यायचा का? आपण इतकं का दूर गेलो? साहित्य स्वरूप, प्रयोजन, अभिरुची, आत्मनिष्ठ, वस्तुनिष्ठ साहित्य सौंदर्य आणि वाङ्मयीन तादात्म्य या सगळ्या आकलनामुळे की काय? या कादंबरीशी आपण तादात्म्य पावलो; पण कुटुंबाशी नाही. ते तिथेच आहे. अजूनही. म्हणून की काय? असं का झालं?

तिला समजावून सांगू लागतो, "असं करू नये, वाचताना हातातलं पुस्तक असं हिसकावून घेणं बरं नाही. किती वेळा समजावून सांगू तुला."

"व्हाव द्या ती इद्या सांगणं, जेवा. तुमास्नी भूक लागली आसल म्हनून माजा जीव तळमळतुया. आवं येळच्या येळी जेवावं. जेवून आजुक बसा की लिवत, वाचत," हे असं तिचं. कसं सांगू तिला वाङ्मयीन माहात्म्य? वाङ्मयीन तथाकथित तादात्म्य? काय होतंय हे?

असं अनेकदा घडत गेलं. बुक सेल्फमधील माझी पुस्तकं कधीकधी खाली-वर, अस्ताव्यस्त होतात. टेबलावर एकाच वेळी सात-आठ पुस्तकं असतात. हे तिला पटत नाही. पुस्तकांना ती पसारा म्हणते. रॅकमध्ये व्यवस्थित, छान, ओळीनं जशी भांडी लावतात तशी पुस्तकं लावण्याचा तिचा आग्रह. कधीकधी ती स्वतः हे काम करते. भांडी आवरावीत तशी, भरभर पुस्तकं लावते. कुठलंही कुठंही. कथा, कादंबऱ्या, कविता यांची शिस्त तिला कुठून असणार? सगळ्यांना ती एकत्र कोंबते. गर्दी हटवावी तसे. मग मर्ढेकराजवळ नामदेव ढसाळ येतात तर कधी रजनी परुळेकरांच्या दीर्घ कवितेच्या रांगेत नेमाडेंचं 'बिढार' येऊन बसतं.

एकूणच हा विनाकारण हस्तक्षेप आपल्याला अडचणीत टाकतो. पुन्हा पुस्तकं व्यवस्थित लावणं हे माझं एक कामच होऊन बसतं.

मुलं मात्र कसली ढवळाढवळ करत नाहीत. एकूणच माझा हा छंद किंबहुना जगणं त्यांना उपद्व्याप वाटतो. वेळेचा अपव्यय वाटतो. असं का व्हावं? पुस्तकांचा तिटकारा का वाटावा? मुलं तर शिकली सवरलेली, पण यात त्यांना काहीच स्वारस्य का नसतं? आपणच चुकलो की काय, असं वाटू लागतं. आपल्याच मुलांना वाचनाची गोडी आपण लावू नये, यात आपणच कमी पडलो की काय, असं वाटतं. ग्रंथवाचन चळवळ हीदेखील खरं तर आपल्या घरापासूनही सुरू करायला हवी असते.

पुस्तकांचा तिटकारा प्रकरण सोडलं तर बाकी आलबेल आहे. इतक्या वर्षांची साथसंगत. बाकीचे सूर छान जुळलेले. माया, प्रेम यात तसूभरही कमतरता नाही. पण ताल नाही जुळत.

लिहिणं-वाचणं यात मी तडजोड करणं शक्य नाही. आमच्या अभद्र जोगी' घराण्यात पिढीजात अडाणीपण चालत आलेलं. त्याचबरोबर लाचारी व अपराधीपण. आता कुठं पुस्तकानं अस्मिता जागृत केलेली. आपणही वेगळा काही विचार करू शकतो आणि तो तसा छान व्यवस्थित मांडू शकतो, याचं अप्रूप आपणास वाटणं अत्यंत साहजिकच होतं. पण यांना काय त्याचं? शिवाय कसं शक्य आहे?

साहित्यानं आपणास स्वच्छ सृष्टी, दृष्टी दिली. ती शब्दांत यथाशक्य उतरावी, ही धडपड. पूर्वी नव्हता पण आता आपल्यापासून 'पुस्तक' हाही जगण्याचा

अविभाज्य भाग झाला, याचं अगत्य वाटतं. सुखद जाणीव होत राहते. पेन, पान, मन असलं की झालं. सृजन झरू लागतं. एकएक ओळ वीट रचावी तशी बांधली जाते. ती अर्थ देते. नवं काही सांगते. सगळी गंमतच आहे.

कधीकधी वाटतं, आपल्या लेखणीबंद पकड असलेल्या मुठीतून किती काय उलगडतं. कुठं दडून असतं ते. कसंकसं हळुवार अंकुरतं आणि ओळीओळींतून उमलतं. परिच्छेदानं मोहरतं आणि पानापानांतून बहरतं. असं नवसृजन हेही आयुष्यच. माझ्या मुठीत फुलपाखरू चिरडू नये म्हणून मी मूठ सदैव सैल ठेवतो, ती अक्षरं होऊन बागडू लागतात स्वच्छंदपणे पानापानांवर, तेव्हा मन हुरळून जातं. सृजनाचा हा आनंद मिळतो हे भाग्यच.

सर्व ऋतूंत मी माझे शब्द मुरवतो, जिरवतो. त्यांना मग तो तो गंध लाभतो. पानगळीचादेखील.

मागं अंगण आहे. घर असं आहे की त्यास मला परस म्हणणं पटत नाही. परसदारीही. तिथं छान गुलमोहोर आहे. जोगीवाड्यातील आमच्या मातीभेंड्याच्या घरासमोर अंगणात न्हाणी होती. तिथं अंघोळ, धुणीभांडी होत आणि त्या सांडपाण्यावर निर्गुडी, मेंदी आणि एरंड जगत होते.

'जोगी' आणि 'केकत वन' या माझ्या दोनही लेखन कलाकृती माझ्या आयुष्याशी निगडित होत्या. माझं वैयक्तिक जगणं आणि माझं सामाजिक जगणं; भवतालाशी, भवतालातील निसर्गाशी समरस होऊन जगणं हे सारं, या दोन्ही पुस्तकांत आलं आहे. विस्मृतीच्या फटीतून बरेच प्रसंग, घटना ओघळून जातात. त्यांना आवर्जून स्मृतिपटलावर आमंत्रित करावं, त्या गतस्मृतीत पुन्हा एकरूप होऊन रमावं, असं प्रकर्षानं वाटत राहतं.

मी अधूनमधून माझ्या जन्मवस्तीत जात असे. आता अधिकच जाऊ लागलो. याच गलिच्छ वस्तीच्या झोपडपट्टीनं आपल्यावर उदंड माया केली. अवतीभोवतीचा झाडाझुडपांचा, शेतमळ्याचा, रानावनाचा, आडव्या नळातील वाहत्या पाण्याचा परिसर मला जीव की प्राण. खूप लळा लागलेला असतो आपल्या बालपणीच्या भवतालचा. ही जागा, हे अंगण, हे मैदान, ही मोडकीतोडकी झोपड्यांची वस्ती यात तसं होतंच काय? हा प्रदेश निसर्गरम्य कोकणपट्टीचा, थंड हवेचा, शांत-सुंदर रमणीय सरोवराचा असा काहीच नव्हता. होती ती कॅनॉलच्या कडेचं हिरवं गवत चरत फिरणारी, तसंच उकिरडे फुंकत भटकणारी गाढवं. न्हाण्या-गटारींच्या साचलेल्या डबक्याभोवती रेंगाळणारी डुकरं. वस्तीतील तुरळक झाडावर, शेवग्याच्या, कडुलिंबाच्या, पिपरीच्या, शेवरीच्या झाडावर, चिमण्या-कावळे होते, आडव्या नळावरील उंच विशाल पिंपळशेंड्यावर पहुडलेली गिधाडं होती. आकाशात उंच उंच, गोलगोल फिरत राहणाऱ्या घारी होत्या... एवढंच पर्यावरण. तरीही इथं माझा जीव रमला.

मनावर खूप काही त्यानं टिपून घेतलं.

आज नॉस्टेल्जियानं पछाडलंय.

रात्र झाली की मी उडत जातो वस्तीवर वटवाघळासारखा. विहरत राहतो रात्रभर. वेचत राहतो अनेक जुनेपाने प्रसंग. आठवणी, किस्से.

बालपणीचे जिवलग मित्र भयानकच बिलंदर होते. मी त्यांच्या साच्यात कुठेच न बसणारा. कुठला सोज्ज्वळ अंगरखा माझ्यावर होता कुणास ठाऊक!

कटलेल्या पतंगीच्या मागे काट्याकुट्यात पळणं, हात कापेपर्यंत मांज्या लुटणं, पतंगी पकडणं.

शेंगाच्या रानात मूठभर शेंगासाठी मैलमैल भटकत हुंदडणं, उसासाठीही तसंच. कधी कुणाच्याही शेतात घुसून काकडी तोडणं, कधी शेंदाडं गोळा करणं, हरभऱ्याच्या वाफ्यात शिरून बचक बचक डहाळा उपसणं, मक्याची कणसं खुडणं, चिंचा पाडणं, कैऱ्या तोडणं, असं बरंच काही हंगामानुसार हमखास करत राहायचं. या खोडगुनीपणामुळे आम्हाला 'आवचिंद गाबडी' म्हणत. 'या बेन्यात हे कसं घुसलं?' असं मला म्हणत. मलाही ते बरोबर वाटे. आमच्यातील परशा व इल्या महाबिलंदर. भीती म्हणून त्यांच्या गावीच नव्हती. हे करू नये तर ते मुद्दाम करत. म्हसोबा खरताड म्हणून समजत तर हे दोघे मुद्दाम म्हसोबावर मुतत. तेही एकाच वेळी लघवीची काटाकाटी खेळत. स्मशानातील मृतास दावलेले सुपातले पदार्थ खाणं, मयतीवर उधळलेले पैसे वेचत जाणं, स्मशानातील ताटीचे बांबू गोळा करून घरी आणणं, मृतदेहावरील हार गळ्यात घालून मिरवणं, स्मशानातील हाडं, कवट्या गोळा करून वस्तीत रांगेत ठेवून 'हाडं घ्या हाडं', 'कवट्या घ्या कवट्या' असं म्हणत विकायचा खेळ खेळत बसणं.... असं काहीही. जोग्याची अवलादच.

'भयंकर बिलिंदर'पणा त्यांच्यात कसा कुठून जन्म घेतला होता, आणि मी त्यांच्यात फिरत असून माझ्यात तो कसा उद्भवत नव्हता, माझं मलाच कळत नव्हतं.

एक घाणेरडा प्रसंग.

आम्ही भर दुपारी जोगीवाड्यातील सार्वजनिक संडासाच्या शेडकडे गेलो. पाटीचे संडास, पायऱ्या असलेले. वर पत्र्याची शेड. ओळीने एकमेकांसमोर सहासहा संडासाच्या रांगा. अशा चार चार शेड. एक पुरुष हात दाखवत 'पुरुषाकरिता' व एक स्त्री 'स्त्रियाकरता' असे प्रवेशद्वारावर फोटोवजा चित्र लावलेले. मोठी माणसे समोरासमोर कशी बसतात न लाजता असा प्रश्न पडत असे.

आम्ही दगड घेऊन आटोपायला आत गेलो. संडास उंच होते. आमच्या उंचीच्या मानानं. आम्हाला नीट चढता येत नव्हतं. मला तरी. परशा-इल्या थोराड. माझ्यापेक्षा उंच. ते कसबसे बैठकीवर बसले. गुणगुणत. मी उभा राहिलो. संडासाचा

उष्ण-गरम दुर्गंध जाणवत होता. त्यानं तिथं कायमचा मुक्काम ठोकल्यासारखा. आम्हाला सगळ्यांना सवयच झालेली. काही अंतरावर डाव्या बाजूला आमची घरं होती. रांगेनं उभी. दुपारी उन्हात पेंगत.

परशाच्या डोक्यात काहीतरी घोळत होतं. अशा वेळी त्याच्या कपाळावर आठ्या पडत. डोळे मिचमिचे करून तो एकटक बघत असे. इतक्यात पलीकडच्या झोपडीतला शिरप्या आम्हाला बघून आला. 'काय शिरप्या' म्हणून त्याला आम्ही विचारले, तो 'कायबी न्हाय' म्हणाला. परशानं इल्याच्या कानात काही तरी सांगितलं. तो शिरप्याकडं आला व म्हणाला,

''शिरप्या आपण खारपं हुडकायचं का?''

''कुठं?''

''हिथंच''

''कायबी भकुलतूस''

''आबे खंडुबा शपत, लय घापडत्यात''

''कंचं कंचं''

''पैसा, गिन्नीगिन्नी, चवली, पावली कवाकवा बंदा रुपाया.''

परशाच्या बोलण्यावर आम्ही सगळेच भाळलो. मिळंल ते मिळंल म्हणून होय म्हणालो. परशानं, आम्हाला संडासाच्या जरा बाजूला असलेल्या मैला डेपोच्या बैलगाडीकडे नेलं. रोज सकाळी संडास साफ करायला भंगी यायचा. भरलेले संडासचे कुंडे बैलगाडीस जोडलेल्या टाकीत ओतायचा. त्याला दुसरा एक मदतीला भंगी होता. भरभर कुंड्या ओतून पुन्हा पायट्याच्या आत ठेवायचे. बैलगाडीची टाकी गोल लोखंडी होती. झाकण वर होतं. बाजूला एक वर ओढायचा पाटा होता. लोखंडी. दुपारी एक माणूस बैल घेऊन यायचा व मैलागाडीस जोडून लांब कुठेतरी मैला डेपोस न्यायचा. रिकामी गाडी संध्याकाळपर्यंत पुन्हा तिथं लावून जायचा.

परश्यानं शिरप्यास सांगितलं, ''शिरप्या, बैलगाडीच्या टाकीखाली खारपं हायती'' म्हणून. बिचारा शिरप्या गाडीजवळ जाऊन पैसे हुडकू लागला. त्याला खाली हुडकण्यात मग्न पाहून परशा हळूच गाडीवर चढला व एकाएकी त्यानं मैला रिकामा करण्याचा पाटा वर ओढला आणि क्षणात टाकीतला मैला खाली बदाबदा कोसळू लागला. नशीब शिरप्या झाकणाच्या खाली नव्हता. नाहीतर मेलाच असता. बाजूला असल्यामुळे थोडेफार शिंतोडे उडाले.

आम्ही अवाकच झालो. ''ये कडू परशा, काय तुला कळतं का न्हाय बे, आसली मस्करी करत्यात काय,'' असं ओरडू लागलो. पण परशा गाडीच्या टपावर टाळ्या वाजवत 'खारपं, खारपं, खारपं' म्हणून नाचू लागला.

कुणीतरी आमच्या दिशेने ओरडत आले, 'ये कडू, बेन्यानो! काय खपाय

लागलाय तितं, आयला कुना कडू नडूची गाबडी हायती की.'

तोवर आम्ही आडव्या नळाच्या दिशेने धूम ठोकली. जीव ओतून पळत सुटलो. आडव्या नळावरून थेट रूपाभवानीपर्यंत पळतच गेलो. तिथं पूल होता. मग पुलावरून थेट खाली वाहणाऱ्या आडव्या नळाच्या निळ्याभोर स्वच्छ पाण्यात उड्या मारल्या. अंगावरील कापडासह.

हे असलं बालपण. रम्य ते बालपण कसं म्हणायचं? पण तरीही हे सारं आठवलं की मनात कसली हुरहुर दाटून येते? कसं म्हणावं उदासपणे, निराश होऊन 'अहा! हरवले ते दिवस, गेलेऽ गेले ते दिन गेले..?'

संध्याकाळी बापटकाका 'स्मशानभूमी' कादंबरीमुळे भेटायला आले होते. त्यांना त्यांचं दुःख मोकळं करायचं होतं. माझ्या या कादंबरीतला नंदन त्यांना त्यांच्याही मुलासारखा मुलगा वाटत होता. ते आले, भेटले आणि व्यथा सांगून मन मोकळं करून गेले.

दुःखाच्या जातकुळीचे असंख्य नमुने पाहून मला तशी गंमतच वाटते. आम्हा दलितांत बापटकाकासारखं पुत्रवियोगाचं दुःख नाही. आमचं ते दुःख नाही. आमचं दुःख वेगळं, प्रश्न वेगळे, संघर्ष-लढे वेगळे. मी बँकेत असताना सुधीर परांजपे माझा सहयोगी कर्मचारी मित्र. जुन्या खडतर दिवसांच्या आठवणींचा विषय निघाला म्हणजे, उस्कारे सोडत सांगायचा. 'मित्रा, माझे आई-वडील कोकणात होते. हलाखीचे दिवस. मी पुण्यास शिकायला आलो. कसं शिकलो माझं मलाच ठाऊक. अक्षरशः मी वार लावून जेवलो आणि शिकलो.'' परांजपेचं दुःख वाराच्या टेकडीएवढं. मीही मग त्याला सांगायचा, ''परांजपे, तू वार लावून तरी जेऊन शिकलास. पण आमच्या जोगीवाड्यात सगळेच दरिद्री-गरीब, हातावरचं पोट असलेले. त्यांच्याच पोटाची भ्रांत असायची. मग कुणाकडे वार लावायचे? पण एक मात्र होतं- शिक्षणासाठी आम्हाला कुठंच फी द्यावी लागली नाही. तरीही शिकणारे वस्तीत दहापाचच. शेवटपर्यंत टिकणारा एखादाच.''

प्रश्न होता तो दुःख-दारिद्र्य कळण्याचा. हेच आपलं जिणं म्हणून लोक मुकाट राबराब राबायचे. दुःखाची, दैन्याची, अगतिकतेची जाणीव तर व्हायला हवी ना. खुराड्यातलं जगणं आणि मरणं यामुळे बाहेरचं बदलणारं जग माहीतच नव्हतं. डॉ. बाबासाहेब आंबेडकरांनी गुलामगिरीच्या, अज्ञानाच्या अंधारकोठडीतून आम्हाला बाहेर काढलं. आपणही माणसं आहोत, ही जाणीव करून दिली. अस्मिता जागृत केली. तेव्हा कुठे आम्ही जागे झालो. आमचे मुर्दाड चेहरे पाहून ते म्हणायचे, 'अरे असे दुर्मुखलेले, अडाणी मुर्दाड तुम्ही, अशी आयुष्याची लक्तरं करून जनावरांसारखं कसं जगता. त्यापेक्षा तुम्ही आईच्या उदरातच का नाही मेलात.' या युगपुरुषांमुळे

दलितांना जाग आली. ते शिकू लागले, बोलू-लिहू लागले. हे दलितांचं मन्वंतर युग होतं.

पण तरीही पल्ला मोठा होता. हजारो वर्षं अस्पृश्यतेचं, गुलामगिरीचं जोखड झुगारून देणं अवघड होतं.

वस्तीच्या आठवणीनं मी व्याकूळ झालो. पन्नास वर्षांपूर्वीची वस्ती जशीच्या तशी डोळ्यांसमोर उभी राहिली. स्वच्छ, नितळ. नोकरीनिमित्तानं मधल्या काळात प्रपंच पाठीवर घेऊन फिरत राहिलो, तेवढाच संपर्क तुटला. पण वस्तीचं आणि माझं नातं मनानं अतूट होतं. मनात, डोळ्यांत मी माझा अख्खा जोगीवाडा साठवून ठेवला होता. बालपणीचा परशा, इल्या, वश्या, आज्या, डेन्या, धान्या, सनक्या, अशा किती बालमित्रांची मांदियाळीच होती. प्रत्येकाच्या एकएक घटना होत्या. सहवासातील आठवणी होत्या. जगणं होतं.

वस्तीतील वयस्कांचा, म्हाताऱ्याकोताऱ्यांचा तितकाच घनिष्ठ संबंध. कुणी दारू पिऊन झिंगत झुलत वस्तीभर शिवीगाळ करत फिरत, कुठं कट्ट्यावर गंजडीची चौकडी गांजा मळत बसलेली असायची. चिलीम पेटवत आणि झुरके घेत घेत 'भोले' म्हणत तर्र होऊन धुंद झालेली. कुठं वडाच्या गर्द सावलीत पत्त्यांचा डाव मांडून तल्लीन; तर कोपऱ्यात पत्त्यांचा अंदरबाहर मन्ना जुगार खेळत बसलेली असायची. आडव्या नळाच्या पसरट बांधावर झाडांच्या रांगेतील सावलीत, वाखाचा दोरखंड वळत काही जोगडे काम करत बसलेले, तर सकाळीच अंगावर आबरान, पायात चाळ, कमरेला आसूड, तोंडाला शेंदूर फासून आणि काखेत झोळी घेऊन गावभर भिकणं मागायला गेलेले पोतराज असायचे. मनुहार, जनार्दन, मऱ्याप्पा. असं वस्तीचं चित्र. आम्ही उंडगी पोरं कुटंबुटं खपायला उंडारलेली.

भर दुपाराचं हे असं.

वारा झाडाच्या फांदीवर विश्रांती घेत बसलेला. जोगीवाडा रितारिताच. घराघरांवर झोपडीझोपडीवर, अंगणात, मैदानात, अडगळीवर सगळीकडे जळजळीत ऊन सांडत असे. आमचे पाय पोळत. तरी ते कळत नसे.

संध्याकाळी एकएक जण परतत घरट्याकडे जसे. मग अख्खा जोगीवाडा जत्रा भरल्यासारखा होई. चुली पेटत, ढणढण जाळावर रटरट सागुती शिजू लागे. भाकऱ्या बडवल्या जात. मग जेवणं. दारोदार कुत्री नळी-भाकरतुकड्यासाठी लगबगीनं फिरत.

रात्र झाली की जोगीवाडा मढ्यासारखा अंगणात पडे.

❖

नऊ

मनात आलं आज वस्तीकडं जावं म्हणून. एकटाच गेलो. मी अधूनमधून जात असल्यानं अनेक जुने लोक ओळखतो. काही तरुण कार्यकर्तेही ओळखतो. नातेवाइकांकडेही जाता येई. सगळ्यांना बरं वाटे. आनंद होई.

बालमित्र इल्या, खरं तर विलास त्याचं नाव. त्याच्या त्याच जुन्या घरी गेलो. घराला लागून घरं वाढवलेली. त्यामुळे अडचण होती. 'विलास' म्हणून मी हाक मारत बोळातून गेलो. मावळतीची वेळ. तरी उजेड लख्ख होता. भसाड्या आवाजात 'कोन वरडाय लागलंय' म्हणत इल्या टॉवेलवरच बाहेर आला. मला पाहून भांबावलाच. खूप अचानक आणि अनपेक्षित होतं हे. त्याचा जणू डोळ्यांवर विश्वासच बसेना. "अरेऽ रे ऽ रे, हे काय? जुगा आन परत्येक्श तू. कशी काय वाट चुकली बाबा हिकडं."

"आठवण आली, आलो. आता काय मोकळाच की."

"व्हय तुमी रिटार झालाव कळ्ळं व्हतं. पन त्येला लय दिस झालं."

"बरोबर, तरी दहा-बारा वर्षं होऊन गेली."

बोलत बोलत आत झोपडीत शिरलो. इल्याच्या बायकोनं लगबगीनं बोऱ्या अंथरला. शिंदीच्या फड्यापासून विणलेला बोऱ्या कुरतडल्यासारखा दोनचार ठिकाणी फाटला होता. कितीतरी वर्षांनी मी बोऱ्यावर बसलो. मी त्याच्यावर नकळत मायेनं हात फिरवत होतो. इल्याला लेकरूबाळ नाही. बायको तुळसा थकली होती. इल्या माझ्यापेक्षा पाच-सहा वर्षांनी तरी लहान होता. पण बरोबरीचा होता. साठपासष्टीच्या दरम्यान असणार, पण दणकट. म्हातारपणाचा लवलेश दिसत नव्हता. केस अर्धवट पांढरे. एवढंच चिन्ह. आजूबाजूला मी झोपडीत बघू लागलो, "इल्या असं कसं रे! काय फुटकं भांडं बी न्हाय खोपटात. कसं काय रे!"

"जाऊ द्या मालक, हितं परिंत टिकलाव तेच इशेस हाय. बगता बगता आपला आज्या, सुब्या, पक्या, मन्या गेलं की रं... तुमी काय बाबा बॅलिस्टर होऊन गाडीत फिरू लागलाव. आयला कसंतरी किरेनची हामाली करायचो. म्हाइत हाय की तुमाला. आता काय व्हतंया?"

"आपण बाहेर जाऊ या का?"

"का वो, काय कामबिम."

“काम तसं काही नाही. मला वस्तीभर फिरायचंय; जुने कोण भेटतात त्यांना भेटायचंय.”

“आसं व्हय. जावू की, पन पैल्यासारखी आता जोगडी वस्ती ऱ्हायली न्हाय. रया न्हाय. सम्दी रया गेलीया. लय घन्यारी झालीया वस्ती. तुमी सोडून गेलाव ते लय बरं केलं.”

इल्यानं इजार-अंगरखा घातला. ‘चला’ म्हणाला, ‘सगळीकडं जाऊ, आदि परशाकडं जाऊ’ असंही.

मी, इल्या, परशा वयस्क असलो तरी अजूनही तरावट होतो. वस्तीनं आम्हाला आणखी तरतरी दिली. सगळं आता विसरून आम्ही आमची एकएक ठिकाणं पाहत फिरू लागलो. आठवणी सांगत, बोलत.

आमचं जुनं घर पडीक झालेलं. माझे चुलतभाऊ, त्यांची मुलं तिथं राहत होती. इल्या, परशानं खूप काही सांगितलं. वडाचं झाड तसंच होतं. पण तरणं नव्हतं थकल्यासारखं वाटत होतं. आडवा नळ बुजून गेलेला. लोकांनी बांधावर मिळेल त्या जागेवर झोपड्या टाकलेल्या. कुणी अशा जागा धरून विकत. भाड्यानं देत. परशाचं डोकं भन्नाटच होतं. त्यानं वस्तीतच जागेची दलाली करून चार पैसे मिळविले. त्याचं घरही वस्तीत असून आता ते सिमेन्ट कॉंक्रीटचं बांधलेलं. अगदी कम्पाउन्ड वॉलसह. परशाचं कौतुक वाटलं. त्यांनं मुलाला चांगलं शिक्षणही दिलेलं. त्याच्या मुलानं केटरिंगचा कोर्स पूर्ण केला. तो आता खंडाळा येथील ब्ल्यू स्टार हॉटेलवर मुख्य शेफ म्हणून काम करतो. त्याला क्वॉर्टरही आहे खंडाळ्यात. भरगच्च पगार. परशा सांगत होता “लय मोटी मोटी मान्स, शिरमंत, नटनट्या पन हॉटेलात येत्याती. तितलं मटन, बिरयानी आजूक काय काय लय चांगलं आसतंय खायाला. जुगा, आपनाला व्हटेलात पानी का च्या मिळत न्हवता. व्हय की न्हाय. आता हेच लोक आपल्या हातची सागुती कशी खात्याती बोटं चाटत.” परशाचा बोल खरा होता. अडाणी असून सामाजिक विचारवंतासारखा. माझा एक मित्र तुका अपघातात मरण पावला. आज्या क्षयरोगानं मेला. धान्या एकाएकी उठाउठीच गेला. मदन्यानं दारातच झाडाला गळफास घेतला. पक्याचं गरिबीमुळं हाल हाल झाले. अन्नास मोताद झाला. रात्री चोरून भीक मागायचा. जनार्दन नुसता फिरत राहायचा. ना काम ना धंदा. तो घर कसं चालवायचा, हे न सुटणारं कोडंच होतं. जुनी माणसं एकएक करत हलाखीत मरण पावली. कुणाच्या मयतीला पैसे नसत; कुणाच्या मयतीला माणसे नसत. कुणाला वर्गणी काढून झोळीत घालून स्मशानभूमीत नेत. भग्या उत्तम हलगी वाजवत होता. पोतराजाबरोबर गावभर फिरायचा. दवंडी देताना हलगी वाजवून ‘ऐका हो ऐका, हुसेन खाटकाच्या दुकानात एक रुपया किलो मटन हाय ओऽऽ’ म्हणत वस्तीभर अधूनमधून दवंडी देत फिरायचा. बदल्यात वाजवण्याचे पैसे व सागुती मिळत असे. शेवटी शेवटी भग्या मयतीसाठीच हलगी

वाजवत होता. शिऱ्या, इन्या, येडबा मारामारीत सापडले. दंगलीत त्यांना पकडलं. कुणी गोंधळ्याच्या नाग्या दंगलीत मेला आणि या तिघांनाच खुनाच्या आरोपाखाली जन्मठेपेची सजा झाली.

हे असं जोगी वस्तीचं महाभारत.

इल्या-परशाबरोबर मी खूप वेळ वस्तीत होतो. त्या दोघांना घेऊन मी एका हॉटेलात राइसप्लेट घेतली. तरीही किस्से संपत नव्हते. वस्तीत राजकारणाचा शिरकाव झालेला. गट पडलेले. मतासाठी जोगीवाड्यात शेठ, श्रीमंत, उच्चभ्रू येत. एरवी दारावर भिकाऱ्यासारखे थांबणारे जोगडे, मताचे वेळी मात्र मतदार राजा होत. उमेदवार प्रत्येक झोपडीत डोकावून नमस्कार करत व '...नका विसरू' म्हणत. सगळं अजबच. मतदानाचा दिवस तर चांदीच. मोठमोठे लोक, कार्यकर्ते वस्तीतले पोतराज, हलगीवाले, हमाल, म्हातारेकोतारे, आंधळे-अडाणी यांची मनधरणी करत व फुलासारखं झेलत. गाडीवर बसवून केंद्रावर नेत वर खुशी वेगळीच.

ही संविधानाची किमया. नाहीतर या दीनदुबळ्यांना कोणी विचारलं असतं?

कधी नाही तो जोगीवाड्यात एक नगरसेवकही निवडून आला. शिवा माने. स्टॅन्डवर चक्क हमाली करणारा. आश्चर्य म्हणजे शिवा माने नगरसेवक असून हमालीही करत असे. महापालिकेत सभेच्या वेळी आलिशान खुर्चीत बसणारा एरवी आपला पोटापाण्याचा हमाली व्यवसाय सोडत नव्हता. शिवा माने तसा माझा लांबचा नातेवाईक. वस्तीत सगळेच कुठून ना कुठून एकमेकाचे नातेवाईक असत. कुठून ना कुठून धागा जुळत असे.

इल्या-परशाबरोबर मी माझं स्टेटस विसरून गेलो. ते मला नंतर चिकटलेले होते. तत्पूर्वी आम्ही जिवलग आणि तदनंतरदेखील. त्यामुळे या बालमित्रांच्या सहवासात मला सेवानिवृत्त बँक अधिकारी, काही पुस्तकं लिहिलेला लेखक या उपाध्या नकोच होत्या. माझं आयुष्य घडविणारी ही वस्ती व वस्तीतले हे मित्र, बांधव मला अधिक महत्त्वाचे वाटत. निरोप घेताना मी इल्याच्या हातात शंभराची नोट घातली तर कसला चिडला तो. 'जुगा, ये गलत बात है, अरे पैसा तुज्यापरिस आमाला लय भारी हाय का?' हे असे. अशी माणसं. आयुष्य फाटलेलं असलं तरी आयुष्याच्याही दारात, 'बदलून दुसरं दे' असं न म्हणणारी. ही माणसं माझ्या आयुष्याचा म्हणून तर अविभाज्यच भाग झाली होती.

नंतरचे आठएक दिवस तरी मी आठवणीनं समृद्ध होतो. त्यातून बाहेर येऊ शकत नव्हतो.

जोगी वस्तीत वारंवार जाण्यानं मुलं चिडायची. त्यांना आवडत नसे. पपांना काही कळतच नाही! काय त्या वस्तीत जातात... लोकांना काय भेटतात... कुठंही बसतात... झोपडीत, चावडीत, वडाच्या झाडाखाली... कसं सांगावं?

माझी घसट वाढली. त्यामुळे वस्तीतले काही जण माझा पत्ता शोधत वसंतनगराच्या माझ्या बंगल्यापर्यंत येत. भेटायला. कामं सांगायला, काही जण अडचण आहे थोडी मदत करता का म्हणून. जोगीवाड्यात देवीच्या आराधिनी, आराधी होते. काही यल्लमाचे भक्त, काही पोत-परडीवाले. जोगवा मागत गावभर फिरत. आता ते माझ्याकडे हक्कानं येऊ लागले. सुरुवातीला कम्पाउन्डबाहेर थांबून हाळी देत, 'जुगा', 'सायेबा' म्हणत. मी त्यांना आत घेई. नंतर नंतर ते तडक आत येत. बायकोला अडचण वाटत नव्हती. तिला देवीचे भक्त येतात दारी याचे अप्रूप वाटत असे. ती आत घरात येई. त्यांना चहापाणी करे. तेही देवीची गाणी म्हणत, मग दक्षिणा, जोगवा मनाजोगता दिला जाई. बायकोला देवीची माणसे घरी येतात याचं कौतुक वाटे; मला माझे बांधव येतात याचे अप्रूप वाटे, तर मुलांना काय हे फॅड म्हणून एक कटकट वाटे.

कधीकधी मनात येई, यांना हे देवीच्या नावानं भिकणं मागणं सोडा म्हणून सांगण्याचे. पण या देवधर्मात त्यांचं आयुष्य गेलेलं; आता हा देवभोळेपणा सोडून काय करणार. पोट कसं भरणार? प्रश्न गुंतागुंतीचा होता.

मी तर हे काहीच मानत नाही. डॉ. बाबासाहेबांच्या व्यक्तिमत्त्वाचा, विचारांचा जबरदस्त पगडा आपल्या मनावर खोलवर बसलेला. आपण शिकलो, खूप वाचन केलं. आपली एक चिंतनशील वृत्ती त्यातून तयार झाली, 'भलंबुरं कळू लागलं, योग्य-अयोग्य याची पारख करता येऊ लागली. स्वतंत्र विचार मांडू लागलो, धिटाईनं सत्यार्थ बोलू लागलो. परखड लिहू लागलो', हा बदल होताच आपल्यात, माझ्या पिढीजात घराण्यात अभूतपूर्व.

पण मी एकटाच वेगळा फेकला गेलो. तुटला गेलो बांधवापासून. तरीही मला प्रवाहात मिसळायचं होतं. कसंही करून.

गत आठवणी, आयुष्याचा गतकाळ मी उगाळत बसतो. मला माझं जगणं अप्रूपच आहे. जे जगलो ते आपल्या हिमतीनं. त्यात जय-पराजय कसला? साफल्य कसलं? कृतार्थता तरी कसली? मी कधी तुलनाच करत नाही कुणाशी. ती कधीच सार्थ नसते. माझ्या बरोबरचा कॉलेजचा एक मित्र प्रोफेसर झाला. पुढे प्राचार्य. एक जण पीएच.डी., एक जण इरिगेशनमध्ये उच्चपदस्थ इंजिनिअर-अंडर सेक्रेटरी. एक जण पोलीस कमिशन. हे सगळे यशस्वी आणि मी? मी काय होतो? माझे मित्र श्रीमंत झाले तसे काही दारिद्र्यात इथं अजूनही पिचत पडले. मैत्री कशानं मोजायची? पैसा, स्टेटस की ती निरपेक्ष मनाची? या वयातही इल्या, परशा, मी खिदळत हातावर टाळी देत आनंद घेतो.

अलीकडे लिहिण्याची सवय वाढली. आपणास नवंनवं सुचतं, भरपूर मनात दाटून येतं आणि ते कागदावर आपसूक उमटू लागतं. लिहिणं जगणं झालं.

इल्या-परशाच्या गप्पात हाजरत्याचा विषय निघाला होता. हाजरत्या आता वस्तीत

नाही. मुंबई-कुर्ल्याला जगायला गेला, तो परत आलाच नाही.

हाजरत्याची भानगड अख्ख्या जोगड्यांना ठाऊक. जोगीवाड्यात डक्कलवाराची पालं पडायची. आम्ही तरुणपणाच्या उंबरठ्यावर होतो. पोरंपोरी म्हटली की या कोवळ्या वयात ती लागण होतेच. नजरानजर, कटाक्ष, वळून बघणे, चोरून बघणे, नकळत हातवारे करणे, कधी थेट कधी सूचक, असं होई. हाजरत्यास प्रेमाची कल्पना काय अभिप्रेत होती कोणास ठाऊक! ...पण तो यात माहीर होता. धसमुसळाच एकूण तो.

रूढी-प्रथेनुसार डक्कलवार जात ही जोग्यापेक्षा हलकी खालची जात. जोगड्यांच्या आश्रयाला राहून भटकत जगायचं. जोगी देतील ते खायचं. पाणीदेखील जोगींच्या हातूनच प्यायचं. जोगी हे डक्कलवाराचे अन्नदाते. डक्कलवार जोगींचे मागते. डक्कलवार त्यांच्या किंगरी या तंतुवाद्यावर 'मोरा!' म्हणत जोगींचे गौरवगान गायचे. जोगी त्यांच्यापेक्षा श्रेष्ठ म्हणून जोगींनी त्यांना शिवायचं नाही. जोगींना डक्कलवाराचा विटाळ होतो. ही अजब प्रथा. एकतर जोगी हे आधीच अस्पृश्य, त्यात पुन्हा डक्कलवार आणखी खालचे अस्पृश्य. हे म्हणजे ही अस्पृश्यातील अस्पृश्यताच. कमालच आहे!

वस्तीत असे डक्कलवार आसऱ्यास आलेले. नवरा-बायको, मुलगा, मुलगी आणि पाच-सहा गाढवं, डझनभर कोंबड्या. इतका संसार. त्यांची मुलगी तरणीबांड. लंग्या पोलक्यामुळे तटतटलेली दिसायची. तिचं उफाडं रूप पोरांच्या नजरेतून सुटत नसे. हाजरत्या तिच्यासाठी दिवाना झाला होता. पोरीचंही लक्षण काही ठीक नव्हतं. एक तर जोगी आणि डक्कलवार यांच्यात शिवत नाहीत. जोग्याला डक्कलवार अस्पृश्य. पण जवानीमुळे दोघेही दिवाने झालेले. एक दिवस संधी साधून हाजरत्यानं डाव साधला आणि...

जोगी वस्तीत महापातक घडलं. जोगी भ्रष्ट झाले. डक्कलवारांनी घोर अपराध केला. वस्तीभर चर्चा. रे असं कसं विपरीत घडलं? तारुण्यात प्रेमी युगुल आंधळेच असतात. रीतिरिवाज, बंधनं यांचं स्मरण कसं होईल? त्या वयास प्रथेचं काय देणंघेणं असतं?

'जोगी'ची पहिली आवृत्ती संपली होती. एका चर्चेत संवादचे प्रकाशक श्रीराम जोशी म्हणाले, "'जोगी'ची अजून मागणी आहे. नवी आवृत्ती काढावी म्हणतोय." मला आनंदाचीच बाब होती. मी "होय" म्हणालो आणि सुचविलं, "या दुसऱ्या आवृत्तीत शेवटी काही महत्त्वाचे फोटो टाकू या.' त्यांना कल्पना आवडली. माझ्या डोक्यात काही वेगळेच विचार घोळत होते. काही महत्त्वाच्या फोटोबरोबर वस्तीचे, माझं बालपण ज्या कॅनॉलवर गेलं तिथल्या आडव्या नळाचे, शिंदीच्या झाडाचे, केकताडाचे, पिंपळवृक्षाचे, वडाच्या झाडाचे हे असे जिवलग फोटो टाकावेत.

एक दिवस मी फोटोग्राफरला घेऊन तो बालपणीचा परिसर शोधत फिरलो. खूप बदलून गेलं होतं. तरीही मिळतील ते अवशेष शोधून मी फोटो काढून घेतले.

फोटो काढताना जीव कात्रीत धरल्यासारखा होई. क्वचित खुणा आढळत. ते वडाचं अजस्र झाड व तो विशाल पिंपळवृक्ष मी शोधलाच- जिथं अनेक आठवणीचं आभाळ मनात दाटून आलेलं होतं. आयुष्यातले सगेसोयरे तुटावेत, सोडून जावेत तसं मला या निसर्गाच्या वियोगानं झालं होतं. मी भावुक होऊन वडाच्या, पिंपळाच्या बुंध्यावरून हळुवार मायेनं हात फिरवत होतो.

एकुरग्याच्या हिप्परगा तलावावरून परतत होतो. फोटोग्राफरच्या गाडीवरून. तासगाव रस्त्यावर एक भटकी जमात आपल्या सामानसुमानासह रस्त्याच्या कडेनं निमूट चालली होती. दहापाच गाढवांवर उठवळ आयुष्याचं सामान बांधलेलं, तट्टे, बांबू, पालं, गोधड्या, करंड्यातल्या कोंबड्या, गाठोडी असं खूप काही. मागंपुढं फटकून माणसं चाललेली. काळी, तपकिरी कुत्री, त्यात शिकारी कुत्रीही. जीभ ल्हाऽ ल्हा करत चाललेली. काष्टा घातलेल्या व हातात फोकांची लांबसडक काठी घेऊन सरसर रस्ता चालणाऱ्या चार-पाच बायकांचा घोळका.

लहानपणापासून मला असा चाललेला तांडा पाहण्यात मौज वाटत असे. हा लमाणांचा तांडा नव्हता. कारण बायका लुगडं नेसलेल्या होत्या. डक्कलवारांचाही ताफा नव्हता. कारण काही गाढवांवर मडकी, डेरे बांधलेले होते. मी कडेला थांबलो पाहत. पंचवीस-तीस संख्येचा हा ताफा होता. शेवटच्या एका तरावट पोराला विचारलं, ''कोण तुम्ही, कुठल्या गावाला चाल्ला.'' तो म्हणाला, ''आमी मांगगारुडी आणि डोंबारी हाऊत. तासगावाकडं निघालू. जत्रा हाय. खेळ दावायला.'' त्याच्या बरोबर थोडं मीही चालत विचारत होतो.

''जत्रंत कोन कोन जमतं.''

''समदे, समदे भटके.''

''समदे?''

''हां ना. तितं पंचायती भरत्याती. वरसातनं येकदा भेटी व्हत्याती. सोयरं धायरं भेटत्याती.''

मला खूप विचारायचं होतं. पण फोटोग्राफर चुळबुळू लागला. ''साहेब, दुकान सोडून आलोय. निघू या.''

मला डक्कलवारांचा मुक्काम शोधायचा होता. निदान एक क्ल्यू तरी मिळाला.

❖

दहा

मी २००१ मध्ये सेवानिवृत्त झालो. बँकेतील प्रदीर्घ सेवा करत असताना एका आधार बहुउद्देशीय प्रतिष्ठानचा मी फाउंडर ट्रस्टी होतो. समाजसेवेची व शैक्षणिक कार्याची चांगली संधी म्हणूनही मला हे कार्य पाहणं आनंदाचंच होतं. इथंच सांगलीत संस्थेचं एक युनिट होतं. या युनिटमध्ये मराठवाडा, परभणी, बीड, लातूरकडची शिक्षक मंडळी संस्थेत होती. मी त्यातल्या प्रा. आबनावेला संपर्क करून कल्पना दिली, पालं पडलेल्या ठिकाणावरचा कुणी डक्कलवाराचा एखादा माणूस घरी घेऊन येण्याबद्दल. प्रा. आबनावे जोगी समाजाचाच. त्यांच्याशी माझा अधिक संपर्क होता. याचा विषय समाजशास्त्राचा, त्यामुळे त्यालाही कार्यात रुची होती. मी हायस्कुलात असताना जोगीवाड्यात एकदा डक्कलवाराची पालं पडलेली होती. याच काळात हाजरत्याचं डक्कलवार पोरीवर बलात्काराचं प्रकरण घडलेलं. डक्कलवार बिचारे आश्रित, मागते. जोगींच्या उष्टावळीवर पोट भरणारे. त्यांनी याविरुद्ध कसा 'ब्र'काढायचा? जोगी मालकाविरोधात कुणाकडे गाऱ्हाणं मांडायचं? सगळंच भयानक लाचारीचं जगणं. माणसातल्या अधम जगण्याची ही कोणती रीत?

मला डक्कलवाराला भेटायचं होतं. मी आबनावेला हे काम सांगितलं. भेट घडव म्हणून.

आठएक दिवसातच योग आला. आबनावे यांचा फोन, "सर, तासगावात डक्कलवाराचं एक कुटुंब मुक्कामाला आहे. काय करू?"

"अरे वा, आनंदाची बातमी! त्यांना कल्पना द्या व एकाला घेऊन या. गाडी केली तरी चालेल. आपण त्यांना पुन्हा परत पाठवायची सोय करू त्याच गाडीनं."

फोन दुपारी आलेला. भेटीसाठी माझी उत्कंठा, आतुरता दृढावत होती, सुखावत होती. प्रसंग साधाच; पण उलटा, विपरीत घडणारा. लाचारीनं डक्कलवार जोगड्याकडे आश्रयाला येत. इथं तर आदरानं, सन्मानानं मी माझ्या घरी त्यांनाच आमंत्रित करीत होतो. मैल न् मैल पायवाट तुडवीत उन्हातान्हात जोगीवाड्याच्या शोधात फिरणारी जमात. त्यातल्या एकाला, माझ्यासारख्या सर्वसामान्याच्या घरी मी आदरपूर्वक आमंत्रित करीत होतो, याचं मलाच मोल वाटत होतं. काही वेगळं वाटत होतं.

मावळतीच्या सुमारास, वसंतनगरातील माझ्या घरासमोर गाडी येऊन थांबली. मी लगबगीनं बाहेर आलो.

माझ्याच घरातले माझ्याकडे विचित्र नजरेनं पाहत होते.

गाडीतून आबनावे यांनी डक्कलवारास आत आणलं. धोतर-सदरा व डोक्यावर गुलाबी फेटा घातलेला, भरगच्च पांढऱ्या दाढीचा व आकडी वळलेल्या झुपकेदार मिश्याचा उतारवयाचा गडी. हातात किंगरी वाद्य येऊन दारात थांबला. डोळ्यांत पिढीजात लाचारी भरलेली. गृहस्थ भांबावलेला, घाबरलेला, अबोल उभा. तो आत येईना, बिचकत होता. आबनावेना कुजबुजत बोलत होता. "सायबा, कुण्कडं आण्टलं, ह्यो तर जोगीवाडा न्हाय."

मीच पुढं झालो, "मीच तुम्हाला घरी घेऊन यायला सांगितलं. तुम्हाला भेटाय, बोलायसाठी. मी जोगी आहे, घाबरू नका."

तरी त्याचा विश्वास बसेना. ओळीनं बंगले असलेल्या अशा नगरीत त्याला सगळे उच्चभ्रू वाटत असावेत. जोगीवाडा तर हा नाही. कुठं आणलं या माणसानं अशा आविर्भावात तो आबनावेकडे बघत होता.

"नाय जी, तुमी जोगी कसं, म्या जोगी वळकतो! मला हिकडं का आन्लं. माजा काय आपराद का जी."

"अहो, न्हाई हो. मी जोगी आहे. मी लिहितो. लेखक आहे. तुमच्याकडून मला माहिती घ्यायची आहे. यांना मीच पाठविलं तुम्हाला आणायला."

"आवो पर म्या कसा येऊ आत, काय कळंना!"

माझ्या लक्षात आलं. त्याचा विश्वास बसेना मी जोगी असल्याचा. मला मग अचानक ध्यानात आलं आणि त्याला ओळख पटावी म्हणून बोललो.

"मी राखुंड्याआहे, राखुंड्या."

राखुंड्या शब्द ऐकल्याऐकल्या गृहस्थाचा चेहरा खुलला. जोगीला राखुंड्या म्हणतात. जोगीच्या बोलीभाषेत काही सांकेतिक बोलीत आम्ही असे ठरावीक शब्द वापरतो, लगेच त्यानं,

"वरवलं, वरवलं" म्हटलं.

मग, मी जवळ जाऊन आत चला म्हणू लागलो, तर तो अंग चोरून "सायेब शिवू नका, तुमास्नी आमचा इटाळ होईल की गा," म्हणत मागं सरू लागला.

मी थेट त्याच्या दंडाला धरलं तर "आवो आवो, मालक, मला पापात घालू नका." म्हणत मागे सरकू लागला. माझी पंचाईतच झाली. काय ही अवस्था, किती खोलवर रुजलं हे वागणं. त्याला शांत समजावून, 'काही नसतो हो विटाळ. तुम्ही आम्ही एकच,' असं सांगून अखेर मी त्याला आत घरात आणलं. माझी हॉलमध्ये छोटीशी लायब्ररी होती. चांगलं ऑफिस टेबल होतं. खुर्च्या होत्या. मी त्याला

बळेबळे माझ्या खुर्चीच्या शेजारी खुर्ची मांडून बसवलं. टेबलावर समोर किंगरी ठेवली. लगबगीनं पाच-सहा फोटोही काढून घेतले. आता गृहस्थ काहीसा मोकळा मोकळा वाटत होता. मी विषय काढला,

"आता कुठं पालं पडलीत."

"जी मालक, तासगावात. आजूक पाचसा दिस हाऊत तितं, मंग पंढरपुराकडं निगायचं."

"तुमचं नाव नाही कळलं."

"पिराजी गा."

"तासगावात कोण कोण?"

"मालकीन हौसा, दोन पोरं, मोठ्याची बायकू जी."

मी जुनी ओळख काढली.

"पिराजी, आम्ही आधी जुन्या पेठेतील जोगीवाडा येथे राहत होतो. तिथं डक्कलवाराची म्हणजे तुमची पालं पडायची."

"व्हय जी, मी वळकतू. म्हाइत हाय जोगीवाडा मला त्यो. म्याबी मागतं व्हवून लय वरीस झालं. ततल्या जोगीवाड्यातलं रंदवे, भिवा मास्तर, सुखे हेन्ला म्या वळकतो. आता त्येंच्यातला कुनी न्हाय हे बी कळ्ळं. धा-पंधरा वरसा आदी जोगीवाड्यात आलू व्हतू."

भिवा मास्तरांचं नाव ऐकून मी चमकलोच. भिवा मास्तर तर माझे वडील. वडील हयात असताना यांची पालं वस्तीत पडली असतील तर मीही जवळपास या गृहस्थाच्याच आसपास वयाचा.

"तुम्हाला चांगली नावं माहीत आहेत. बघा कशा ओळखी निघतात. भिवा मास्तर माझे वडील."

""काय सांगता बाप्पा तुमी, म्या लहान होतो. माझा बा होता तवा. पर म्याबी वळकतू."

मला काही वेगळंच स्मरण होऊ लागलं. कुठं तरी घटनांचे धागे जुळत होते.

मी विचारलं, "तुम्हाला गोविंदा डक्कलवार माहीत आहेत का?"

"हे काय जी, गोयंदा तर माझे सासरे. पर ते आता न्हाइती. त्येंचीच पोरगी मला दिली. हौसा. गोयंदाना तुमी कसं वळकता."

"आम्ही लहान होतो तेव्हा जोगीवाड्यात गोविंदा मुक्कामास होते. म्हणून..."

"आसं व्हय."

बापरे! काय हा विलक्षण योग. मला उलगडा होत गेला. अशा गाठीभेटी कशा, का घडून येतात? मला विलक्षण आश्चर्य वाटू लागलं. हाजरत्या डोळ्यांसमोर विकट हास्य करत तरळू लागला. यानंच तर गोविंद डक्कलवाराच्या त्या पोरीवर

अतिरेक केला होता. ती तरणी पोर तर ही हौसाच. आपल्या बाजूला बसलेला पिराजी डक्कलवाराची धर्मपत्नी. मनात विचार चमकून गेला पिराजीला ही घटना माहीत असेल का? नसेलच. नसावीच. असेल तर? मग पिराजी थोरच. माणसं कशानं थोर असतात? पैसा, ऐश्वर्य, मान, पद कशानं? की त्याग, प्रेम, करुणा, सहानुभूती यानं?

'कोण कुठला पिरा डक्कलवार, काय तो अडाणी, गावंढळ, गचाळ माणूस, त्याला पपा घरी गाडी करून बोलावून आणतात. गप्पा काय मारतात आणि त्याच्या बरोबर ताटाला ताट लावून जेवतात काय' अशी प्रतिक्रिया मुलांची. त्यांना हे काहीच पटत नव्हतं. पिरा डक्कलवार आल्याचं बघून ते वरच्या खोलीत जाऊन टी.व्ही. बघत बसले. पत्नीचाही विशेष उल्लास नव्हता. नाइलाजानं ती सोबत करू लागली.

मला पिराजीकडून किंगरी ऐकायची होती. किंगरी तंतुवाद्यावरील बसवपुराण, मातंग ऋषी, जांबुवंत ऋषी, निरांजन स्वामीची कथा, सारी ऐकायची होती. मोराची कथा आणि जोगी माहात्म्य ऐकायचं होतं. हे मी माझ्या बालपणी वस्तीत ऐकलं होतं.

पिराजीनं किंगरी बहारदार वाजवली. छान पहाडी आवाजात, तालासुरात कथा ऐकवली. तो बेभान होऊन गात होता. ठेका-ताल अप्रतिम होता. जुनं पारंपरिक लोकगीत. त्याची नजाकत काही औरच होती. मी अधाशीपणे हा सामाजिक ऐवज, दस्त रेकॉर्डही करून घेतला.

सगळं मनाजोगतं झालं. कसा वेळ गेला ते कळलंच नाही. तो जुना काळ बराच वेळ आमच्या सोबतीला तल्लीन होऊन बसला होता. आयुष्यातील हे अनमोल क्षण होते मला.

जेवणासाठी पिराजीला खूप आग्रह करावा लागला. तो काही केल्या माझ्याबरोबर जेवायला एकत्र बसेना.

मालक, मी तुमचा चाकर, मागतकरी. माझी जागा तुमच्या पायाशी, कसं बसू बरूबर. नरकात जाईन मालक.

पण मी मुळी ऐकायला तयारच नव्हतो. आमच्यातल्या अंतराचा मागमूसही मला ठेवायचा नव्हता. मला माझी सुरुवात तरी करायची होती. टेबलावर ताटं मांडली. पाण्याचे तांबे भरून ठेवले. परातीत गरमगरम कालवण ओतलं. मटण नळ्यासह, त्यात गरमागरम जोंधळ्याच्या भाकरी कुस्करल्या. मुठीत कांदे फोडले. ताटावर लिंबू पिळून 'म्हणा म्हादेव' केलं. रसरशीत 'एकशून्य'चं जेवण. वडिलोपार्जित आम्ही चवीनं जेवत आलेलो. हाण हाणलं. पिराजीला एरवी जोगींनी झोळीत वरून टाकलेलं उरलंसुरलं अन्न मिळायचं. वाडग्यात मिसळ झालेला रस्सा, आमटी. हे असं सहभोजन कधीच त्यानं केलं नसावं. आमच्या सौभाग्यवतीनं मात्र अत्यंत आपुलकीनं जेवण वाढलं. आग्रह करत. आम्ही मनमुराद जेवलो. तृप्त. जोग्यानं डक्कलवाराबरोबर मांडीला मांडी लावून जेवण करणं हेही आश्चर्य व्हावं, कुतूहल

व्हावं, ही कसली व्यवस्था, प्रथा, परंपरा. मला अजब वाटत होतं.

दीड-दोन तासांच्या सहवासानं आमच्यातला भेदभाव कुठच्या कुठं पळून गेला. पिराजीजवळ पानाची चंची होती. ताटं उचलून नेली. टेबल पुसलं व बायकोनं बडिशेपची डबी समोर ठेवली. पिराजीनं चंची सोडली. चांगली भरडी सुपारी अडकित्त्यात धरून सरसर कातरली. सुपारीचे पापुद्रे केले व नकळत माझ्या हातावर ठेवले. मी ते तोंडात टाकले. नंतर पिरानं छान निवडून दोन कवळी पानं धोतराला पुसून मला दिली. त्याच्यासोबत कळीचा चुना. डबीतला चुना नखानं काढून तो मी पानावर पसरला आणि पुडी करत पान मुडपून तोंडात हळुवार टाकलं. शेवटी वर काताचा खडा. 'तमाकू?' मी नको म्हणालो. आम्ही दोघं पान चघळू लागलो. पानात रंगत भरत होती. तोंड खमंग झालं आणि एकाएकी पिराजीचे डोळे भरून आले. म्हणाला, "मालक, कुन्या जल्मीचं आपुन भावबंद आसू वो?"

पिरा डक्कलवाराच्या प्रश्नाला मी काय उत्तर देणार.

आम्हा अस्पृश्यातलंही अंतर किती सहज नष्ट झालं होतं.

तसं पाहता मी अल्पावधीच लिहिलेली पुस्तके. चांगला प्रतिसाद मिळाला. मराठी साहित्याचा माझा जुना व्यासंग. सततचं वाचन. त्यामुळे साहित्यजगताशी मी आधीपासूनच जोडला गेलो होतो. आता माझीच पुस्तकं बाजारात आली. लोक वाचू लागले. साहित्यजगत हे विशाल उपवनच आहे. इथं प्रचंडकाय वृक्ष आहेत. लहान-मोठी असंख्य झाडं आहेत. वेली आहेत. फळझाडं, फुलझाडं सदैव बहरलेली. आपणास या उपवनात स्थान मिळालं हे किती मोठं भाग्य! इथं आपण लाजाळूचं रोप असू. कदाचित काजवा असू. काहीही असलो तरी आहोत, ही भावना किती सुखावते.

पुस्तकं वाचल्यानंतर अनेक प्रतिक्रिया आल्या. फोनवरून, पत्ररूपाने, प्रत्यक्ष भेटून.

'जोगी' आवडल्याचं व माझ्या प्रांजळ कथनशैलीचं कौतुक करणारं पहिलं पत्र आलं ते डॉ. नरेंद्र शेणोलीकरांचं. पत्र 'संवाद' साप्ताहिक लेटरहेडवर लिहिलेलं. माझा विश्वासच बसेना. खूप आनंद वाटला. नंतर अशी अनेक पत्रं आली.

सांगलीस खास भेटीसाठीही मान्यवर साहित्यिक आले. असाच एक फोन. वसईचे फादर जॉन डिसिल्वा यांचा. 'काळे सर, मी फादर जॉन डिसिल्वा बोलतोय. उद्या मी सांगलीस येतोय, सकाळी मिरज एक्स्प्रेसने. तासगाव वृद्धाश्रमाच्या भेटीस व कार्यक्रमास जायचेय. गाडीने जातोय. तत्पूर्वी तुमची भेट घ्यायचीय.'

असाही अनपेक्षित दुर्लभ आनंद.

मी आणि माझे मित्र गोविंद कुलकर्णी सकाळीच रेल्वे स्टेशनवर एसी/ए१ बोगीजवळ हजर. अत्यंत प्रसन्न, निर्मळ सुहास्यवदन फादर डब्यातून उतरले. आमच्या हातात पुष्पगुच्छ होता. त्यांनी तत्काळ ओळखलं. "ओ, यू आर जुगा

काळे, ग्लॅड टु सी यू.'' आम्ही स्वागत केलं. कुलकर्णींची ओळख झाली. थोडंफार औपचारिक बोलून निघालो. फादर म्हणाले 'मी येथील चर्चमध्ये फ्रेश होऊन बरोबर ९ वाजता घरी येतो.'

वसंतनगरातील घरी फादर जॉन डिसिल्वा आले. आम्ही अत्यंत मनोभावे त्यांचं स्वागत केलं. फादर भारावले होते. मग चहापाणी, ओळखी, अन्य चर्चा आणि नंतर माझ्या 'जोगी' व 'सर्व धर्म'कादंबरीवर छान चर्चा. फादर मोजकंच पण मौलिक बोलत. त्यांनी त्यांच्या बॅगेतून माझ्यासाठी एक छोटंसं गिफ्ट म्हणून वस्तू बाहेर काढली. आकर्षक छोटी डबी होती ती. त्यांनी मला अत्यंत प्रेमभावानं दिली. म्हणाले, ''जुगा, मी व्हॅटिगन सिटीत दोन महिने होतो. पोपचा खास अतिथी म्हणून. तिथं जवळच व्हेनिस येथे जगप्रसिद्ध मेरी चर्च आहे. मदर मारिया चर्च. तिथले फादर स्नेह्यांना, भक्तांना, अतिथींना ओंजळ ओंजळ भरून येशूचं क्रॉस असलेलं सोन्याचं पदक भेट म्हणून देतात. हे पदक तेथील आहे. तुम्हास सप्रेम भेट म्हणून देण्यासाठी मी आणलं.''

माझे तर डोळेच पाणावले. कोण कुठले आपण. कुठून हे फादर आपल्या भेटीस आले आणि येशू ख्रिस्ताच्या मदर मेरीचं परदेशातील चर्चमधलं सुवर्णपदक गळाभेट म्हणून मला देतात... हे किती अपूर्व मला! मी फादर यांच्या पदस्पर्शासाठी वाकलो. फादरनी कडकडून आलिंगन दिलं व डोक्यावरून हात फिरवत 'गॉड ब्लेस यू' म्हणून मनोभावे आशीर्वाद दिला. मागोमाग मुलांनी, पत्नीनंही फादरना अभिवादन करून आशीर्वाद घेतला.

अत्यंत तेजःपुंज मुद्रा लाभलेला हा धर्मसंत- गुरू किती नम्र, लीन, किती सोज्ज्वळ! माझ्या आयुष्यातले हे अनमोल क्षण मला किती अपूर्व व आनंदाचे. कसे शब्दबद्ध करावेत? शब्दही अडखळतात.

असाच फोन डॉ. वि. रा. साळुंखे सरांचा. ''जुगा काळे, आसरा येथे चित्रकार सचिन खरात यांचेकडे आलोय; याल काय?''

मी धडपडून तिथं पोहोचलो. वरच्या माळ्यावर साळुंखे सर, खाली कडक पोलीस बंदोबस्त. स्पेशल सिक्युरिटी. मला सोडेनात. मग मी मोबाइलवर कळविलं, तर गॅलरीत येऊन सरांनी निरोप दिला. मी रूमवर गेलो. सरांची अतिशय शालीन शांत मुद्रा, तितकाच कोमल, मृदू आवाज. सरांनी मला कडकडून मिठी मारून म्हटलं तुमचं 'जोगी' आणि 'सर्व धर्म' अप्रतिम आहे.

मला त्यांना कसं उतराई होऊन बोलावं सुचत नव्हतं. पण ही माणसं मोठीच. बराच वेळ बोलत बसलो.

अखिल भारतीय साहित्य संमेलनाचे अध्यक्ष डॉ. कौशिक यांनीही अनेक भाषणांत माझ्या लेखनाचा- विशेषकरून 'सर्व धर्म' कादंबरीचा कौतुकपर उल्लेख केला. मला तर म्हणाले, की ''सर्व धर्म' ही माझी कित्येक वर्षांनंतरची आवडती

कादंबरी. मी या कादंबरीचा प्रचारकच आहे.''

काय होतं असं हे माझ्या साहित्यातील मर्म. आपण उपेक्षित असूनही आपणावर या दिग्गजांनी मनःपूर्वक प्रेम केलं. मी लिहिलं ते माझं वास्तव जगणं. त्यात अधिकतर 'रिॲलिटी ऑब्जेक्टिव्हिटी'वर माझा भर होता. शैली काव्यात्म असावी याविषयी मी कटाक्ष ठेवला होता, पण ती केवळ काल्पनिकतेकडे झुकू नये, याचीही दक्षता घेतली होती. साहित्यात 'अस्थेटिक ॲटिट्यूड' जरूर असला पाहिजे. साहित्य हे सौंदर्यशास्त्रही आहे. हे वस्तुनिष्ठ की आत्मनिष्ठ हा भाग सापेक्ष. व्यक्तिनिष्ठ हा मुद्दा वेगळा. पण चोखंदळ रसिक जाणकार असतो. त्याला साहित्य कलाकृतीची तादात्म्य अनुभूती येतेच येते.

एकूणच मी माझ्या साहित्याला पारंपरिक चौकटीत बसविण्याचा प्रयत्न केलाच नाही. अट्टहास तर नाहीच. ते मुक्त असूनही जीवनाशी प्रामाणिक असलेच पाहिजे याबद्दल मी आग्रही होतो. पटेल ते लिहून देऊ का? ...डिमांड-सप्लायचा सिद्धान्त मला माझ्या रुचीत, प्रकृतीत बसणारा नव्हता.

तासगाव येथे अण्णा भाऊ साठे साहित्य संमेलन होते. त्यानिमित्त माझे कविमित्र सतीश बेलसरे येणार म्हणून त्यांचा फोन झाला. तासगावाला थेट जाण्यापेक्षा आधी ते सांगलीस एक दिवस मुक्काम करणार, असं त्यांचं नियोजन होतं. त्यांच्या निरोपाप्रमाणे मी सांगलीतील रेस्टहाउसवर उतरण्याची सोय केली. सोबत सुप्रिया वहिनीही होत्या. या संमेलनाच्या नियोजनाचं बरचसं काम कार्याध्यक्ष देवेंद्र मोकाशी पाहत होते. संध्याकाळच्या जेवणासाठी बेलसरेंनी 'नॉनव्हेज- त्यातही चिकन करा' असं आवर्जून सांगितलेलं.

माझ्या पत्नीला असं आदरातिथ्य करून खाऊपिऊ घालणं याची मुळातच खूप आवड. ती यात खूप छान, खरी वस्ताद. मला सुगरण म्हणावंसं वाटत नाही तिच्याबद्दल. सुगरण हा साजूक तुपातला शुद्ध शाकाहारी शब्द आहे. आम्ही तर पिढीजात आणि सर्वसमावेशक मांसाहारी. कुठलाही मांसाहार आम्हाला वर्ज्य नाही. त्यात भेदभाव कसला?

आम्ही दोघं बाजारात जाऊन चांगले लाल तुऱ्याचे उमदे, ऐटदार, दोन देशी कोंबडे निवडले. विलायती कोंबड्याची चव आणि गावठी कोंबड्याची चव यात जमीन-अस्मानचा फरक असतो. माझ्या घरात खाणारे दर्दी रसिक. लहानपणापासून आम्ही त्यांना याबाबत मुळीच वंचित ठेवलं नाही. मुलांना साहित्यात रस नसला तरी मांसाहारात त्यांना चांगला रस होता. यातले ते रसज्ञच. झुबकेदार दोन कोंबडे घेतले. बाजूच्या चिकन सेंटरमधून त्यांना सद्‌गती दिली. हवे तसे पिसेस करून घेतले. बाजारातून अद्रक, कोथिंबीर, लिंबू, गरम मसल्याचं शॉपिंग केलं. घरी आलो.

बेलसरे सर, सौ. सुप्रिया वहिनी आणि देवेंद्र मोकाशी हे तिघे अतिथी आगमनाची निहित वेळ सात. आठास ताटं मांडायची (पानं नव्हे). सगळं शिस्तबद्ध.

'म्हणा म्हादेव' आधी आम्ही इकडचं तिकडचं बोलू लागलो. कविता, साहित्य, समकालीन साहित्य आणि साहित्यिक यावर. दरम्यान ताटाची आरास सौ. मांडू लागल्या. खमंग, झणझणीत वास आमच्या अवतीभोवती रुंजी घालू लागला.

...मग जेवणात आम्ही जे एकाग्रचित्त झालो ते देहभान हरपूनच. ग्रीन सॅलडचंदेखील भान राहिलं नाही.

भोजनाचा अप्रतिम बेत झाला. पत्नीनं दोन प्रकारे डिश सजवली होती. लाजवाब ग्रेवीसह.

सगळ्यांना जेवण खूप आवडलं. अधूनमधून माझ्या पत्नीचं ते खूप मनापासून कौतुक करत होते. 'घरचं ते घरचं, अशी टेस्ट नाही यापूर्वी अनुभवली,' म्हणत. बेलसरेवहिनींना राहवलं नाही. त्यांनी हिला हे कसं कसं केलं, काय वापरलं, तिखट किती, कुठलं? वगैरे वगैरे विचारून, सन्मानच केला. अन्नपूर्णा कौतुकाची भुकेली असते. हाही अनुभवच. मी बऱ्यापैकी साहित्य लिहीत होतो. तर माझी धर्मपत्नी अभिजात भोजनाची रसनिष्पत्ती करत, उत्तम रसनिर्मिती करत होती.

'अन्नदाता सुखी भव' म्हणत बेलसरे सरांनी आशीर्वाद दिला. आम्हाला पाहुणचाराचा आनंद लाभला.

सरांना रेस्टहाउसवर पोहोचतं करून आलो.

माझ्या बंगल्याच्या कम्पाउन्डवॉलला लागून बाहेर एक छोटासा बसायला आम्ही ओटा केलेला होता. गाडी लावून गेटजवळ आलो तर ओट्यावर कुणीतरी बसलेलं दिसलं. जवळ गेलो. काहीसा अंधार होता. पाहिलं तर माझ्या पत्नीचा धाकटा भाऊ अरविंद होता. अजागळ स्थितीत.

"अरविंद, का रे, आणि बाहेर का बसलास!"

"आत्ताच आलो भावजी, आक्का रागवंल म्हणून हितंच बसलू. मागच्या येळंला हाकलून दिलं व्हतं."

"बरं, चल आत."

आम्ही आत हॉलमध्ये आलो. पत्नी किचनमध्ये जेवत होती. 'जानका, आगं अरविंद आलाय' म्हणालो. ती काहीच बोलली नाही. थोडा वेळ असाच गेला. मग ती पदराला हात पुसत आली ती भावावर खेकसतच.

"आजुक आलास का हिकडं, कवा सुदारनार तू. का मला गिळ्ळ्यावरच तुजा आत्मा थंड व्हनार हाय."

अरविंद खाली मान घालून बसला होता. चाळिशी उलटून गेली तरी लग्न नाही.

फाटक्या नशिबाचा. नात्यातले सगळे जण याला 'साडंसाती' म्हणत. दळिद्री पायाचा म्हणत.

जानका आणि माझ्या लग्नाचे वेळी अरविंद केवळ वर्षाचा होता. आमचं लग्न ठरलं होतं त्या वेळी हा पोटात होता. सासूबाई अवघडलेल्या. साखरपुड्यात माझ्या सासऱ्यांना हार्ट अॅटॅक आला आणि ते गेले. अशुभ घटनेमुळे आमचं लग्न लांबलं. जवळजवळ मोडलंच होतं. पंधरवड्यातच अरविंद जन्मला. त्याच्या जन्माचं कोणालाच कौतुक नव्हतं. आनंद नव्हता. वडिलांना यानंच गिळलं म्हणून सगळेच दोष देऊ लागले. ब्राह्मणानीही दुजोरा दिला आणि अरविंदची फरपट सुरू झाली, ती अजून आहेच.

मी पत्नीला म्हणालो,

"जानका, अरविंद आलाय; त्याला जेवण तर वाढ, त्याला असं हिडीसफिडीस का करतेस! "

"आवं लै वैताग आन्लाय व्हं या कडूनं"

"आरे असं का म्हणतेस. ते राहू दे. तो भुकेजलेला दिसतोय. वाढ बरं आधी त्याला."

जानका धुसफुसत आत गेली व जेवणाचं ताट करून आणलं. आदळतच 'गीळ' म्हणून त्याच्या समोर ठेवलं. अरविंदनं उठून बेसिनमध्ये हात धुवून घेतला व जेवायला बसला. शांत जेवू लागला. खरंच त्याला खूप भूक लागली होती हे जाणवत होतं. पत्नीनं पुन्हा तोंडाचा पट्टा सुरू केला.

"आवो तुमाला काय सांगू, परवा तुमी भाईर गेला व्हता, तवा भुई गल्लीतली माणसं आली व्हती. लय रागात आन भडकली व्हती 'कुटाय अरविंद्या, कुटाय भाड्या, आमच्या ताब्यात द्या त्येचं हातपायच तोडतो,' म्हणून न्हाय तसं आरडाओरडा करून ब्याळब्याळ बोलत व्हते."

"पण का? कशासाठी?"

"इचारा की तुमच्या मेवन्याला. लय साडंसाती हाय. बापाला गिळून बसला, आयला मारून बसला आन आता माझ्या म्हागं लागलंया."

अरविंद तरीही मुकाट जेवत होता.

थोडं थांबून पुन्हा जानकाच बोलू लागली. आता आवाज जरा खालच्या पातळीवर होता. कुजबुजत सांगावं तसा.

"आवं, भुईगल्लीतली चुना इकत बसनारी एका पोरीची आय, ह्येनं फितवून पळवून न्हेली. नांदत्या घरातली बाय वो. तिची पोरगीबी न्हातीधुती हाय. आन तिचा नवरा व्हटेलात फडकं मारतुया. कसली बलामत आन्लीया वं हेनं. हितंबी सुखानं ऱ्हावू देतंया का न्हाय की. लय कडूझ्यार हाय वो, हेला बगिटल्यावर माजं

पित्तच खवळतंया.''

अरविंदला ऐकवेना. त्यानं अर्धवट जेवणाचं ताट तसंच ठेवलं. ताड्कन उठला. 'जातो भावजी' म्हणून निघू लागला. मी समजावू लागलो. कसंबसं शांत केलं. पण पत्नीचा राग अनावरच होता.

मला प्रकार लक्षात आला.

आई-वडील नाहीत. अरविंद एकटाच. कुठं राहतो, कसा राहतो. कसा जगतो कधी याकडं लक्षच गेलं नाही आपलं. आपण आपल्या जीवनात व्यस्त. अनेक गोष्टींत. वाचन, लिहिणं यातही. याआधी शिक्षण संस्थेचं कितीतरी दिवस पूर्ण वेळ स्वेच्छा काम केलं आणि गतस्मृतीत आता आत्ममग्न राहणं यापलीकडे काही नव्हतं. तसे सगळेच नातेवाईक अन्नास मोताद असलेले. कसं पोट भरतात, हाता-तोंडाचा मेळ कसा घालतात माहीत नव्हतं. खूप हलाखीत जगतात, एवढंच माहीत. पण प्रत्येकाचा नेहमीच निकटचा संबंध; पण संपर्क नसायचा. अरविंद पाच वर्षांचा असताना चुकला होता. कुणी काय तर कुणी काय सांगितलेलं. कुठून तरी कळलं तेही पंधरा वर्षांनी. अरविंद हैदराबादला एका मुसलमानाच्या हॉटेलात कामाला आहे म्हणून. चुकलेलं ५ वर्षांचं पोर त्या मालकानं सांभाळलं व हॉटेलात ठेवून घेतलं होतं. तिथंच एवढी वर्षं त्यानं काढली. कळलं तेव्हा आम्ही जाऊन त्याला घेऊन आलो. कसंबसं ओळखून, ओळख पटवून.

रात्रीचे अकरा वाजून गेलेले. घरात असा एकतर्फी गलका. एका अर्थानं विरोधाभासच. सतीश बेलसरे, सुप्रिया वहिनी व देवेंद्र मोकाशी यांचेबरोबर जेवताना हसत, आनंदात चर्चा करत जेवणाचा वेगळाच माहोल अनुभवला होता. हा तर आपलाच घरचा, नात्यातला माणूस जेवताना त्याच्यावर ही अशी लाखोली वाहत होती, हा वेगळाच प्रसंग होता. कोण बरोबर कोण चूक? कधीकधी उत्तरंदेखील संभ्रमात टाकतात.

अरविंद थांबला नाही. तसाच बाहेर पडला. मग कुठं गेला असेल? तो असं का वागतो? त्याला भलंबुरं कळत नाही काय? अशा व्यक्ती मला साहित्यातील संशोधनाच्या व्यक्तिरेखाच वाटतात. यातून माणसाचं मूळ शोधता येतं. स्वभावाचे, वर्तणुकीचे एकएक पापुद्रे हळुवार आणि अलगद उलगडून पाहता येतात. खूप असतं अवतीभोवती आपल्या.

❖

अकरा

दुपारीच पोस्टमन एक रजिस्टर्ड पाकीट घेऊन आला. मला दरमहा काही मासिकं येतात, माझ्या पत्त्यावर. अगदी ठरल्या क्रमानं अंतर्नाद, मिळून साऱ्याजणी, अक्षर वैदर्भी, ललित आणि मुक्त शब्द. अधूनमधून पुस्तकं, पत्रं येतात. पण आज चक्क रजि. ए.डी. पाकीट. पाकीट हातात घेऊन पाहिलं. वकिलाचं होतं. म्हणजे नोटीसच. सही करून घेतलं. पाकीट उघडून पाहिलं. जॉइंट चॅरिटी कमिशनर. लातूर येथे दाखल केलेल्या पिटीशन केसचे. आधार बहुउद्देशीय प्रतिष्ठानचा मी विश्वस्त व काही काळ मानद सचिव होतो. सेवानिवृत्तीनंतर भल्यामोठ्या उत्साहानं पत्करलेलं सेवाभावी काम. कुणी धनंजय मनोहर देशमुख यांनी प्रतिष्ठान विरुद्ध रिट पिटीशन दाखल केली होती. बॉम्बे पब्लिक ट्रस्ट ॲक्टमधील ४१ डी अन्वये संस्थेच्या सखोल चौकशीविषयी. अर्जदार देशमुख विरुद्ध संस्थेचे आम्ही ७ जण विश्वस्त प्रतिवादी म्हणून होतो. प्रतिष्ठानचा मी मानद सचिव असल्यानं मला प्रमुख प्रतिवादी केलं होतं. जवळजवळ अकरा पानांचं ते एका अर्थानं आरोपपत्रच होतं. प्रत्येक ओळ 'ज्याअर्थी तुम्ही...' म्हणून अंगावर धावून येणारी. कायद्याची भाषा असली म्हणून काय झालं- एक एक आरोप माझ्यावर मी जणू अट्टल गुन्हेगार म्हणून बेधडकपणे आदळत होता. ती नोटीस सलग वाचून काढली. थरारून गेलो. आपण एवढे दोषी, अपराधी, भ्रष्ट गुन्हेगार आहोत, हे मला या नोटिशीतील मजकुरानं प्रथमच कळून आलं. आश्चर्य आणि गंमतही वाटली.

रात्री लवकर झोप लागेना. ते एक एक आरोप पुन्हा माझ्यासमोर विकट हास्य करत भेडसावत होते. प्रतिष्ठानचा कारभार आपण स्वार्थ डोळ्यांसमोर ठेवून केला, संगनमतानं कारभार केला, प्रतिष्ठानच्या व बी.पी.टी. ॲक्टच्या नियमांचं पालन न करता उल्लंघन केलं, बेहिशेबी कारभार केला. प्रतिष्ठानचं नुकसान केलं. पदाचा दुरुपयोग केला, बनावट ठराव केले, चक्क अपहार करून सार्वजनिक न्यास संस्थेचं कधीही भरून न येणारं नुकसान केलं... एक का दोन- एकापेक्षा एक वरचढ आरोप! सुचेल तसे मांडत गेलेले. डोकं चक्रावून गेलं.

सदर नोटिशीस 'म्हणणे मांडणे'ची संधी होती. मग संस्थेनं एक आपला वकील नेमला. नोटिशीस उत्तर तयार केलं. एका

पानाचंच. 'नोटिशीतील आरोप निखालस खोटे, बिनबुडाचे व राजकीय द्वेषापोटी केलेले असून, ते आम्हाला मान्य नाहीत. सबब नोटिशीस उत्तर दिले. कळावे. दिनांक, सही ++ मानद सचिव जुगा भिवा काळे.'

कायद्याच्या चौकटीबाहेर आपणास जाता येत नाही. प्रोसिजरप्रमाणेच जावं लागतं. तुम्ही कोणीही, काहीही असा. नोटिशीस उत्तर पुन्हा रजि. ए.डी. पोस्टानं पाठवलं.

आधार प्रतिष्ठानचा जरी मी फाउंडर ट्रस्टी असलो तरी संस्थेच्या एकूणच विकासात मी सुरुवातीपासून नाममात्र होतो. जणू नामधारी विश्वस्त. जवळजवळ पंचवीसएक वर्षं. आपली नोकरी बँकेची- दर तीन वर्षांनी गावं बदलत राहणारी. उठवळ अशी. त्यामुळे प्रतिष्ठानात प्रत्यक्ष सहभाग नव्हता. संस्थेचे अन्य विश्वस्तही नोकरदार. बहुतेक सगळे आम्ही दलित. आधार प्रतिष्ठानचा मुख्य पिलर होता तो अध्यक्ष, ज्यांच्या एकट्याच्या कर्तृत्वामुळे शिक्षण संस्थेचा हा एवढा पसारा, डोलारा वाढू शकला. प्रतिष्ठानचे अध्यक्ष आदरणीय मोरे गुरुजी. साक्षात साने गुरुजींचीच प्रतिमूर्ती. तोच शालीन भाव, गरीब चेहरा, साधी राहणी. असं असलं तरी हे एक भन्नाट व्यक्तिमत्त्व होतं. शून्यातून विश्व निर्माण करण्याची धमक. झेड.पी.चे साधे शिक्षक ते दिल्लीचे तीन वेळा खासदार आणि वसंत साखर कारखान्याचे चेअरमन अशी गरुडझेप. गुरुजींचा साधेपणा, सोज्ज्वळ रूप ते चतुर-मुरब्बी असं धुरंधर राजकारणी स्वरूप. सगळंच चकित करणारं अनाकलनीय व्यक्तिमत्त्व. यशस्वी व्यक्तिमत्त्व.

माझ्या डोळ्यांसमोर एक प्रदीर्घ कालपट उभा राहतो... हळुवार उलगडत जाणारा. अविश्वसनीय. स्वप्न आणि सत्य याचा काय अन्योन्यसंबंध असतो, कोणी सांगावं? कधीकधी वाटतं, आयुष्य हेही एक स्वप्न आहे. कधी सुसह्य कधी दुस्सह!

नुकताच सेवानिवृत्त झालेला मी. प्रदीर्घ सेवेनंतर खूप मोकळंमोकळं वाटत होतं. सुट्टीचा आनंद आणि आता असा इथून, सुट्टीच सुट्टी याचा आनंद अतुलनीय. एक पर्व सहीसलामत पूर्ण झालं हा आनंद साधा नव्हता. त्यात यश, सुख, सफलता, निश्चिंतता, स्थैर्य, निष्कलंक सेवासमाप्ती आणि विवंचनारहित बंधमुक्तता, अशा अनेक तृप्तीच्या भावभावना अंतर्भूत होत्या. ४० वर्षांच्या नोकरीचा काळ निर्विघ्नपणे पार पाडणं, हे साधं नव्हतं. आता रोजचा दिवस स्वच्छ, कोरा, रिकामा. आपल्या पूर्ण मालकीचा.

शहरातील साहित्यिक, सांस्कृतिक कार्यक्रम मी चुकवत नाही आता. कार्यक्रमात आनंद मिळतो. ऐकायला मिळतं. देखणे सुंदर कार्यक्रम तर एक सुखानंदाची पर्वणीच. अनेकांच्या भेटी होतात. आठवणींना उजाळा मिळतो. नवं आणि उर्वरित जगायला उत्साह वाटतो.

कुठल्याशा पुस्तक प्रकाशनाचा कार्यक्रम संपवून मी स्कूटरवर वसंतनगराकडे घरी परतत होतो. काही वेळानं लक्षात आलं एक गाडी मागेमागे येत आहे म्हणून.

मी कडेनं स्कूटर चालवीत होतो, पण गाडी पुढे जात नव्हती. मागोमाग येत होती. जणू पाठलागच.

घरी आलो. मागून ती गाडीही दारासमोर येऊन थांबली. काय प्रकार कळेना. संभ्रमात पडलो.

लगबगीनं सफारी वेशातला व एका हातात नोटबुक आणि कानाला मोबाइल लावलेला गृहस्थ माझ्याकडे येऊ लागला. आला तो म्हणाला, ''तुम्ही काळेसाहेब ना?''

''होय.''

''चेअरमन मोरे गुरुजी आलेत.''

तोवर सौ., मुलं बाहेर आली. 'मोरे गुरुजी' आलेत म्हटल्यावर आम्ही सारे गडबडूनच गेलो. माझ्यापेक्षा जवळजवळ ते दहा वर्षांनी लहान. तरीही आमचे-त्यांचे खूप जुने आणि घनिष्ठ संबंध; मित्रत्वाने किंबहुना जरी दूरस्थ तरी नातेसंबंधाचे. किती वर्षांनी ही गाठ पडतेय!

आम्ही लगेच पुढे झालो व गेटजवळ गेलो, ''या गुरुजी... या गुरुजी, काय आश्चर्यच आहे,'' म्हणत मी त्यांना घरात आणले.

सोफ्यावर रेलून बसत ते म्हणाले,

''भाऊसाहेब गाठलं की नाही अखेर तुम्हाला मी. गाडीतून तुम्हाला पाहिलं. अचानक दिसलात आणि ड्रायव्हरला सांगितलं, 'या स्कूटरच्या मागोमाग चल' म्हणून. बरंच लांब आहे घर.''

''होय. पण ठीक आहे. तुमच्या सोबतचे ते गृहस्थ?''

''पी.ए. आहे. थांबू द्या बाहेर.''

''गुरुजी, किती वर्षांनी हो गाठभेट, पण बरं झालं आम्हालाही आठवण यायची. पण तुमचं राजकारण! कधी संपर्क होतच नव्हता आणि मीही बँकेच्या कामात व्यस्त. अलीकडेच सेवानिवृत्त झालो.''

''होय. कल्पना आहे मला. आम्हीही आता रिकामेच की. सत्ता गेली, तरी तेवढं खासदारपद आहे.''

''आम्ही वाचतो ना वृत्तपत्रात तुमच्याबद्दल. पण तरी तुम्ही बरीच वर्षं खासदार म्हणून होता ना...''

अशा गप्पा बराच वेळ झाल्या. विद्यमान खासदार म्हणून गुरुजी तरीही खूप व्यस्त असत. आधार प्रतिष्ठान ही संस्था आम्ही उभी केली. पंचवीस वर्षांपूर्वी गुरुजींना राजकारणात प्रवेश मिळाला आणि लगेच निवडून आल्याबरोबर साखर कारखान्याचं चेअरमन पद मिळालं. या कालावधीत गुरुजींनी संस्थेचा कायापालटच करून टाकला. अगदी एकट्यानं. सत्ता असली की कार्य करणं सुलभ होतं. ते

मुळातच शिक्षणप्रेमी गुरुजी. डॉ. बाबासाहेब आंबेडकरांच्या बी.सी. हॉस्टेलवर राहून कॉलेजपर्यंतचं शिक्षण केलेलं. बी.एड. झाले. झेड.पी.च्या हायस्कुलात बार्शी गावी बरीच वर्षं शिक्षक म्हणून कामही केलं. माझी त्यांची याच गावी भेट झाली. आम्ही दोघंही जोगी समाजाचे. मी बँकेत असल्यानं पगाराच्या निमित्तानं ते बँकेत येत असत. भेट, ओळख झाली. स्नेह वृद्धिंगत होत गेला. समाजाची अशीच काही मित्रमंडळी जमू लागली. हायस्कूलचं एक हॉस्टेलही होतं. गुरुजी तिथंच राहत. आम्ही काही सामाजिक कार्याची आवड असणारे इथल्या वसतिगृहात जमत असू. चर्चा होई. बैठका होत. या विचारविनिमयातून शिक्षण संस्थेची कल्पना पुढे आली.

उत्साहाच्या भरात संस्था उभी राहिली. धर्मादाय आयुक्त यांचेकडे न्यासनोंदणीही केली. सातही विश्वस्त शिक्षित. एक नवा हुरूप आला. मोरे गुरुजी तसे ध्येयासक्त. अनेक शिक्षण महर्षींच्या कार्याची त्यांना ओळख होती. तशाच धर्तीवर आपण वंचित, दलित व बहुजन समाजातील होतकरू, गरीब मुलांना शिक्षणाची संधी उपलब्ध करून द्यायची, असा त्यांचा मनोदय. जोतिबा, शाहू आणि बाबासाहेबांची आद्याक्षरं घेऊन 'आधार'ची स्थापना केली. उत्साह दांडगा. आधार संस्था नोंदणी प्रमाणपत्र मिळालं आणि प्रत्यक्षात कामास लगेच सुरुवातही केली. याच दरम्यान ऐंशीच्या लोकसभेच्या निवडणुकाही आल्या. मोरे गुरुजींच्या कार्याचं स्वरूप, सेवाभावी वृत्ती व तळमळ पाहून पक्षानं उमेदवारीही दिली. गुरुजींची पहिली निवडणूक. गुरुजींनी अत्यंत प्रभावी भाषणं द्यायला सुरुवात केली. अगदी महत्त्वाच्या, मोक्याच्या ठिकाणी उत्तम भाषणं दिली. आपल्या ध्येयाचं, आपल्या आयुष्याचं एकमेव कार्य म्हणजे जनसेवा, हे अत्यंत ठासून ठिकठिकाणी सांगितलं. लोकांवर खूप प्रभाव पडत गेला. मोरे गुरुजी प्रचंड मतांनी निवडूनही आले आणि एका विधायक कार्याची मुहूर्तमेढ रोवली गेली.

दरम्यान आम्ही विखुरलो गेलो. बहुतेक विश्वस्त नोकरदार. बदल्या अपरिहार्य होत्या. 'आधार' वृक्षावरचे आम्ही सभासद बघताबघता उडून गेलो.

मधला जवळजवळ वीसएक वर्षांचा काळ उलटून गेला.

या एकट्या शिलेदारानं शिक्षण संस्थेचा नेत्रदीपक विकास घडवून आणला. जरूर तिथं आमचा सहभाग घेत; पण राजकारण सांभाळत संस्था प्रगतिपथावर नेली. इतकी की, कोणाचाही विश्वास बसणं अवघड. संपूर्ण महाराष्ट्रभर शिक्षणकार्याचा विस्तार केला. महाराष्ट्रात 'आधार' प्रतिष्ठान ही एक अत्यंत अग्रगण्य अशी प्रमुख शिक्षण संस्था म्हणून ओळखली जाऊ लागली.

बघताबघता संस्थेच्या अंतर्गत चार महाविद्यालयं, तीन हायस्कूलं, दोन आश्रमशाळा आणि अनेक वसतिगृहं महाराष्ट्राच्या ठिकठिकाणी कार्यरत झाली. प्राध्यापक, शिक्षक, शिक्षकेतर कर्मचाऱ्यांचा ताफाच उभा राहिला. तीन हजारांहून अधिक मुलं

संस्थेच्या माध्यमातून शिक्षणाचा लाभ घेऊ लागली. अनेक युनिट्स अनुदानित, तर मोजक्याच काही नव्या विनाअनुदानित. संस्थेचं रीतसर ऑडिट बॅलन्सशिट होत गेलं. हा कार्याचा वेग एवढा प्रचंड होता, की मोरे गुरुजी अविरत व्यस्त होते. उसंत म्हणून काही नव्हतीच. पंचवीसएक वर्षांत 'आधार' बहुउद्देशीय प्रतिष्ठान नावाचं एक बृहद् शैक्षणिक संकुल डौलानं उभं राहिलं.

आज मोरे गुरुजी बराच वेळ थांबले होते. संस्थेच्या उभारणीचे आम्हीही शिलेदारच; परंतु जी वाटचाल केली ती गुरुजींनीच केली. आज शिक्षण संस्थेचा वटवृक्षच डौलानं बहरलाय. पक्षाच्या हातून सत्ता गेल्यानं गुरुजींना आज मंत्रिपद नाही. केवळ खासदार. त्यामुळे त्यांना वेळही बराच मिळतो आजकाल, परंतु तरीही एकटे कुठवर धावणार. कुणीतरी सोबतीला असावं असं वाटणं साहजिकच आहे. संस्थेची त्यांना तळमळ. अपत्य जपावं तसं जपतात संस्था. आजच्या माझ्या घरच्या प्रदीर्घ चर्चेत गुरुजींनी इच्छा बोलून दाखविली. मला पूर्वीपासून भाऊसाहेब म्हणत. आजही असंच मनापासून बोलत होते, "भाऊसाहेब, आता तुम्ही सेवानिवृत्त झालात. इतकी वर्षं तुम्ही बँकेची सेवा केलीत. तुमचा अनुभव, अभ्यास दांडगा आहे, शिवाय संस्थेचे सुरुवातीपासूनचे विश्वस्त. तेव्हा आता तुमचा सेवानिवृत्तीनंतरचा मोकळा वेळ संस्थेस दिलात तर खूप चांगलं होईल. आपणच रोप लावलं आहे. तेव्हा इथून पुढं संस्था ताब्यात घ्या व मानद सचिव म्हणून काम पाहा. हवंतर मानधन घ्या. तुमच्या अनुभवाचा, ज्ञानाचा संस्थेस खूप उपयोग होईल. संस्था आणखी वृद्धिंगत होईल आणि काही काळ आम्हालाही विश्रांती मिळेल."

गुरुजींनी प्रस्ताव मांडला होता- अत्यंत तळमळीनं. त्यात गैर काहीच नव्हतं. अप्रस्तुत काहीच नव्हतं. माझाही इथूनचा सगळा रिकामा वेळ सत्कारणी लागणार होता. एक उत्तम शैक्षणिक काम, त्यातून समाजसेवाही घडणार होती. आयुष्यात आपणही निदान उत्तरायुष्यात तरी स्वतःशिवाय समाजासाठी काही कर्तव्य म्हणून, ऋण म्हणून सेवाभावी काम केलं, याचं मोठं समाधान मिळू शकणारं होतं. समाजऋणातून उतराई होण्याची सहज चालून आलेली संधीच होती ही. मला प्रस्ताव योग्य वाटला. यात फारसा विचार तरी करण्यासारखं काय होतं? मी याकडे सकारात्मकच पाहिलं. मनातल्या काही शंका विचारल्या. निरसन झालं आणि अखेर गुरुजींना होकार दिला तो एका अटीवर– मी संस्थेचं पूर्ण वेळ काम पाहीन, पण सेवाभावी व्रत म्हणून. मानधन म्हणून एक छदाम घेणार नाही. बँकेनं भरपूर दिलं. उदरनिर्वाहासाठी पुरेशी पेन्शनही आहे. आणखी काय लागतं?

गुरुजींना समाधान वाटलं. त्यांच्या चेहऱ्यावर वेगळंच समाधान चमकत होतं. पुन्हा एक वेगळाच हुरूप तरळत होता. आणखी काही नवं उभं करू, याचा.

❖

बारा

सेवानिवृत्तीनंतर मी पुन्हा नव्या सेवेला स्वतःला बांधून घेतलं. बँकेतल्या शिस्तबद्ध व नियोजनपूर्वक कामाच्या जुन्या सवयीमुळे प्रतिष्ठानचं कामही मी तेवढ्याच निष्ठेनं करण्याचा निर्धारच केला. अंगभूत शिस्तीचं पालन चुकत नसतं.

शहराच्या नव्या विस्तारित भागात संस्थेनं शासकीय गायरान जमीन मिळविली होती. पाच एकर जागेत नवं कॉलेजही उभं केलं होतं. प्रतिभा कला महाविद्यालय. प्रशस्त इमारत, विस्तीर्ण मैदान, क्रीडांगण. सर्व सोईंनी युक्त. इथंच मी संस्थेचं कार्यालय सजवलं. संस्था स्थापन होऊन २५ वर्षं उलटून गेलेली; परंतु संस्थेचं म्हणून स्वतंत्र असं कार्यालयच नव्हतं. मोरे गुरुजींना गरज वाटली नसावी. ते स्वतः व संस्थेच्या काही जाणकार मुख्याध्यापक, क्लार्क तसंच त्यांच्या पी.ए. पैकी विश्वासूंना बरोबर घेऊन संस्थेचा कारभार पाहत. आजवर जे उभं केलं ते अशा सहयोगातून. महाविद्यालयं, हायस्कूल्स, आश्रमशाळा, वसतिगृह उभी राहिली, परंतु संस्थेचं त्यावर देखरेखीचं, प्रशासनाचं काम पाहणारं कोणी नव्हतं. मी आता प्रथमच मानद सचिव म्हणून खास कार्यालय स्थापन करून काम पाहू लागलो. ऑफिस सजवलं. टेलिफोन आला. माझ्यासाठी खास दोन शिपाई दिमतीस होते. कपाट, स्टेशनरी, रजिस्टर्स, शिक्के यांपासून सुरुवात. खूप प्रचंड कामाचं स्वरूप होतं. मला बँकेच्या अर्थव्यवहाराचा व प्रशासनाचा अनुभव खूप होता. त्यामुळे अडचण नव्हती.

माझ्या परिचयाचे एक वकील मित्र होते. वर्गमित्रच. अॅडव्होकेट वळसंगकर. त्यांना भेटून कायदेशीर कामाची माहिती घेतली. त्यांनी संस्थेस स्वतंत्र वकील व स्वतंत्र सी.ए. नेमून घेण्याची सूचना केली. मला हे खूप महत्त्वाचं वाटलं. त्याप्रमाणे चॅरिटी कमिशनरांकडील धर्मादाय, न्यास संस्थेची खास कामं पाहणारे ए. बी. मनगोळी वकिलांना नेमलं. तसंच सांगलीतले जुने प्रख्यात सी.ए. बी. के. भोळे यांनाही नेमलं.

याकरता प्रथम संस्थेची विशेष सर्वसाधारण व एक कार्यकारिणीची सभा बोलावली. विषय मांडले. ठराव संमत केले. बँकेत प्रतिष्ठानचं एक नवं खातं उघडलं. माझ्या ऑफिसात कॉलेजातील सर्व प्राध्यापक, स्टाफची प्राथमिक एक मीटिंगही घेतली.

हे सगळं नवं, प्रथमच होतं. अल्पावधीतच माझ्या कामानं वेग घेतला. मी कार्यालयात सकाळीच यायचो. घर जवळच होतं. जेवायला तेवढं जायचो व पुन्हा अगदी संध्याकाळपर्यंत कार्यालयात थांबायचो.

कार्यालयामुळे संस्थेचं नवं पर्वच सुरू झालं.

ॲडव्होकेट मनगोळींच्या साहाय्यानं धर्मादाय आयुक्त कार्यालयातून प्रतिष्ठानची नोंदणी प्रमाणपत्रं प्रमाणित करून घेतली. दोन्ही. एक बी.पी.टी. ॲक्टनुसार असलेलं व दुसरं सोसायटी ॲक्टनुसारचं. परिशिष्ट 'अ' ची प्रत काढून घेतली. यात संस्थेची स्थिती नोंद असते. परिशिष्ट 'अ' व संस्था स्थापन केली तेव्हा जे पहिलं विश्वस्त व कार्यकारिणी मंडळ होतं, तीच फक्त नोंद होती. त्यानंतर पुढील पंचवीस वर्षं होऊन गेली तरी कसलीही नोंद नव्हती. माझ्या लक्षात आलं- मोरे गुरुजींनी फक्त संस्था संचालित शैक्षणिक युनिट्स तेवढी उभी केली. त्याकरता जमिनी मिळविल्या, इमारती बांधल्या. शाळा, हायस्कूल, महाविद्यालयं यांच्या मान्यता घेत गेले. स्टाफ नेमला; परंतु संस्थेची जी महत्त्वाची कागदोपत्री नोंद करून घेणं अत्यावश्यक होतं, ते काहीच केलं नव्हतं. लागूपुरते ठराव केलेले. त्याच्या नीट फायली नव्हत्या, प्रोसिडिंग अजेंडा, सभावृत्तान्त काही काही नव्हतं. जरुरीपुरतं ऑडिट करून घेतलेलं; परंतु त्याचं रीतसर बॅलन्सशिट, अंदाजपत्रक व आयकर विभागाकडे प्रत दाखल करणं वगैरे काहीच केलं नव्हतं. त्यामुळे परिशिष्ट 'अ' धर्मादाय आयुक्ताकडे कोरंच. वकिलांनाही आश्चर्य वाटलं. इतकी वर्षं नियमाप्रमाणे कसलंही रेकॉर्ड कसं ठेवलं नाही? संस्थेच्या महाराष्ट्रभर अनेक जमिनी, जागा आहेत त्या किती, त्यांचं क्षेत्र किती, सर्व्हे नंबर्स, सातबारा उतारे काहीच माहिती नव्हती. तीही नोंद धर्मादाय आयुक्तांच्या परिशिष्टात नव्हती.

बापरे! हे भयानक आहे. युनिट निर्मितीसाठी जरुरीपुरत्या फायली तयार करायच्या व राजकीय बळावर आणि स्वत:च्या कार्यक्षमतेच्या जोरावर विविध शैक्षणिक युनिट्स मंजूर करून घ्यायची, एवढं काम मात्र करून घेतलेलं. बाकी रेकॉर्डचं काय?

एकंदरीत कामाचं स्वरूप माझ्या ध्यानात आलं. हे सगळं रेकॉर्ड तयार करणं जरुरीचं होतं. संस्था प्रत्यक्ष जमिनीवर डौलानं मिरवतेय, पण कागदोपत्री तिचा मागमूसही नाही, हे चुकीचं होतं. हे रेकॉर्डचं काम प्रचंड होतं. कायद्यानं बंधनकारक होतं. चेअरमन मोरे गुरुजींच्या प्रभावामुळे कोणी विचारत नव्हतं. सगळं निमूट चाललेलं; परंतु उद्या केव्हा कुणी कारभाराविषयी तक्रार केली, चौकशी करण्याविषयी अर्ज दाखल केले तर अवघडच होतं. या संस्थेचा मीही फाउंडर ट्रस्टी त्यामुळे मीही, प्रत्यक्ष काहीही सहभाग नसताना, जबाबदार धरला जाणार होतो.

आता काय करायचं?

मी मूळचा साहित्यिक, व्यवसायाने बँकर झालो होतो. आता सेवानिवृत्तीनंतर पूर्ण वेळ शैक्षणिक कार्याला वाहून घेतलं. जे केलं, जे करतो ते मनापासून, मुळापासून इत्थंभूत माहिती घेऊन करतो. न्यासाची कामं कशी होतात, कशी करायची हे जाणून घेण्यासाठी मी बी.पी.टी ॲक्ट १९५० चा जाडजूड ग्रंथ विकत घेतला. त्यातल्या तरतुदी, कलमं, नियमावली, गाइडलाइन्स, परिशिष्टं मुळातून पाहिली आणि त्याप्रमाणे संस्थेचे रेकॉर्ड तयार करू लागलो. शिक्षण संस्थेस न्यासाच्या नोंदणीचा क्रमांक 'एफ' विभागात येतो इथपासून, ते संस्थेच्या महाराष्ट्रभर असलेल्या जमिनी, जागांची नोंद ज्या इंडेक्सनुसार करायची त्याचं रजिस्टर मेन्टेन करण्यापर्यंत मी ट्रस्टचं रेकॉर्ड बनवू लागलो.

प्रतिष्ठानच्या अंतर्गत अनेक शाळा, प्रशाला आहेत त्यासाठी मी तत्संबंधीची कायदे, कोड, संहिता, प्राधिकरण न्यायनिवाडे आणि पुस्तकं घेतली. महाराष्ट्र विद्यापीठ कायदा १९९४ चं पुस्तक, सीनिअर-ज्युनिअर कॉलेज हॅन्डबुक तसंच अन्य लागणारी पुस्तकं जमा केली. संस्थेच्या दोन आश्रमशाळा असल्यानं त्यांचाही कारभार रीतसर, शिस्तबद्ध व काटेकोर करता यावा म्हणून खास पुण्याहून आश्रमशाळा व्यवस्थापनाचं मोठं जाडजूड पुस्तक आणलं. या सगळ्यांचा फायदा असा झाला, की शाळा-कॉलेज कसं उत्कृष्टपणे चालवायचं, वेळच्या वेळी कोणती काळजी घ्यायची, नियमांचं तंतोतंत पालन कसं करायचं, याची अद्ययावत माहिती, संकेत, याचा वस्तुपाठच हाती लाभला. मी मग वेळच्या वेळी आणि मुदतीत ती ती कामं व्हावीत याचं नियोजन केलं. सगळ्यात महत्त्वाचं म्हणजे यासंबंधीची मी सखोल अभ्यास करून माहितीची टिपणं तयार केली. एक सर्वसाधारण सभा बोलावली. संस्थेतील सर्व स्टाफ, शिक्षक व शिक्षकेतर यांची कार्यशाळाच भरवली. चर्चा केली. माहितीची पत्रकं, नियोजनाची शेड्युल पत्रकं दिली. संस्था जी विस्कळीत, विखुरलेली, अस्ताव्यस्त होती. सर्वच बाबतीत तीस आळा बसू लागला. नियंत्रणात येऊ लागली.

इतकी वर्षं सुस्तावलेल्या कर्मचाऱ्यांना अवघड वाटू लागलं. नाठाळ घोडे लवकर माणसाळत नाहीत, तसंच माणसांचंही असतं. अंगी मुरलेली बेशिस्त लवकर झटकून कार्यक्षम होण्यास वेळ लागतोच. काहींना हे अकारण वाटू लागलं. शिस्त कडक वाटू लागली. नियमाप्रमाणे आणि शिस्तीचं पालन करून कामं करणं यांना अवघड का वाटावं? पण मला यात सवलतीनं घेणं, शिस्तीकडं डोकेझाक करणं, दुर्लक्ष करणं हे मुळातच कबूल नव्हतं. कठोर परिश्रमांना पर्याय नसतो, हे माझं तत्त्व. सुरुवातीस त्यांना जड जाऊ लागलं; मात्र इलाज नव्हता. संस्था, संस्थांतर्गत अनेक युनिटं यांची प्रगती, उन्नतीसाठी हे अपरिहार्यच होतं. मी प्रत्येकाला त्यांच्या कामाचे प्रगती रिपोर्ट्स दर पंधरवड्याला मुख्य कार्यालयाला देणं सक्तीचं

केलं. मी स्वतःच आता या कार्यात झोकून घेतलं होतं. दिवसरात्र किंबहुना अहोरात्र.

सहा महिने उलटून गेले. एवढ्या कालावधीत प्रगतीच्या खाणाखुणा जाणवू लागल्या. कित्येक वर्षं प्रतिष्ठानच्या मीटिंगा झाल्या नव्हत्या. ट्रस्टींचाच कधी संपर्क नव्हता, तिथं या अल्पावधीत तीन कार्यकारिणींच्या व ट्रस्टींची एक विशेष सर्वसाधारण सभा संपन्न झाली. हे सारं पाहून मोरे गुरुजींना समाधानच झालं. ते आवर्जून येत. छान चर्चा होई. संस्थेत एक वेगळंच चैतन्य संचारलं होतं. मोरे गुरुजींना माझी कार्यपद्धती आवडली. अलीकडे मी स्वतः संस्थेच्या अनेक शाळा, हायस्कूल, कॉलेजला भेट देत होतो. आश्रमशाळेस भेट दिल्यानंतर तिथंच मुलांत मुक्कामही करत होतो. माझं हे सक्रिय भाग घेणं, डिव्होशन सगळ्यांना कळत होतं. सगळेच धडपडू लागले. केवळ नोकरी म्हणून संस्था नसते, तर ती एक पवित्र अशी समाजसेवा असते. शिक्षण शारदेची मंगलमय पूजा असते, अशा भावनेतून सगळेच पाहू लागले. कृतिशील होऊन सेवाभावी दृष्टिकोनातून सहभाग, सहयोग देऊ लागले. हे तसं इथं अपूर्व होतं.

एक मात्र ध्यानात आलं- जेव्हा नुसताच उपदेश केला जातो, तेव्हा तो परिणामकारक होईलच असं नसतं. सक्ती, धाक दाखवूनही उपयोग होतोच असं नाही. निर्ढावलेपण आपली वृत्ती बदलत नाही. मी स्वतःच या शैक्षणिक व सामाजिक कार्याला वाहून घेतल्यानं व माझा सगळ्या कामात, कार्यात, कामकाजात प्रत्यक्ष सहभाग असल्याचं पाहून संस्थेच्या कर्मचाऱ्यांत एक मिळून मिसळून एकत्र काम करण्याची भावना बळावत गेली. प्रतिष्ठानचे मानद सचिवच जर इतकं जीव तोडून काम करतात तेही विनावेतन, तेव्हा आपणही संस्थेस आपलं कॉन्ट्रिब्यूशन दिलंच पाहिजे हा विचार रुजू लागला.

माझी कामाची पद्धत अशी काही वेगळीच होती. आपल्या शब्दास किंमत मिळायला हवी. आदेश, हुकूम सोडत सक्तीनं माणसं जिंकता येत नाहीत, हे मला माहीत होतं. आपला शब्द झेलला पाहिजे इतकं आपण आपल्या माणसात प्रतिष्ठा ठेवून राहिलं पाहिजे. खूप स्वस्तही व्हायचं नसतं. खूप हुकूमशहाही व्हायचं नसतं. आपल्याविषयी आदरयुक्त भीतीही त्यांच्यात असायला हवी, असं आपलं व्यक्तित्व त्यांच्या ठायी आपण निर्माण करायला पाहिजे, अशी माझी भूमिका होती. हे सोपं नसतं. संस्थेत अनेक तऱ्हेची, अनेक नमुन्याची माणसं असतात. सगळेच जिंकता येतील असंही नसतं; पण प्रयत्न तर करायलाच हवेत, हीही ठाम भूमिका.

हे सगळं करत असताना मी प्रतिष्ठानचं रेकॉर्डही लवकर पूर्ण करून घेतलं. जुनं शोधत बसण्यापेक्षा पुन्हा नव्यानं लिहून काढलं. प्रतिष्ठानच्या कार्यकारिणीचे दर पाच वर्षांनी बदल अहवाल चेंज रिपोर्ट कमिशनरांकडे दाखल करून ते मंजूर करून घ्यावे लागतात. त्यासाठी मी प्रतिष्ठानच्या कार्यकारिणी मंडळाचे व प्रतिष्ठानच्या

सर्वसाधारण सभेचे वृत्तान्त नियमित करून लिहून काढले. त्या त्या सभेच्या सात दिवस आधीच्या अजेंडापत्रकासह.

संस्थेच्या आर्थिक व्यवहाराचं रेकॉर्ड ठेवणं अत्यंत महत्त्वाचं असतं. आर्थिक बाब, मुद्दा तसा नाजूक विषयाचा. अनेक संस्थांत आर्थिक व्यवहारात गैरप्रकार झालेले मला माहीत होते. मी मुळातच बँकर, आर्थिक बाबतीत दक्ष असणं, काटेकोर हिशेब ठेवणं तेही नियमानुसार, याकडे माझा कटाक्ष अधिक होता. हे काम मला तसं तारेवरची कसरत वाटत होती. याआधी संस्थेनं केलेल्या व्यवहाराचं रेकॉर्ड सापडत नव्हतं. संस्थेच्या अंतर्गत असलेल्या प्रत्येक युनिटनं त्यांच्यापुरतं ऑडिट करून घेतलेलं, तेव्हा तेही धड नीट नव्हतं. बॅलन्सशिटचा पत्ता नाही. नुसतं इन्कम आणि एक्स्पेंडिचरचे तक्ते. जमाखर्चाचे ताळमेळ कसबसे जुळविलेले. संस्थेस खरी शिस्त लावायची ती इथंच, हे माझ्या लक्षात आलं. मी सर्व युनिटची मिळतील तेवढी लेखापत्रं मिळविली. ती बारकाईनं अभ्यासली. आर्थिक व्यवहारात कुठंच नीट संगती जुळत नव्हती. कीर्द, खतावण्या, कॅशबुक, व्हाउचर्स यांचा पत्ताच नव्हता. तरीही इतकी वर्षं संस्था व संस्थांतर्गत युनिटचा कारभार सुरळीत कसा चालला होता, हे तसं अजब होतं. ग्रॅन्ट येत असे. ती दोन प्रकारची. सॅलरी ग्रॅन्ट आणि नॉन सॅलरी गॅन्ट. शिवाय आश्रमशाळा, वसतिगृहाची मोठ्या प्रमाणात येणारी ग्रॅन्ट वेगळीच.

सुरुवातीचे काही दिवस मी या आर्थिक व्यवहाराच्या छाननीत, तपासणीत अधिक लक्ष घातलं. यात नेमकं काय होतंय हे, पैसा कसा येतो, तो नीट रीतसर खर्च होतो की नाही, नसेल तर त्याचं काय होतं, की हिशेब ठेवण्यात अक्षम्य हेळसांड होते, हे डोळसपणे पाहायचं होतं. वस्तुतः मागील या व्यवहाराचा माझ्याशी काहीच संबंध नव्हता. इथून अर्थातच मी अत्यंत काळजीपूर्वक व काटेकोरपणे निर्देशाचे पालन करून चोख नोंद व रेकॉर्ड ठेवणार होतो. पण तरीही मागील व्यवहारावरून मला प्रतिष्ठानच्या अर्थविषयक स्थितीचं नेमकं स्वरूप कळणार होतं. त्यामुळे त्यात लक्ष घालायचं ठरवेलं- अगदी मनापासून.

खोलात शिरू लागलो तेव्हा धक्केच बसू लागले. काही ठिकाणी युनिटचे खर्च नुसते आकडे बदलून दाखविलेले. प्रत्येक वर्षी त्याचा प्रत्यक्ष खर्चाशी काहीही संबंध नव्हता. एखाद्या हायस्कूलचा खर्च व त्याचे हेड्स ठरलेले; स्टेशनरी, लायब्ररी, उपकरणे खरेदी, वेतन, वीज खर्च, खेळाचे साहित्य खरेदी, प्रवास खर्च, ऑफिस खर्च वगैरे. जमा सदरात वेतन ग्रॅन्ट रिसीव्हड, नॉन सॅलरी ग्रॅन्ट रिसीव्हड, देणगी आणि संस्था जमा एवढी दाखविलेली. मुख्याध्यापकांना मी याच्या प्रत्यक्ष जमाखर्चाची माहिती विचारली. हेड्स, खर्च व्हाउचर्स दाखवा म्हटलं, तर क्लार्ककडे बोट दाखविलं जायचं. क्लार्कला सगळं समोर ठेव, एकएक आयटेमवार दाखवा म्हटलं

तर त्याला धड ओपनिंग बॅलन्स व क्लोजिंग बॅलन्सदेखील माहीत नसल्याचं लक्षात यायचं. हे भयंकरच होतं. मला आश्चर्य वाटलं ते याचं की, ही लेखापरीक्षण पत्रकं सह्यानिशी कशी मिळवली. एका क्लार्कला विचारलं संबंधिताच्या, तेव्हा धक्काच बसला. त्यानं चक्क सांगितलं 'साहेब सगळं मिळतं, मॅनेज केलं की!' मला नीट उलगडा होत नसे. एकंदरीत हा सगळाच गोंधळ असल्याचं ध्यानात आलं. मागची मढी उकरून काढण्यात काय अर्थ आहे. त्यासाठी थोडेच आपण नियुक्त आहोत. सद्यःस्थिती लक्षात घ्यावी व इथून पुढे आपण तंतोतंत नियमानुसार सगळ्यांना कडक शिस्तीत जुंपून काम करून घ्यायचं, असं ठरविलं.

मी सगळ्यांना अडचणीचा होऊ लागलो. होणारच. बदल कधी रुचतो का?

मी एक जणू प्रकल्पच हाती घेतला. सगळं काही सेंट्रलाइज्ड करायचं. युनिटच्या अर्थव्यवस्थेचा संबंध थेट 'आधार प्रतिष्ठान' नावाच्या बँक अकाउन्टशी जोडायचा. ग्रॅन्ट्स प्रथम प्रतिष्ठानच्या मुख्य खात्यात जमा करून मग संस्थेकडून त्या त्या युनिटला नियमाप्रमाणे ट्रान्सफर फंड दाखवत व्यवहार करायचे. काम जिकिरीचे होतं; परंतु आर्थिक शिस्तीस याशिवाय पर्यायच नव्हता. मी तसे निर्देश दिले. सर्व अकाउन्टिंग सिस्टिमच बदलून घेतली.

इष्ट ते दृश्य परिणाम दिसू लागले. प्रगतीचे रिपोर्ट्स पंधरवड्याला यायचे. हे सगळं मी स्वतः पाहायचा. कोणावर विसंबून राहण्यात मतलब नव्हता. त्याचा उपयोग तरी काय?

अशा पद्धतीनं कामाला गती तर मिळालीच, पण मला अभिप्रेत असलेली आर्थिक शिस्त संस्थेस लागली.

या काळात मी जवळजवळ २५ वर्षांचं प्रतिष्ठानचं प्रोसिडिंग लिहून अद्ययावत केलं. सगळं पुनर्लेखनच. सर्व सदस्य, विश्वस्तांच्या सह्यानिशी. त्यातले बदल रिपोर्ट्स-चेंज रिपोर्ट्स, महत्त्वाचे ठराव, आर्थिक विवरणे, ताळेबंद धर्मादाय आयुक्तांकडे नियमाप्रमाणे मी स्वतः दाखल केले. हे सारं बी.पी.टी. ॲक्टप्रमाणे होण्यास ॲड. मनगोळींची खूप मदत झाली. त्यांच्या सल्ल्यानं हे कायदेशीर सोपस्कार व्हायचे. संस्थापक मोरे गुरुजींशी माझी वेळोवेळी भेट व्हायची. फोनवर तर सतत संपर्क आणि बोलणं. त्यामुळे हा सर्व प्रगतीचा आढावा त्यांना नित्य कळत होता. माझ्या या अहोरात्र कामाच्या पद्धतीनं ते चकित झाले. मला म्हणायचे, ''भाऊसाहेब, हे इतकं काही करायचं असतं याकडे आम्ही कधी लक्षच दिलं नव्हतं. आज पटतं संस्थेच्या सर्वांगीण विकासासाठी संस्थेचं रेकॉर्ड व्यवस्थित ठेवणं किती महत्त्वाचं आहे ते. असं शिस्तबद्ध व नियमित असलं तर कोण बोट दाखवील संस्थेस आणि दोष देईल.''

मोरे गुरुजींच्या माझ्या भेटीही वाढल्या. सतत काहीना काही चर्चा घडत असे.

कधी कुठं संस्थेसाठी नवी जागा मिळतेय, शासनाकडून किंवा खासगीही, ते सांगत. बोलणी होत. मला त्यात प्रत्यक्षात सहभागी करून घेत. कधीकधी माझ्यावर सोपवून देत. मी आर्थिक व्यवहारातील कायदेशीर तेवढा भाग पाहत असे बाकी अन्य त्यांच्यावरच सोडून देई. मला पैशापासून दूर राहणंच श्रेयस्कर वाटे- रेकॉर्ड लिहिणं सोडून. एक लक्षात आल्याशिवाय राहिलं नाही, मोरे गुरुजी संस्थेसाठी जे काही आहेत ते करत. स्वतःसाठी कवडीही ठेवून घेत नसत. संस्थेकडे आर्थिक ओघ, आवक खूप होती; पण गुरुजी स्वतः त्यापासून दूर राहत. त्यांच्या खिशात शंभराची नोटदेखील कधीच नसे. जे येई ते संस्थेत मुरत असे. पण तरीही त्यात बरंच काही पी.ए., त्यांचे कार्यकर्ते, त्यांनी ज्या ज्या मुख्याध्यापक व संस्थेच्या कर्मचाऱ्यांवर हे सोपवलं होतं तिथं हे सगळं बेहिशेबी असल्यानं किती सत्कारणी लागत, हे मात्र शंकास्पदच होतं. 'तळे राखील तो पाणी चाखील' हे असतंच.

प्रतिष्ठानच्या कार्यालयात मोरे गुरुजी अधूनमधून यायचे. ते आले की त्यांच्या गाडीबरोबर अन्य दोनचार गाड्या असायच्या. त्यात पोलीस व्हॅनही. मोरे गुरुजींना इथं भेटायलाही अनेकांची गर्दी असे. दहा-वीस कार्यकर्त्यांचा जमावही. गुरुजींना हे नेहमीचं होतं. मला नवखं, मी बुजत असे. गुरुजी मला मान देत. त्यामुळे माझ्याबद्दल इतरांनाही आदर वाटे. मोरे गुरुजींमुळं हे असं, हे मला मनास पटत नसे. पण यात लहानमोठेपणा आला कसला? ते आहेतच राजकीय. खासदार, चेअरमन यांच्यामागे असं वलय असणारच. आपणास उणेपण का वाटावं?

मोरे गुरुजींचा ताफा झंझावातासारखा येई आणि जाई. तेवढ्यातही संस्थेविषयीची आमची चर्चा होई. आढावा पाहून होई. गुरुजी समाधानी होत. गुरुजी काही सूचना देत. नव्या सुविधा उपलब्ध करून देत. बघता बघता संस्थेचं कार्यालय चांगलंच सजलं-रुजलं. नवा कॉम्प्युटर आला. प्रिंटर आला, झेरॉक्स मशिन आलं, फॅक्स मशिन आलं आणि गुरुजींनी मला जुनी का होईना एक जीपही उपलब्ध करून दिली- ड्रायव्हरसह.

माझ्या कामानं अधिकच वेग घेतला. संस्थेत भाऊसाहेब म्हणून नव्यानं परिचित झालो. भाऊसाहेब म्हणून माझा एक दबदबा निर्माण झाला.

❖

तेरा

एप्रिल महिन्यात मी प्रतिष्ठानची एक जनरल मीटिंग बोलविली होती. दिवसभराचं एक संमेलनच. संस्थेतले सर्व शिक्षक, मुख्याध्यापक, प्राध्यापक, प्राचार्य यांची एक सहसभा सकाळच्या पहिल्या सत्रात घेतली. दुपारी भोजन व दुपारच्या सत्रात दोन मीटिंगा. एक निवडक स्टाफबरोबर व एक संस्था ट्रस्टींची.

केवळ आठ महिन्यांतील हा माझा एक प्रगती रिपोर्टच होता. या सोहळ्यात मीच ठळक जणू उत्सवमूर्ती होतो. माझ्या आयुष्यातलं हे एका अर्थानं अनोखं पर्व होतं.

सांगलीतील संस्थेच्या प्रतिभा महाविद्यालयाचा परिसर प्रथमच इतका गर्दीनं फुलून गेला होता.

नियोजनानुसार काही मीटिंगा पार पडल्या. मी प्रत्येक मीटिंगला हजर होतो. संस्थेतील क्लार्क्सची मीटिंग. प्रत्येकाला कामाचं स्वरूप, अपेक्षा, पूर्ती, अडचणी यांविषयी विश्‍वासात घेऊन चर्चा केली. मुद्दे ऐकून घेतले. त्यानुसार त्यांना मार्गदर्शन केलं. सभेचा निष्कर्ष असमाधानकारक होता. कित्येकांना कामाची पूर्ण माहितीच नव्हती. मी टिपणं नोंद करून घेत होतो.

नंतर प्राध्यापकांची मीटिंग. बहुतेक प्राध्यापक अनुदानित महाविद्यालयातले. पर्याप्त वेतन तेही नियमित त्यामुळे प्राध्यापक अन्य काही संकल्पना, प्रयोग यात कसलाच रस घेत नव्हते. महाविद्यालयीन सिलॅबस पूर्ण केला की काम झालं, असाच पक्का समज. सध्या ते अवांतर काहीच वाचत नाहीत. लिहिणं तर दूरच. म्हणतात ना पाट्या टाकणं, असाच एकूण प्रकार. वर्गावर रोलकॉल घेणं, पुढंपुढं तोही टाकणं. उपस्थित विद्यार्थी किती आहेत याविषयी ना खंत ना चिंता. समोर दिसतील तेवढ्यासच शिकवायचं, हा शिरस्ता. हे सगळं प्राध्यापक बिनधास्त बोलत होते; पण याविषयी काय करावं ही तळमळ कुठेच जाणवत नव्हती.

नंतर झाली मुख्याध्यापकांची मीटिंग. विषयानुसार बोलत. परंतु संस्थेकडून यांच्या अपेक्षाच खूप. शाळेत पुरेशा वर्गखोल्या नाहीत. विद्यार्थ्यांकरता पुरेसे डेस्क नाहीत. स्टेशनरी नाही, खुर्च्या-टेबल, कपाटं नाहीत, सायन्स लॅब, प्रयोग साहित्य साधनं नाहीत, वगैरे वगैरे. त्यांचा एकच धोशा, आम्ही वेळच्या वेळी

संस्थेकडे मागणी केली, रिपोर्ट पाठविले. मुळशीच्या मुख्याध्यापकानं थोडा वेगळा मुद्दा मांडला. मी पुन्हा त्यांना नाव विचारलं, 'आर. बी. पाटील' कळलं. ते सांगत होते, 'बहुतेक ठिकाणी आपल्या हायस्कूलच्या जागा, इमारती संस्थेच्या आहेत. संस्थेच्या इमारतींना शासन भाडं देतं. पण आपण आजवर कुणीच शासनाकडे असा भाडेप्रस्ताव पाठविला नाही. मी माझ्या हायस्कूलचा प्रस्ताव तयार केला आहे. संस्थेने सहकार्य करावे.'

मला या मुख्याध्यापकाचं कौतुकच वाटलं. त्यांना म्हणालो- "नंतर मला भेटा!"

या सभा संपल्या. मला एक ध्यानात आलं, सगळेच जण मूळ उद्दिष्टापासून दूर जात आहेत. नियम, नियमावली, परिपत्रक, आदेश, अध्यादेश या यंत्रसाधनेतच सगळे गुंतलेले. पुन्हा एका व्यवस्थेत जखडून राहिलेले. या शिक्षण संस्था विद्यार्थ्यांना उत्तमोत्तम शिक्षण देत राहाव्यात, नवं नवं जगत, नवज्ञानाची क्षितिजं त्यांना खुणावतील असं काही विद्यार्थ्यांना अवगत करावं, त्यांचं आयुष्य कसं समृद्ध होईल याचा त्यांना दृष्टिकोन कसा लाभेल, याविषयी काही नवनवीन करावं, नवं माहितीचं तंत्रजगत त्यांना कसं आकृष्ट करेल याबद्दल काही धडपड करावी, असं या महाभागांच्या काहीच दृष्टिक्षेपात नव्हतं. पूर्वापार जे चालत आलंय ते पुढं कसंबसं नेत राहायचं, कशाशी काही देणंघेणं नाही. आपण नोकरी करतो आहोत, पगार घेतो आहोत, त्यासाठी जे करावं लागतं तेवढंच हात आखडून करायचं. अधिक शहाणपणा करायचा नाही; अन्यथा अंगलट येईल, ही बहुतेकांची भावना. त्यामुळे ही मुलं कसलं शिक्षण घेताहेत? ती फक्त साक्षर होतात. पुस्तकातल्या मर्यादित ज्ञानाचे माहितीगार होतात. कारखान्यातून ठरावीक प्रॉडक्ट बाहेर पडत राहावं, तसं ते छापील विद्यार्थी बनून बाहेर पडताहेत, एवढंच होतं.

दुपारची समारोपाची सहसभा.

सर्व आढावा घेत व संस्थेची आजवरची कामगिरी विशद करत शैक्षणिक भूमिका आणि अपेक्षा, मोरे गुरुजींनी नेहमीच्या शैलीत मांडली. शैक्षणिक विकासाची तळमळ त्यांनी छानपैकी राजकीय ढंगात रंगविली. बोलणं सडेतोड, मुद्देसूद किंबहुना ठरावीक ठशातलं. ऐकणारे मंत्रमुग्ध होत, पण वैचारिक, मौलिक असं अखेर काहीच हाती न लागणारं.

भाषण संपवलं आणि मोरे गुरुजी सभा जिंकल्याच्या आविर्भावात नमस्कार करत आपल्या जागी विराजमान झाले.

मी बोलायला उभा राहिलो. सगळ्यांना औत्सुक्य होतं मला ऐकण्याचं. माझ्या कामातील प्रशासनाचा ठसा आणि मी प्रत्यक्ष काय बोलतो, विचारसरणी काय मांडतो याचं. मी संस्थेचं कामकाज अत्यंत मनापासून पाहत होतो; या अनुषंगानं मी बरंचसं वाचतही होतो. मला या निमित्तानं माझे खुले विचार मांडायचे होते. खासदार

मोरे गुरुजींनी आताच केलेल्या भाषणाचा संदर्भ घेत घेत. प्रारंभीचं औपचारिक बोललो आणि विषयाला सुरुवात केली–

'हे एक उघड सत्य आहे. शिक्षण हा चरितार्थाचा, अर्थार्जनाचा एक महत्त्वाचा विषय होऊन गेला आहे. याला व्यावसायिक दृष्टिकोनातून पाहिलं जातं. आपली मुलं खूप शिकली पाहिजेत. आजच्या स्पर्धेत जगात त्यांनी खूप मेहनत घेऊन इच्छित ध्येय गाठलं पाहिजे, आपली मुलं इंजिनिअर, डॉक्टर, सरकारी अधिकारी झाली पाहिजेत, अशी पालकांची अपेक्षा असते. शिक्षण हे जगण्याचं, श्रीमंत समृद्ध होण्याचं एक साधन आहे, असंच मानलं जातं. एके काळी असं मानलं जायचं उत्तम शेती, मध्यम व्यापार आणि कनिष्ठ नोकरी. आज बदलत्या काळानुसार या अपेक्षा बदलून गेल्या. शिक्षणानं आपलं महत्त्व प्रस्थापित तर केलंच, परंतु शिक्षण आता शेती, व्यापार यामध्येही खूप महत्त्वाचं आणि आवश्यक झालं आहे. शेतीसंबंधी संशोधन, शेतीचं ज्ञान, शिक्षण हे नव्यानं विस्तार पावत आहे. कृषिकेंद्रं, कृषी विद्यापीठं निघाली आहेत. तसंच व्यापार क्षेत्रातही शिक्षणाच्या शाखा निघाल्या आहेत. बिझनेस मॅनेजमेन्ट, मार्केटिंग, अ‍ॅडव्हर्टायझिंग या शिक्षणाच्या अतिशय उपयुक्त शाखा निर्माण झाल्या आहेत.

'आपल्या प्रतिष्ठानची वाटचाल या नव्यानव्या क्षेत्रात पाऊल टाकत आहे. संपूर्ण विकास हे शिक्षणाचं ध्येय, उद्दिष्ट असायला हवं हे सांगायला नको.

'आपल्या संस्थेचे संस्थापक आदरणीय मोरे गुरुजी यांचेबरोबर मी संस्थेच्या ध्येयधोरणाबाबत नेहमीच चर्चा करतो. ते म्हणतात तेही बरोबर आहे की शिक्षण हे व्यवसायाभिमुख असले पाहिजे. नोकरदार निर्माण करणाऱ्या शिक्षण संस्था मर्यादित उद्दिष्टापर्यंत ठीक आहेत; परंतु मला तर त्याही पलीकडचं सांगायचं आहे की शिक्षणाच्या बाबतीत एक व्हिजन असायला हवीच आहे. वयाचा एकचतुर्थांश काळ म्हणजे जवळजवळ २५ वर्षांहून अधिक काळ शिक्षणप्राप्तीसाठी जातो. ज्याची ऐपत आहे ते शिक्षणासाठी खर्च करू शकतात. म्हणजे ही सारी एका अर्थानं इन्व्हेस्टमेन्ट आहे. त्यांना मग ऐश्वर्याचं दालन खुलं होतं. समाजात ज्यांची ऐपत नाही, त्यांचं भलं मग काय होणार? आता गुरुजींनी छान आढावा घेतला होता. मेकॉलेच्या शिक्षण पद्धतीत आमूलाग्र फरक आहे. आज शिक्षणाचं आधुनिकीकरण हे मेकॉलेच्या धोरणात प्रकर्षानं जाणवतं. या काळातील शिक्षणात हे इंग्रजी भाषेचा अंतर्भाव, वाङ्मय कलेचा अंतर्भाव, पाश्चात्त्य विज्ञान, तंत्रज्ञान, गणित यांचा आग्रह होता. त्यामुळं भारतीय शिक्षणात नवे विचारप्रवाह पारंपरिक, बंदिस्त असे भारतीय समाजात नव्याने वाहू लागले. अनेक भाषा अवगत होऊ लागल्या. सगळ्यात महत्त्वाचं म्हणजे इंग्रजी भाषेचा अवलंब झाल्याने शैक्षणिक अभ्यासक्रमाच्या कक्षा रुंदावल्या. नवे क्षितिज सापडले.

‘आज शिक्षणाच्या संबंधाने, शिक्षक, पालक, प्रतिष्ठान यांचा संपर्क येत गेला. नवनवे शैक्षणिक विचार मांडले जाऊ लागले. स्त्रीशिक्षण, शिक्षणातील आरक्षण, निवासी शाळा, केंद्रीय शाळा, सैनिकी स्कूल्स, आश्रमशाळा, आदिवासी, वंचित मुलांच्या शाळा, पाडे, वसतिगृहे अशा अनेक माध्यमांतून शिक्षणाचा प्रसार होऊन कृतिशील ज्ञान प्रदान यंत्रणा राबविली जाते. यात त्रुटी, उणिवा आहेतच. सगळंच काही आलबेल आहे, असं नाही.

‘या निमित्तानं मला एकदोन महत्त्वाचे मुद्दे इथं मांडायचे आहेत. मी शिक्षणतज्ज्ञ नसलो तरी मी अभ्यासपूर्वक काही मत, विचार, चिंतन करून माझी एक भूमिका तयार केली आहे. स्वातंत्र्यप्राप्तीनंतर भारतीय राज्यकारभार डॉ. बाबासाहेब आंबेडकर यांनी लिहिलेल्या संविधानानुसार सध्या चालतो. जुन्या रूढी-परंपरेच्या, धार्मिक बंधनाच्या विळख्यातून समाज, बहुजन समाज मुक्त झाला. हे संविधान समस्त भारतीय नागरिकांचं सर्वांगीण विकास, हक्क, अधिकार याचं संवर्धन करतं आणि सुरक्षिततेचंही पालन करतं. स्वातंत्र्याचं महत्त्व, मोल, जबाबदारी आणि कर्तव्य हे समजून घेणं, जाणून घेणं यांचंही समस्त देशवासीयांना शिक्षण असणं जरूर आहे असं मला वाटतं. आज सर्वच बाबतींत अवेअरनेस असायला हवा. त्याकरता मला शिक्षण हेही मूल्याधिष्ठित असायला हवं असं वाटतं.

‘या ठिकाणी मला नैतिक मूल्याचं शिक्षणही अत्यंत महत्त्वाचं व अपरिहार्य आहे, असं सांगायचं आहे.

‘आपण समाजापासून जे घेतो ते परत उत्तरदायित्व म्हणून काय देतो. जीवनात काही शाश्वत मूल्यं असतात. समाजातून, परिसरातून, त्याच्या शिक्षणातून जे घेतो ते आपलं मन, विचार, उन्नत, समृद्ध करण्यासाठी असायला हवं असतं. शिक्षणापासून तयार होणारी पिढी समाजऋण मानते की नाही, हा प्रश्न आहे. शिक्षण हे केवळ पैसा मिळविण्याचं साधन नसतं. आज आपण पाहतो– अनेक असे मार्ग आहेत झटपट श्रीमंत होण्याचे. ते शॉर्टकट अनेक जण अवलंबतात. इथं शिक्षण गौण ठरतं. यामुळं समाजात भ्रष्टाचार, अनाचार माजतो व माणसाची आणि समाजाची अखेर अधोगतीच होते. तेव्हा शिक्षणामुळे तुमच्या समोर नैतिक मूल्याचे आदर्श निर्माण व्हायला हवेत. शिक्षणाचा हेतू हा केवळ सिलॅबसपुरता मर्यादित असू नये, तर तो संस्कार, संस्कृती, जीवनमूल्यं याचं संवर्धन करणारा, आदर्श समाज निर्माण करणारा असायला हवा असं मला वाटतं. जीवनाचे आदर्श शिकविणारं शिक्षण हवं, असं मला वाटतं. त्या दृष्टीनं शिक्षण, शिक्षण माध्यमं, संस्था यांकडे अशी ही केंद्रं म्हणून पाहायला हवं. तरच प्रत्येकाची सर्वार्थानं उन्नती, प्रत्येकाचा विकास होईल व एकूणच सर्वांगीण सामाजिक समृद्धी, विकास होऊ शकेल. मी यासंबंधानं आपल्या प्रतिष्ठानचा कार्यभार स्वीकारला आहे. काही नवं, काही हिताचं, आदर्शवत्

असं आपल्या हातून घडावं, असा माझा मनोदय आहे. तसं मी नियोजन करतो आहे. आपल्याशी संपर्क करून सुसंवाद साधण्याचा प्रयत्न करणार आहे. आपल्या सर्वतोपरी सहकार्याची अपेक्षा बाळगून मी माझे विचार इथंच थांबवितो. धन्यवाद!'

सगळ्यांनी संततधार टाळ्या वाजवून छान प्रतिसाद दिला. मोरे गुरुजींना भाषण आवडलं. मी काही सराईत बोलणारा नव्हतो. परंतु बोलायचे मुद्देच एवढे होते की किती, काय बोलू असं होऊन गेलं होतं. तरीही माझा मराठी साहित्याचा व्यासंग, अभ्यास जुना होता. भाषा, शैलीची जाण सखोल, यामुळे माझ्यापरीनं अधिकाधिक मला अस्खलित बोलता आलं.

आजचा अख्खा दिवस माझाच होता.

दिवसेंदिवस मी संस्थेच्या कामात अधिकच गुंतत गेलो. ४० वर्षं नोकरीतील कामाचा प्रदीर्घ अनुभव. अंग मोडून मेहनत करण्याची सवय. कामचुकारपणा कधी औषधाला नव्हता आपल्यात. निष्ठेनं, प्रामाणिकपणे, सचोटीनं काम करण्याचा जणू अखंड ध्यास. त्यामुळे आता प्रतिष्ठानच्या कामातही मी असाच झपाटून गेलो. पूर्ण वेळ.

प्रतिष्ठानचा कारभार मध्यवर्ती कार्यालयामार्फत व्हायला हवा म्हणून जवळच्या राष्ट्रीयीकृत बँकेत खातं उघडलं होतं. सोबतीला प्रतिष्ठानच्या सचिवाची सही. जॉइंट अकाउन्ट. सर्व काही शिस्तबद्ध करायचा मनोदय. प्रत्येक एन्ट्री बँक थ्रू. संशयाला जागाच नको. नैमित्तिक खर्च पेटी कॅशमधून करायचा. संस्था स्टेशनरी, ऑफिसखर्च, चहापाणी, प्रवासखर्च आणि ड्रायव्हरचं वेतन असा दरमहाचा खर्च असे. काटकसर व काटेकोरपणा हे माझं धोरण. मी स्वतः व्हाउचर्स, कीर्द खतावणी मेन्टेन करत होतो.

शिस्तीचे दृश्य परिणाम दिसू लागले.

प्रतिष्ठानची काही ठिकाणी बांधकामं चालू होती. हा एवढाच खर्च मोठा. ऑक्टोबर महिना आला की, शैक्षणिक युनिट्स, प्रतिष्ठान संचालित शैक्षणिक विभाग विस्तारणं, नवी महाविद्यालयं, ज्यु. कॉलेज, शाळा प्रशाला अशा नव्या उभ्या करण्याच्या जाहिराती आलेल्या असत. नव्या शैक्षणिक युनिटचे प्रस्ताव सादर करावे लागत शिक्षण विभागाकडील संचालकाकडे, विज्ञान केंद्र विभागाकडे तसेच एन.सी.टी.ई. भोपाळ, बार कौन्सिल्स, दिल्ली यांच्याकडे प्रस्तावाच्या तीन फायली करून दाखल कराव्या लागत. मला हे काम नवं होतं. मी त्यासंबंधीचा अभ्यास केला. नॉर्म्स ॲण्ड कंडिशन्सची संपूर्ण माहिती घेतली व विहित नमुन्यात फाइल्स तयार करून घेतल्या. तसं हे किचकट व जिकिरीचं काम. प्रवेशिकेसोबत अनेक कागदपत्रं जोडावी लागत. संस्था नोंदणी प्रमाणपत्रं, संस्थेचे गत तीन वर्षांचे ऑडिट रिपोर्ट्स, संस्थेचे कार्यकारी मंडळ तेही धर्मादाय आयुक्ताकडून प्रमाणित झालेले,

प्रत्येक ट्रस्टीचे पोलीस खात्याकडून तपासणी प्रमाणपत्र, ट्रस्टीवर कसलेही गुन्हे नाहीत म्हणून तसेच प्रतिष्ठानवरही कसलाही गुन्हा नाही, कोर्ट मॅटर नाही अशी सर्टिफिकेट्स, जागेचे उतारे, अद्ययावत सात-बारा, इमारत नकाशा बांधकाम कौन्सिल्सच्या नॉर्मप्रमाणे असल्याचं प्रमाणपत्र तेही सरकारी आर्किटेक्टचे, पुरेसे क्रीडांगण, मैदान, स्वतंत्र स्वच्छतागृहं, पाणी व्यवस्था, ग्रीनरी, असं कितीतरी असे. सगळी कागदपत्रं जमा करणं जिकिरीचंच होतं. असे तयार केलेले प्रमाणित प्रस्ताव गहाळ होऊ नयेत म्हणून मी संस्थेचा खास माणूस पाठवून सादर करून पोहोच घेई.

एक कॉलेज किंवा हायस्कूल मिळवायचं म्हणजे किती यातायात करावी लागते, हे मी प्रथमच अनुभवत होतो. कागदपत्रं जमवणं ठीक; परंतु अजून कॉलेज मिळायचंय, मंजुरीही अद्याप मिळायचीय तोपर्यंत काही अटींची पूर्तता म्हणजे अद्‌भुतच होतं. प्रथम मी लॉ कॉलेजचा एक प्रस्ताव केला तेव्हा चकितच झालो. या प्रस्तावानुसार लॉ कॉलेजसाठी १० लाखांची एफ.डी. ठेवणं कम्पल्सरी होतं. संस्थेच्या अकाउन्टचा गत तीन वर्षांपासूनचा बँक बॅलन्स लाखापेक्षा अधिक असणं आणि कॉलेजचा स्टाफिंग पॅटर्न. प्राचार्य, प्राध्यापक, क्लार्क, शिपाई कौन्सिलच्या नियमाप्रमाणे हवा. त्यांची नावं, पत्रं व संमतिपत्रं यासह. हे सारं अजबच होतं. अजून मंजुरीचा पत्ता नाही तोपर्यंत केवळ प्रस्तावाच्या नमनाला हे घडाभर तेल. प्रस्ताव खर्चिक. गंमत म्हणजे कॉन्सिलचे नेमलेले सदस्य प्रस्ताव छाननीसाठी येत. तीन सदस्यांची कमिटी. त्यांच्या कारची व्यवस्था, मानधन पाकिटं सन्मानपूर्वक सोपविण्यापर्यंत काळजी घ्यावी लागे. ते सर्व प्रस्ताव बारकाईनं तपासत. भावी नियुक्त स्टाफ समक्ष पाहत, चौकशी करून खात्री करत. हे सगळे सोपस्कर पूर्ण पार पडेपर्यंत त्यांची मनधरणी करावी लागते. थोडी काही त्रुटी सापडली, तर प्रस्तावास शिफारस करता येत नाही म्हणून अडून राहत. एवढा खर्च केलेला, त्यांना सांभाळावं लागे, अशी ही पद्धत.

हे सारं मला अजबच वाटत होतं. असेल त्यापाठीमागं योग्य कार्यकारणभाव, पण अटी खूप जाचक. सेवाभावी हेतूतून प्रतिष्ठान शैक्षणिक विद्यालयं उभी करतात. खासगी संस्थांना यासाठी सरकारी कसलंही अर्थसाहाय्य नसतं. खासगी न्यासाच्या विश्वस्तांनी लोकमदतीतून, आश्रयदात्या धनिकांकडून देणग्या गोळा करून ही पवित्र शिक्षण मंदिरं उभी करायची, त्याकरता इतकी कसून कसोटी लावत राहायचं, हे योग्य वाटत नसायचं.

दोन वर्षांच्या कलावधीत मी सहा बी.एड्., डी.एड्. कॉलेज, एक लॉ कॉलेज, दोनएक ज्युनियर कॉलेजं उभी केली. मोरे गुरुजींचा आधार होताच. गुरुजींना आनंदच होत असे. प्रतिष्ठानचा विस्तार होतोय हे त्यांना भूषणावह वाटत होतं.

माझं एक स्पष्ट मत होतं. शैक्षणिक संस्था संख्यात्मक वाढत राहण्यापेक्षा

गुणात्मक वाढायला हव्या. गुणात्मक वाढ करणं हे तसं अवघड काम. यासाठी वाहून घेऊन खूप काम करावं लागतं. प्रत्येक मुलाकडं खास लक्ष द्यावं लागतं. एक स्वतंत्र यंत्रणाही असावी लागते, जी सातत्यानं पाठपुरावा करेल. मुलांच्या अभ्यासक्रमातील नियोजनात जाणीवपूर्वक लक्ष घालून वेळोवेळी प्रगती तपासावी लागते. यात शिक्षकांचा सहभाग अत्यंत महत्त्वाचा. ते ध्येयवादीच असले पाहिजेत. मगच हे होऊ शकतं. या गुणात्मक वाढीसाठी मी अनेक तज्ज्ञांना भेटलो, काही खास शिक्षकांशी चर्चा केली. वेगवेगळ्या उत्तम शाळा-कॉलेजांतील गुणात्मकता मूळातून जाणून घेतली. कठोर परिश्रम हे आवश्यक सूत्र. निवडक मुलांना, त्यांच्या पालकांना भेटून विचारविनिमय केला. सूचना ऐकल्या, अडचणी समजून घेतल्या. मनात एक संकल्प बांधला. अशीच नवी वाटचाल करायची.

मी अधूनमधून शाळा-कॉलेजांना भेटी देत असे. हे तपासणी सत्रच होतं माझं.

❖

चौदा

दिवस पावसाळ्याचे होते. अशाच एका रात्री मला फोन आला. आंबे दहिटणे गावातल्या आश्रमशाळेतील मुलास इंगळी दंश झाला म्हणून. मी मोबाइलमधील वेळ पाहिली. रात्रीचे तीन वाजलेले. मी लगेच जीपचा ड्रायव्हर भिसे यास मोबाइल लावला. त्याचा मोबाइल स्विचऑफ. काय हा माणूस. किती वेळा सांगावं याला 'तुला मोबाइल स्विचऑफ ठेवायला प्रतिष्ठानने नाही दिला म्हणून', पण पालथ्या घड्यावर पाणी.

आता काय करायचं याचा मी विचार करता होतो. अलीकडे घरचे माझ्याशी फारसे नीट बोलत नव्हते. काय हे असलं कामाचं लफडं अंगावर ओढून घेतलंय. ना लाभ, ना नफा. फुकटचं काम करून बलामत ओढवून घेणार मी, असा घरचा ग्रह. रात्रीचं मी उठून इकडंतिकडं फोन करतोय पाहून पत्नी वैतागली होती. 'आता ही रात्रीची देखील कामं निघाली काय' म्हणून ओरडत होती. इतक्यात मोबाइलची रिंग पुन्हा वाजू लागली. मी बटण ऑन करून 'हॅलो, बोला' म्हटलं. अधीक्षकच बोलत होता.

'भाऊसाहेब, गडबडीनं आम्ही पोरास सायकलवर बसवून तालुक्याच्या सरकारी दवाखान्यात नेलं. आता तिथूनच बोल्तुय. पोरगं गार पडाय लागलं होतं. लगीच सलाईन लावलं. इंजक्शन दिलंय. माझ्याबरोबर भांगे सर आहेत. काळजी करू नका. आम्ही हाऊत.'

मला रिलॅक्स वाटू लागलं. आपण पत्करलेलं काम म्हणावं तेवढं सोपं नाही. सगळ्यांसमोर आपण पल्लेदार भाषणं ठोकू शकतो, शिक्षणाचं मूल्याधिष्ठित स्वरूप सांगत राहतो; पण प्रत्यक्ष फील्डवर काय असतं ते कुठाय ठाऊक आपणास. मला वृत्तपत्रातील एक जुनी बातमी उगाचच आठवली. 'अमुक अमुक निवासी शाळेत मुलाला साप चावला व मुलगा उपचारापूर्वीच मरण पावला. मुख्याध्यापक, अधीक्षक व संस्थाचालक, सचिवासह चौघांवर गुन्हा दाखल.'

मला नीट झोप आली नाही.

दुसऱ्याच दिवशी मी आंबे दहिटणे आश्रमशाळेला व्हिजिट देण्याकरता गेलो. पोहोचायला दोन तास लागले. मुख्य रस्त्याला उजवीकडे फाटा लागतो. तो जातो शाळेला. सगळा कच्चा रस्ता. रोजगार हमी योजनेअंतर्गत राबविलेला. दुतर्फा खड्डे खणून

तोच मुरूम रस्त्यासाठी पसरलेला. नुसता कच्चा ओबडधोबड रस्ता. रोलरचं नामोनिशान नाही. वाहनं जाऊन व पावसानं चोपून बसलेला मुरूम.

खडखडत जीप पोहोचली. जवळजवळ खडकाळ रस्ता. वैराण. पावसामुळे तेवढीच ठिकठिकाणी हिरवळ उगविलेली. आश्रमशाळा आंबे दहिटणे गावापासून पुन्हा आत दोन मैल. शेतजमीनच. ना धड रस्ता ना कुठली पायवाट. जीप एका शेताच्या बांधाच्या कडेनं कशीबशी नेली. उतरत, चालत, बसत पोहोचलो.

समोर आश्रमशाळेची पत्र्याची शेड चमकत होती. प्रवेशद्वार मात्र उगाचच भव्य. अर्धवर्तुळावर पत्र्याचा बोर्ड रंगविलेला, 'आधार अनुसूचित जाती-जमातीची आश्रमशाळा, आंबे दहिटणे.'

जीप पाहून समोर लगबग चालल्याचं दिसत होतं. अस्ताव्यस्त विखुरलेली मुलं चिमण्या चिडीचूप व्हाव्यात तशी पत्र्याच्या शेडमध्ये आडोशाला गेली. कुणीतरी समोर जीपच्या दिशेने पळत आलं. उतरून मुख्याध्यापकाच्या खोलीकडे गेलो. स्टाफरूम, स्टोअर रूम व मुख्याध्यापकाची खोली तेवढ्याच एका खोलीत दाटीवाटीनं बसविलेली. स्टोअर रूमला कापडाचा आडोसा केलेला. मी निरखून पाहू लागलो. समोर तिघेजण उभे. एका बाईने तांब्यात पाणी आणून दिलं. कामाठीण किंवा स्वयंपाकीण बाई असावी. तिचं वैधव्य स्पष्ट दिसत होतं.

मी परिचय विचारला, एकएक सांगू लागले.

"साहेब मी भांगे, सहायक शिक्षक."

"मी जिरगे, अधीक्षक. मीच तुम्हाला फोन केला होता." त्याला पाहून मी मुलाची चौकशी केली.

"मुलाची प्रकृती कशी आहे?"

"चांगली आहे साहेब, सकाळीच आणलं. पोलीस रिपोर्टचं पन काम करून आलो."

"बरं, मुख्याध्यापक कोण आहेत, कुठं आहेत? रात्री एवढा प्रसंग घडला आणि..."

कोणीच बोलेना.

आश्रमशाळेची एकूणच दुरवस्था होती. मुख्याध्यापक जागेवर नाही. ऑफिस असं बेशिस्तीचं. मला एकूणच प्रकार अवघड वाटू लागला.

मी सभोवार न्याहाळू लागलो. शासकीय अधिसूचनेनुसार नियमांचं केविलवाणं पालन करण्याचा प्रयत्न होता. थोर पुरुषांचे लहान-मोठे फोटो मुख्याध्यापकाच्या बैठकीच्या वर चक्क बांबूला टांगलेले. सुतळीने बांधून. स्टाफची नावं, एका कापडी फळ्यावर रंगविलेली. धान्य स्टॉक खडूनं लिहिलेला. मागील कुठली तरी तारीख होती. शिक्षकांना त्यांची कपाटं नाहीत. शालेय साहित्य पिशवीत भरून टांगलेलं.

वर आडोशावरून एक भला मोठा उंदीर अचानक पळू लागला. त्याच्या पाठोपाठ आणखी एक उंदीर. पाठलाग करणारा.

मी हजेरी बुक पाहिलं. व्हिजिट बुक चाळलं. धान्य स्टॉक रजिस्टरवरून नजर फिरवली. पहिल्या पानावर प्रिंटेड तक्ता चिकटविलेला. परिशिष्ट 'अठरा' व आश्रमशाळा आहारातील पदार्थ तक्ता व वाटप प्रमाण इयत्ता १ली ते ४थी व ५वी ते ७वी असे दोन भाग. गहू १५० ग्रॅम, तांदूळ १०० ग्रॅम, तृणधान्य, पोहे, पाव, उपमा, डाळ, कडधान्य, पालेभाज्या, कंदमुळे, खाण्याचे तेल, मसाल्याचे पदार्थ, मटण, दूध, शेंगदाणे, मीठ वगैरे वगैरे.

मी अधीक्षक जिरगेना विचारले, "आपण धान्य स्टॉक पाहू, दाखवा."

तो वरमला. जागेवरून हलेचना. कोठार बाजूला होतं. पोती रिकामी, डबे रिकामे, पिशव्या रिकाम्या, प्लॅस्टिकच्या केन रिकाम्या. जवळजवळ काहीच नव्हतं. एका कोपऱ्यात फक्त पोतंभर तांदूळ होते. त्यावर शिक्का होता. बी.पी.एल. राइस महाराष्ट्र शासन.

"जिरगे, अहो मुलं काय खातात? कुठं काहीच धान्य नाही. मुलांची संख्या किती आहे."

"साहेब, अजून ग्रॅन्टचा हप्ता मिळाला नाही. मुख्याध्यापक तिकडेच गेलेत. पगार बिलाचंही काम आहे म्हणून. तांदूळ शासनाकडून आहार योजनेतून मिळतो. बी.पी.एल.चा. तोच देतो रोज. तशी मुलेही कमी आहेत, त्यामुळे मेळ बसतो साहेब."

"अरे पण नुसता कोरडा भातच देता का?"

"नाही साहेब, गावात पाटलाचं किराणा दुकान आहे. तेल, दाळ उधारीवर आणतो."

"मुलं किती?"

"२४० मुलांची मान्यता आहे; पण तेवढी मुलं नाहीत. दीडएकशे आहेत प्रत्यक्षात. पण ग्रॅन्टसाठी...."

अधीक्षक मध्येच बोलायचा थांबला.

"किती सांग ना"

"आज पटावर ८० आहे."

"कुठली आहेत मुलं?"

"सगळी ऊसतोड कामगार व वीटभट्टी कामगारांची आहेत. काही मांगगारुडी, डोंबारी आहेत. आणखी होलार, पारधी, ओक्कलवार."

"पारधी 'व्हीजेएनटी' तर येतात का? डक्कलवार एकही आपल्यात नाहीत. ते भटकत फिरतात त्यामुळे नाहीत का?"

अधीक्षक गप्पच.

मीच बोलत बोलत स्वयंपाक खोलीकडे गेलो. चूल धुमसत होती. बाजूला भाताची पातेली, उरलेला भात, दाळगा एका डब्यात भरून ठेवलेला. बहुतेक स्वयंपाकीण बाईचा असावा. इथं थांबण्यासारखं नव्हतं. मी वर्गखोल्या पाहायला म्हणून निघालो. मोजून सहा पत्र्याच्या शेड. चारही बाजूंना पत्रे ठोकलेले. वरही.

एका वर्गात शिरलो. सोबत भांगे शिक्षक होते. मला पाहताच मुले एकसाथ उभी राहिली व दुपार टळून गेली तरी एका आवाजात स्वागत करत म्हणू लागली.

"गुड मॉर्निंग सर, आम्ही तुमचं स्वागत करतो. जय हिंद, थँक्यू."

मी भांगे सरांकडे पाहिले. तोही वरमला. मी एका मुलाला विचारलं,

"तुझं नाव काय? गाव कुठलं?"

"माझं नाव जिलब्या पांडू काळे, इयत्ता चौथी आणि, आणि..." तो थांबला.

"गाव, गाव कुठलं?"

"म्हाईत न्हाय."

मध्येच भांगे सर सांगू लागले, "साहेब, बरीच मुलं भटक्या जमातीची आहेत. त्यांची नेमकी गावं न्हाईत. हा पोरगा फासेपारध्याचा आहे. पहिलीला त्याच्या आई-वडिलांनी इथं सोडलं ते नंतर अजून आलेच नाहीत- चार वर्षं झाली."

"असं कसं? सुट्टीत मग."

"काही मुलं सुट्टीत जातात गावी. पण बरीच मुलं इथंच राहतात. कोणी येतं, कोणी येत नाहीत. मग आम्हीच सांभाळतो."

त्या मुलाच्या डोक्यावरून मी हात फिरवला. पलीकडच्या रांगेतल्या मुलाला विचारलं नाव-गाव.

"मी भगवान तात्या केंगार, गाव ओझंवाडी, इयत्ता पाचवी. होलार जातीचा."

मुलगा चुणचुणीत वाटला. भांगे सर पुढं होऊन अधिक माहिती सांगू लागले. "साहेब हा मुलगा तालुक्यात पहिला आला. चौथीच्या स्कॉलरशिप परीक्षेत. त्याचे आई-वडील वीटभट्टीवर सालगडी म्हणून कामाला आहेत."

एवढ्या कायतानात, काट्याकुट्यात, निवडुंगाच्या रानात हे असं कसं उगवून आलं सुकुमार, सुंदर रानफूल. मी कौतुकानं त्याला थोपटत जवळ घेतलं. एवढ्यानंही डोळ्यांच्या कडा कशा ओलावतात, कमालच आहे.

शेवटी मी पहिलीचा वर्ग पाहायचा म्हणून तिकडे गेलो. अधीक्षकाच्या खोलीला लागून तो वर्ग होता. बहुतेक सगळे वर्ग एकसारखे. पत्र्याची शेड, खाली फुफाटा असलेली जमीन, कुठंही फरशा नव्हत्या, बेंच तर दूरच. मुलं जमिनीवर ताडपत्र्याच्या बसकर पट्ट्या टाकून बसलेली. मुलांना गणवेश नव्हता. कळकट, मळकट कपडे, कुणी अर्ध्या चड्डीत, तर कुणी ढगळ विजारीत. कपडे फाटलेले, दप्तर म्हणजे सैल

पिशव्या. खायलाच धान्याची मोताद तिथं अंघोळीला आणि कपडे धुवायला साबण कुठून असणार?

पहिलीच्या वर्गावर गेलो. चिमुकली चिमुरडी मुलं. अस्वच्छ. बहुतेक काळीसावळी. मुलं उठून उभी राहिली. पुन्हा तेच स्वागताचं पाठांतर. मुलांना मी बसायला सांगितलं. पहिलीची मुलं पाच ते सात वयोगटातील. आई-वडिलांच्या प्रेमळ, लाडकौतुकात वाढायचं त्यांचं वय. या वयात यांनी सर्व गोष्टी स्वतः करायच्या. सर्व काही अंघोळीपासून ते जेवलेलं ताटदेखील स्वतः धुवायचं. कल्पनादेखील सहन न होणारी. यांना सर्दी झाली, ताप आला, खोकला आला कोण कसं मायेनं शुश्रूषा करणार. यांनी मनसोक्त खेळायचं कधी, कसं, रात्री झोपताना कुणाच्या कुशीत शिरायचं...आजी-आजोबांची गोष्ट, आईची अंगाई यांच्या नशिबी का नाही..? विचार करताना मी गलबलून गेलो. काय विचारावं या मुलांना. किती अश्राप, निष्पाप, सगळेच चेहरे सुकुमार. समोरच्या मुलाला विचारलं,

"बाळ तुझं नाव काय?"

"पिस्तुल्या शंकर काळे."

पिस्तुल्या नाव? मला विचित्रच वाटलं. मी कोड्यात पडलेलं पाहून भांगे सर सांगू लागले,

"साहेब तो पारध्याचा पोर आहे. पारधी समाजात असलीच नावं ते ठेवतात."

पुढं त्याला विचारू लागलो,

"बरं सांग बेटा, आज तू नाश्ता काय केलास."

तो काहीसा अडखळला. डोकं खाजवत पुन्हा तेच पढवलेलं पाठांतर तो घडाघडा बोलू लागला,

"आम्ही आज सकाळी पोहे, उसळ पोटभरून खाल्ली आणि आम्हाला ग्लासभरून दूध प्यायला दिलं."

"अरे वा! छान, असं रोज असतं का?"

"व्हय, आम्ही रोज पोहे खातो, दूध पितो."

त्याच्या निरागस चेहऱ्याकडे मला पाहवेना. मी स्वतः इथलं कोठार पाहिलं होतं. तांदळाशिवाय धान्याचा कण नाही. कुठले पोहे, मटकी उसळ आणि दूध? मला रागही आला. वाईटही वाटलं. उपाशीपोटी, रिकाम्या पोटी ही लहान चिमणी पोरं, 'आम्ही पोटभर खाल्लो' असं कसं खोटं सांगू शकतात? हे कसलं पाठांतर? एवढ्या कोवळ्या वयात असं खोटं सांगायला भाग पाडणारी ही कसली आली व्यवस्था. हे खूप वाईट होतं. विदारक होतं.

त्या बाळाला थोपटून व डोक्यावरून मायेनं हात फिरवून तिथून निघालो. थांबावंसं वाटत नव्हतं. हे खूप आहे. अद्याप खूप काही करायचं आहे. मी पुन्हा

मुख्याध्यापकाच्या खोलीकडे आलो. येता येता अधीक्षक जिरगेना 'तो इंगळी डसलेला मुलगा कुठं आहे' विचारलं. चौथीच्या वर्गात तो होता. वर्गातच कोपऱ्यात झोपलेला. आता बरं आहे. त्याची विचारपूस केली. डोळे खोल गेलेले. कसं पाहू त्याला? कसंतरीच वाटलं.

हे सगळं पाहून मी उद्विग्नच झालो. मी त्या भाषणात मूल्याधिष्ठित शिक्षण प्रणालीबद्दल आवेशानं बोलत होतो. इथं तर प्रत्यक्षात तळभरून गाळच साचलेला आहे. ते साध्य तर कोसो दूर; किंबहुना अशक्यच.

अवतीभोवतीचा परिसर फिरून पाहू लागलो. एकूण २४० निवासी मुलांची मंजूर संख्या. प्रत्यक्षात तितके प्रवेश झालेले नसले तरी मुलांच्या संख्येच्या प्रमाणात पंधरा स्वतंत्र शौचालयं व तेवढीच स्नानगृहं आवश्यक होती. पाहतो तो दूर कोपऱ्यात दोनच. आहेत म्हणून नाममात्र दाखवायला. तीही कुलूप लावून बंद करून ठेवलेली.

मोकळं हवेशीर मैदान मात्र प्रशस्त होतं. आजूबाजूला सगळी शेती. मुलं प्रातर्विधी शेतात कुठंही उरकत. मुलांचा त्यांना उपद्रव वाटत असावा, कारण त्यांनी बांधावर ठिकठिकाणी काटेरी फांजर ठेवून प्रतिबंध करण्याचा प्रयत्न केल्याचं दिसून येत होतं.

एका बाजूला बोअरवेल होती. त्यावर बसविलेला पाण्याचा हापसा. कसं पुरावं पाणी?

एका दृष्टीनं माझी ही व्हिजिट मला खूप काही देऊन गेली. प्रत्यक्ष जागेवर पाहणीत आढळून येणाऱ्या त्रुटी कागदपत्रं तपासून कळत नाहीत. मला माहितीचा, कार्याचा, वस्तुपाठच जणू हा अनुभव होता.

मी निरोप घेताना संध्याकाळ होत आली. शेजारच्या शेतकऱ्यांनाही मी भेटलो. त्यांचं म्हणणे ऐकून घेतलं. अखेरपर्यंत मुख्याध्यापक काही आले नाहीत. बरीचशी माहिती त्यांच्याअभावी मिळू शकली नाही. तथापि, हा अनुभव मला खूप अनोखा आणि वेगळा होता. मला यामुळे नियोजनाच्या अनेक संकल्पना ध्यानी आल्या. हे चित्रच बदलून टाकायचं, असा मी मनोदय केला. एक आव्हानच मी स्वीकारलं.

रात्री घरी पोहोचलो. खूप उशीर नव्हता, पण घरचे बिथरले. त्यांच्या बोलण्याकडे मला लक्ष द्यावंसं वाटत नव्हतं. माझ्या डोळ्यांसमोर ती दीनवाणी मुलं तरळत होती.

आंबे दहिटणे आश्रमशाळेनं मला अधिकच सक्रिय केलं. जागरूक केलं. उभं आयुष्य बँकेतील सचोटीच्या आणि अत्यंत शिस्तबद्ध कामकाजामुळे एक प्रकारचा काटेकोरपणा अंगात मुरला होता. शिक्षण संस्थेतलं हे काम मी आव्हान म्हणूनच आता स्वीकारलेलं. दिवसरात्र ती निरागस, केविलवाणी मुलं माझ्या डोळ्यांसमोर उभी राहू लागली. मूक केविलवाणं थैमान घालत.

मोरे गुरुजींशी संपर्क साधण्याचा मी दिवसभर प्रयत्न केला. कॉन्टॅक्ट होत नव्हता. त्यांचे दोन्ही-तिन्ही मोबाइल सतत स्विचऑफ होते. एखादा फोन लागे तर नुसती रिंग वाजत होती. नो रिप्लाय असे. कळेना काय करावं ते. आपल्या व्हिजिटचं साग्रकथन करायचं होतं. चर्चेसाठी केव्हा भेट होऊ शकेल हेही विचारायचं होतं.

दिवस गेला. मनाजोगतं काम झालं नाही.

रात्री अकरा वाजता मोरे गुरुजींचा फोन. मी जागाच होतो. आश्रमशाळेवरील मार्गदर्शनपर विस्तृत संदर्भासह लिहिलेलं पुस्तक चाळत होतो. जरूर तिथे खुणा ठेवत. काही ठिकाणी अन्डरलाइन करत. मी,

''हॅलो गुरुजी, नमस्कार.''

''नमस्कार, भाऊसाहेब, काय चाललंय जागे आहात ना? म्हटलं फोन लावावा की नाही. झोपमोड व्हायची.''

''नाही हो. तुम्हाला माहीतच आहे. मी बराच वेळ जागाच असतो आणि वयानुसार झोपही कमी होतेय.''

''खरंय. तुमचे मिसकॉल पाहिले.''

''अहो गुरुजी दिवसभर ट्राय करतोय. काल मी आंबे दहिटणे गावी आपल्या आश्रमशाळेकडे गेलो होतो.''

''होय, माहीत आहे मला.''

मला आश्चर्यच वाटलं. कसं हे कळलं गुरुजींना. मी आश्चर्यानं, ''काय म्हणता गुरुजी. कसं? कोण...?''

''ते राहू द्या. सांगा कशी वाटली आपली शाळा.''

गुरुजींचा प्रश्न मला विचित्रच वाटला. विस्मयजनकच.

''अहो गुरुजी, मी आपली आश्रमशाळा पाहून इतका थक्क झालो की, तिला शाळा तरी कशी म्हणावं? फार दुर्दशा आहे हो आणि कशी वाटली शाळा म्हणता, आता कसं बोलावं.''

''भाऊसाहेब, आपण हे सारं शून्यातून उभं करतोय तुम्हाला कल्पना आहेच. आता तुम्ही आलात. तुम्हीच हे नावारूपाला आणायचंय. आम्ही पाया उभा केलाय. इमारत बांधलीय आता कळस चढवायचं तुमचं काम म्हणून तर तुमच्यावर हा भार टाकलाय. तुम्ही उरलेलं सगळं काम यशस्वीपणे कराल, असा विश्वास वाटतोय.''

''पण गुरुजी, अजून फार दूरचा पल्ला गाठायचा आहे बरं का? खूप उणिवा, त्रुटी आहेत.''

''करू ना त्या आपण पूर्ण. मी पुढच्या आठवड्यात येणार आहे. आपण बसून चर्चा करू. तुम्ही नियोजन करा, टिपण तयार करा. प्रत्येक मुद्द्यावर चर्चा करू.''

''तसं करणं अगदी आवश्यक आहे. तेही लवकरच. मी देतोय पूर्ण वेळ,

मलाही हुरूप आलाय. आपण खूप काही आदर्श गोष्टी करू शकू. तुम्ही मनावर घेतलं तर.''

''म्हणजे, करूच नक्की.''

गुरुजींना दुसरा फोन आलेला असावा. रिंग ऐकू येत होती. पी.ए.चा आवाज ऐकू येत होता. गुरुजी म्हणाले,

''भाऊसाहेब, महत्त्वाचा फोन आहे. नंतर बोलतो. ठीक आहे, ठेवतो.''

ठरल्याप्रमाणे मोरे गुरुजींशी माझी सविस्तर चर्चा झाली. खास बैठकच. तीही सरकारी रेस्टहाउसवर. मला प्रतिष्ठानच्या कार्यालयात किंवा कुठेही जवळच्या शाळेत बसून रीतसर चर्चा करायची होती. खासगी प्रतिष्ठान बैठक सरकारी डाक बंगल्यात का? कळत नव्हतं.

पण झाली ती खूप छान चर्चा झाली. मनाजोगती. माझ्या टिपणातील मुद्द्यानुसार.

❖

पंधरा

सगळ्यात महत्त्वाचा बदल जो मला अपेक्षित होता तो आश्रमशाळेतील आहारविषयक. संस्थेच्या मंजूर दोन आश्रमशाळा होत्या. आंबे दहिटणे व म्हंकाळवाडी कर्नाटक सीमेला लागून जंती तालुक्यातल्या व्ही.जे.एन.टी. आश्रमशाळा अजून सुरू नव्हती. प्रतिष्ठानच्या कार्यालयापासून दोन्ही-तिन्ही वेगळ्या दिशेला साधारण नव्वद किलोमीटर अंतरावर. आंबे दहिटणे सगळ्यात जवळ. बाकी कमीअधिक अंतरावर स्थित.

सांगलीत अन्नपूर्णा गृहवस्तू भांडार नावाचं एक फार मोठं किराणा भुसार मालाचं दुकान होतं. भांडारमालक तिवाडी माझ्या चांगल्या परिचयाचे. मी त्यांची खास भेट घेऊन, या आश्रमशाळेला महिनाभर लागणारा संपूर्ण माल यादीनुसार पोहोच करायचा व संस्थेस मिळणाऱ्या ग्रॅन्टमधून बिलाची रक्कम नंतर पेड करायची असं ठरवलं. हा सगळा उधारीवर माल. बिलही मोठं. एका आश्रमशाळेत २४० मुलं. त्यांना महिन्याला किती धान्य लागतं व अन्य कोणत्या वस्तू लागतात याची आश्रमशाळेच्या शासकीय व्यवस्थापन निर्देश पत्रिकेनुसार याचा रीतसर अंदाज घेतला. नियोजन केलं. मुख्याध्यापक व अधीक्षक यांनी यादी तयार करायची. ती पट्टी माझ्या मंजुरीनुसार अन्नपूर्णा भांडाराकडे द्यायची. मालक तिवाडी ती यादी पाहून लागणारा माल, वस्तू टेम्पोने डिलिव्हरी चलनासह आश्रमशाळेला पाठवून द्यायचा. शाळेत तो माल यादीनुसार उतरून द्यायचा, अशी व्यवस्था निहित केली. माल पोहोच झाला की त्या पट्टीनुसार एका प्रतीसह दुकानदारानं माझ्याकडे बिल सादर करायचं. त्याप्रमाणे मी माझ्याकडे नोंद ठेवून योग्य ते नियंत्रण कसं ठेवायचं, मंजूर ग्रॅन्टप्रमाणे लागणारा माल कसा नियंत्रित व पर्याप्तपणे शाळांना पुरवठा करायचा, याचा सर्व विचारपूर्वक नियोजनाचा तक्ता, रजिस्टर मेन्टेन करायचं, हे सारं ठरवलं. एकदा शिस्त लागली की लागतेच. फक्त त्यावर लक्ष ठेवून वेळचे वेळी सप्लाय व कन्झम्प्शन यांचा मेळ जमवायचा असतो.

दोन्ही शाळेला या नव्या योजना पद्धतीनं माल व अन्य वस्तूंचा पुरवठा सुरू झाला. धान्य, शाळेतील मुलांना दैनंदिन लागणाऱ्या वस्तू पुरवल्या जाऊ लागल्या. सकस व संतुलित आहार. टूथब्रश, टूथपेस्ट, साबण, मेणबत्ती, तेल, कंगवे असं

सर्वकाही मुलांना मिळू लागलं. हे इथं अभूतपूर्व होतं. अशा वस्तूंनी आश्रमशाळेचं भांडार कधी भरलेलं नव्हतं. आता ठेवायला कपाटं, रॅक्सची मागणी होऊ लागली. एकूणच हे थक्क होणारं होतं.

बसून मी याचा हिशेब मांडला. एका आश्रमशाळेत २४० मुलं हजेरीपटावर. प्रत्येकी ६०० रु. दरमहा ग्रॅन्ट. २४० मुलांची ग्रॅन्ट दरमहा १ लाख ४४ हजार रुपये. दरमहाचा माल साधारण लाखापर्यंत लागायचा. तरीही रक्कम शिल्लक राहू शकते, अशी स्थिती. साधारण वर्षाचे ११ महिने ग्रॅन्टचे ग्राह्य धरून मी वर्षाला धान्य-वस्तूचं आश्रमशाळेचं मिळून बिल एकवट चेकनं देण्याचं योजलं होतं. मुलं पोटभर जेऊ लागली. कुठंही अन्नावाचून एकही मुलगा उपाशी नाही, ना अर्धवट जेवणाची. बघताबघता आश्रमशाळेतील मुलं धष्टपुष्ट होऊ लागली. या वंचित मुलांना आयुष्यात इतकं छान, सकस अन्न मिळणं शक्य नव्हतं ते मिळू लागलं. केलं की होतं, हे पटू लागलं.

आश्रमशाळेचा एक फार मोठा प्रश्न सुटला. येणाऱ्या ग्रॅन्टची वाट पाहणं गरजेचं राहिलं नाही. आश्रमशाळेची धान्यकोठारं काठोकाठ भरली. तृप्त झाली. आता शाळेतील स्टाफना मुलांच्या शिक्षणाकडे, अभ्यासाकडे लक्ष द्यायला पुरेसा वेळ मिळू लागला. मुख्याध्यापक, अधीक्षक निश्चिंत झाले. मुलांना अभ्यासात गोडी लागली. दरम्यानच्या काळात प्रत्येक शाळेत लाइट कनेक्शन घेतलं. अभ्यासिका, निवास यांत पंख्यासह लाइटची सोय करून घेतली. मुलांना गणवेश शिवून घेतले. सतरंज्या, चादरी पुरवल्या. प्रत्येकी ताटवाट्या दिल्या. सगळं स्वरूपच बदलून गेलं. अधूनमधून माझ्या सतत व्हिजिट असायच्या, त्याही अनपेक्षित. त्यामुळे प्रतिष्ठानचा अनामिक धाक-दरारा निर्माण झाला. सगळ्यांना कशी शिस्त लागली हे ध्यानातही आलं नाही. प्रश्न सुटत जातात. एका प्रश्नातून दुसरेही. हा नवा अनुभव होता.

मोरे गुरुजी तर थक्कच झाले.

वर्षाची ग्रॅन्ट मार्चअखेर यायची. वर्षाच्या खर्चाचा ताळमेळ, देय बिले, संभाव्य खर्च याचा नियोजनबद्ध आराखडा करून पूर्तता केली की वर्षाखेर किती निधी उरतो तेही कळत असे. संस्थेस वर्षभर काही धनिकांच्या देणग्या येत. आयकर सूट ८० जी प्रमाणे. अंदाजपत्रकातील सरप्लस निधी, संस्थेच्या अन्य विकासकामास वापरला जाऊ शकतो. शाळेत टॉयलेट, बाथरूम्स बांधणे, कम्पाउन्डवॉल करणे, फरशीकरण, फर्निचर, शालेय साहित्य, पुस्तकं, पाण्याची सोय, उद्यान, वृक्षारोपण, बागा, हिरवळ अशी कितीतरी कामं असत. ती करता येऊ लागली. आश्रमशाळेत स्वयंपाकास जळण लागत असे. तोही मोठा खर्च होता. एकदा मी गॅस एजन्सीकडे संपर्क केला आणि त्यांच्या मुख्याधिकाऱ्याच्या सहकार्याने कमर्शिअल गॅस सिलिंडरचीही

सोय करून घेतली. शाळेच्या अवतीभोवती भरपूर मोकळी जागा असायची. जवळजवळ पडीकच. असाच विचार डोक्यात आला आणि त्या जागेत भाजीपाला, फळभाज्याचे प्लॉट तयार करून आश्रमशाळेस ताज्या ताज्या भाज्याचीही सोय होऊ शकली. बांधावर शीघ्र वाढणारी शेवग्याची झाडे लावली. सगळं चित्रच बदलू लागलं. केलं की होतंय असं.

पंढरपुरास दर कार्तिक वारीस जनावराचा मोठा बाजार भरतो. एका यात्रेत काही दुभत्या म्हशी, गाई विकत घेतल्या. या खरेदीसाठी गावातल्या धनिकांचं सहकार्यही लाभलं. काही अंशी तरी आश्रमशाळेतील मुलांना दूधही मिळू लागलं.

अलीकडे मोरे गुरुजींचं माझ्याकडे येणंजाणं वाढलं. सतत संपर्क होऊ लागला. गुरुजी मोठ्या शहरातील श्रीमंतांना आश्रमशाळा व संस्थेकडून नियमित दिल्या जाणाऱ्या सुविधा आवर्जून दाखवत. धनिकांना हे कार्य पाहून नवल वाटे. गुरुजींबद्दलचा आदर वाढत असे. गुरुजी या भेटीचा संस्थेसाठी उपयोग करून घेत. गुरुजी खूप हुशार किंबहुना चतुरच होते.

तीनच वर्षांत आमच्या संस्थेतील शाळा-महाविद्यालयांचा कायापालट झाला. बहुजन समाजातील व वंचित, मागास समाजातील गरीब, होतकरू मुलांना आमची शिक्षण संस्था उन्नतीसाठी वरदानच ठरली. आधार बहुउद्देशीय प्रतिष्ठान हे महाराष्ट्रातील एक अग्रगण्य शिक्षण संस्था म्हणून ओळखलं जाऊ लागलं.

याच काळात एक विचित्र अनुभव आला. माझं कार्यालय दिवसभर गजबजलेलं असायचं. अनेक लोक भेटीस यायचे. कुणाच्या ॲडमिशनचं काम असायचं, कुणाचे काही शैक्षणिक प्रॉब्लेम्स असायचे. संस्थेत काम करणारे कर्मचारी, शिक्षक, प्राध्यापक यांच्या अडचणी घेऊन सांगायला येत. कुणाला बदली हवी असे, कुणा स्टाफचं प्रमोशन असे, कुणी नोकरीसाठी अर्ज घेऊन येत. मी दिवसभर व्यस्त होऊन जाई. भेटी, मीटिंगा, फोन, पत्रव्यवहार, संस्थेच्या अडचणी असे अनेक प्रश्न असत. अलीकडे मोरे गुरुजींचे दिवसातून दोन-तीन फोन तरी असत. गुरुजी मधूनच प्लॅस्टिकच्या बॅगेत रोख रकमा पाठवीत. दोन चार लाखांपर्यंत त्या सहज असत. देणारे काहीही न बोलता त्या बॅगा माझ्या हवाली करून जात. बरेचसे अनोळखीचे असत. एक मात्र मी निक्षून काळजी घेत असे. असं कुणी आलं की मी त्यांना त्यांच्याच मोबाइलवरून गुरुजींना फोन लावण्यास सांगत असे. ते फोन लावून देत. मग गुरुजी सांगत 'भाऊसाहेब तीन कागद पाठविलेत. आपल्या संस्थेचं उस्मानाबाद येथे वसतिगृहाच्या बांधकामाचं काम चालू आहे. अमुक शेठ दहा टन सळई पाठवितात ती उतरून घ्यायला सांगा. स्लॅबसाठी. हे कागद इतर खर्चासाठी दिलेत. ठेवा.' मला हे संकटच वाटत असे. तसं पाहता, गुरुजी सर्व काही मिळवत ते समाजोपयोगी पडावे, शिक्षण कार्यासाठी त्यांचा विनियोग व्हावा वगैरेसाठी. हे

सगळं ठीक आहे. पण असं कसल्याही नोंदीशिवाय, कसल्याही चिठ्ठीचपाटी, पावतीशिवाय हे कसं? मी मुळातच बँकर. हे सगळं सत्कर्म असेल, सत्पात्री असेल, पण तरीही बेहिशेबानं का? गुरुजींना बोलावं तर ते नुसतं हसत. 'असू द्या हिशेबाचं बघू नंतर' एवढंच म्हणत. गुरुजी एका अर्थानं निष्पापच होते.

मोरे गुरुजी महाराष्ट्रभर फिरून, भटकत राहून असा धर्मादाय निधी गोळा करत असत, हे माझ्या ध्यानात येई. पण त्यांच्या यथावत नोंदी का नको, तो नियमाप्रमाणे पैन्‌पै बँकेत जमा का करू नये, एवढीच माझी अपेक्षा असे. काहीही असो अशा माझ्या धोरणाला गुरुजी प्रतिसाद देण्याऐवजी हसून टाळत. हे मात्र मला योग्य वाटत नसे. गुरुजींचा रेकॉर्ड तयार करण्याबाबत विरोधच होता. पण माझा मुद्दा मात्र एवढाच होता की हा प्राप्त होणारा निधी, लोकांनी दिलेली मदत, ही सार्वजनिक मालमत्ताच असते. तिच्याबाबत आपण अधिक काळजी घेऊन या लोकनिधीचा गैरवापर होऊ नये याची दक्षता घ्यायलाच हवी आणि ते सामाजिक कर्तव्यच असतं. यात चुकीचं काय होतं?

प्रतिष्ठानचा आर्थिक व्यवहार अधिक पारदर्शी असायला हवा, याकडे माझा अर्थातच अधिक कटाक्ष होता. आर्थिक व्यवहार हा एकाअर्थी विस्तवाचा खेळ. मोहाचं तळं. मायाजाल. मी कमालीची दक्षता घेऊन काम सांभाळत होतो. डोळ्यांत तेल घालून. मोरे गुरुजींच्या जगतात माझ्या या काटेकोरपणाला महत्त्व नव्हतं. माझ्यामुळे इतरांना अडचणी येऊ लागल्या. गुरुजींनाही.

आश्रमशाळेचा धान्यपुरवठा अतिशय सुरळीत होता. शाळेतील मुलं खाऊनपिऊन तृप्तसुखी होती. काही महिने माल गेल्यावर घरी पत्नीनं विषय काढला ती म्हणाली,

"त्या आनपुरना दुकानातून आपुनबी उदार माल घेतू. पेन्शन आल्यावर येळच्या येळी उदारी दिऊन पुना माल घेतू. पर मला वाटतंया, कुठूनबी उदारच घेयाचं तवा दुकान बदलावं का? उगच कुनाबुनाला बोलाया जागा नकु."

मला हिचं कौतुकच वाटू लागलं. आश्रमशाळेत उधारीनं माल जातो, तिथं आपणही माल घेणं हे ठीक नव्हतं. निष्कारण संशयाला का संधी. हे तिच्या मनातलं कारण माझ्या लगेच ध्यानात आलं आणि मी तिला, 'तुझं बरोबर आहे, बदलू आपलं उधारीचं दुकान' म्हणून कौतुक करत 'खरंच तू हुशार आहेस' असं म्हटलं. तिला खूप बरं वाटलं. आपल्या या सेवाकार्यात घरच्यांचही निरपेक्ष योगदान आहे, याचं मला खूपच समाधान वाटलं.

एप्रिलच्या सुट्ट्या संपल्या की शाळा सुरू होण्याचे नवेकोरे दिवस नव्या उत्साहानं येत. नवा दिवस चैतन्यानं उगवावा तसं काही होऊन जाई. चैत्रपालवीसारखं वाटत असे. सगळं नवं. नवा गणवेश, नवीन वह्या-पुस्तकं, नवीन इयत्ता, जुनेच

पण नवे शिक्षक यामुळे मुलांचा उत्साह व आनंद संपूर्ण वर्गभर, शाळाभर ओसंडून वाहत असे.

प्रतिष्ठानचंही नवीन वर्ष सुरू होई. गतवर्षीच्या आलेल्या ग्रॅन्ट्सची जिकडेतिकडे पाठवणी होऊन जाई. ऑडिट रिपोर्टात त्यांना बंदिस्त करूनही टाकलं जाई. आता नवा खेळ. नवा मेळ. मुलांच्या ॲडमिशन्स, प्रवेश फी, नवीन वर्षाच्या ग्रॅन्टचा पहिला अग्रिम हप्ता आतुरतेनं येऊन दाखल होई.

सर्व शाळेत नववर्षाची लगबग. नवी पालवी.

आर्थिक व्यवहाराची गडबड सुरू झाली. शालेय फी रोजचे रोज बँकेत जमा, तर ॲडमिशन फी वर्गवारीनुसार त्या त्या बँक खात्यात जमा होऊ लागली. हे जितकं शिस्तबद्ध तितकं काहींना अडचणीचं, गैरसोईचं होत होतं. गुरुजींना अधूनमधून पैसे लागत. कारणं अनेक. बहुधा जमीनखरेदी व शाळेच्या बांधकामास निधीची निकड प्राधान्यानं भासे. आता रोकड कुठेच हातात नसायची. असली तर वरखर्चासाठी किरकोळ. त्यामुळे मोठे खर्च, मोठे वायदे, मोठं पेमेन्ट अडून राहू लागलं. मोरे गुरुजींना एकूणच हे आजवरच्या अनुभवातून अडचणीचं वाटू लागलं. पण स्पष्ट काही बोलताही येत नव्हतं. चाललं होतं ते कायदेशीर व नियमानुसार; आता ते कसं थांबवायचं?

एके दिवशी मोरे गुरुजी रात्री उशिराच घरी आले. पी.ए.नी 'गुरुजी येताहेत नऊदहा वाजेपर्यंत' असा निरोप दिलेला. गुरुजी अकरा वाजता आले. उशीर झाल्यामुळे 'आपण मुख्य विषयावर बोलून विषय संपवू' म्हणाले.

सांगोपांग चर्चा झाली. गुरुजींनी मुंबई येथे संस्थेच्या असलेल्या जागेत नव्या बांधकामाचा प्रस्ताव ठेवला होता. गुरुजी सगळ्या तयारीनिशी आलेले. जवळजवळ सगळं ठरवूनच. मला फक्त पुढील तजवीज करायची, एवढंच काम शिल्लक ठेवलेलं.

संस्थेची मुंबईत भली मोठी ३ एकर जागा होती. प्राथमिक शाळा, हायस्कूल तसंच इंग्रजी माध्यमाची केजी ते दहावीपर्यंत शाळाही होती. इंग्रजी शाळेला प्रतिसाद चांगला होता. भरपूर डोनेशन मिळत असे. फीदेखील भरपूर. मुलांचा प्रतिसाद चांगला; त्यामुळे ॲडमिशन्स लवकरच संपून जात. वर्गखोल्या अपुऱ्या होत्या, त्यामुळे सकाळी व दुपारी शाळा भरत असे. इंग्रजी मीडिअमची शाळा कुणी सोफिया मेन्रो नावाच्या मुख्याध्यापिका पाहत होत्या. तल्लख, चुणचुणीत व इंग्रजीवर प्रचंड प्रभुत्व. इथल्या सगळ्या युनिटला अशोका अकादमी असं नाव होतं.

सगळी लांबच लांब खोल्यांची रांग असलेली तळमजल्याची इमारत तशी अत्यंत गैरसोईचीच होती. त्यामुळे अधिक बांधकाम जरुरीचं होतं.

जाताना गुरुजींनी मला एक फाइल दिली. त्यात बरीच कागदपत्रं होती. ती रात्री

बराच वेळ मी चाळत होतो. या जागेत तीनमजली भव्य स्कूल बांधायचं प्रपोजल होतं. नकाशे होते. मुंबई महानगरपालिकेनं बांधकाम मंजुरीसह दिलेले. लगत एस्टिमेट होतं. एस्टिमेट आर्किटेक्ट शहा ॲण्ड कंपनी यांनी तयार केलेलं. इमारतीच्या बांधकामाची टोटल कॉस्ट ४ कोटी ८० लाख इतकी होती. सर्व स्पेसिफिकेशनसह, दर, कॉस्ट, एरिया सर्व काही अत्यंत बिनचूक. आश्चर्य म्हणजे टेंडर काढून आलेल्या निविदा ओपन केलेल्या व त्यातील मे. लोखंडवाला कन्स्ट्रक्शन कं.चं टेंडर मंजूर केलेलं. बांधकामाचा एरिया, प्रति चौ. फू. दर यासह सोबत बयाणा रकमेचा ड्राफ्ट ५ लाख रुपयाचा. मी हे सगळं पाहून थक्कच झालो. एवढं सगळं केव्हा केलं ते मला कळूही दिलं नव्हतं. मुंबईतील त्यांच्या कार्यालयातील व अशोका अकादमीतील स्टाफ यांनी गुरुजींच्या, पी.ए. च्या मार्गदर्शनानं केलेलं काम. मला काहीसं विचित्र वाटलं. ट्रस्टचा यात कागदोपत्री कसलाही सहभाग नव्हता आणि अर्थात हे गैरही होतं.

संस्थेच्या कामकाजात मी आत्ता कुठे नियमितता, शिस्त आणू पाहत होतो आणि हे एवढं मोठं काम मोरे गुरुजींनी संस्थेच्या ट्रस्टींची व मला या कामासाठी खास नियुक्त करून माझीही जणू काहीच गरज नाही, अशा पद्धतीनं परस्परच केलेलं होतं. माझ्याकरता शिल्लक ठेवलं होतं ते या बांधकामाकरता लागणाऱ्या मोठ्या निधीची तरतूद करण्याचं. तरीही त्यात आणखी एक मंजुरीचा कागद आढळला. तो होता या सगळ्या बांधकामासाठी बँकेने कर्ज मंजूर केल्याचा.

> "Unnati Co-op Bank. S. V. Road, Kandivali (E), Mumbai, Ref. No. Ho/CD/115 Dt. XXXX : with reference to the application cited above, we would like to inform you that we have sanctioned Term Loan of Rs. 4/80 Crore. Four crore Eighty lakh only to Aadhar Bahuuddeshiy Foundation for School Building Constructions situated at CST No. 5 sector 3, Kandivali.... Loan will be released after the respective documents Submission according to rules."

मी या प्रकारानं काहीसा गोंधळलो. हे सगळं योग्य होतं. आवश्यक होतं, ठीक आहे; पण रीतसर नव्हतं. मनात अनेक प्रश्न उपस्थित होऊ लागले. शंका निर्माण होऊ लागल्या. गुरुजींनी आपल्याला अंधारात ठेवून हे सारं इतकं परस्पर कसं केलं? आपणास त्यांनी गृहीत तर धरलं नसावं? कदाचित असंही असावं, त्यांच्या नेहमीच्या घाईगडबडीत याबाबत चर्चा करणं राहून गेलं असेल. परंतु या अवधीत आपला गुरुजींशी संपर्क असतोच. बोलणं असतंच. तरीही असं का? माझं समाधान होत नव्हतं.

मीच अधिक खोलात जायचं नाही असं ठरवलं; पण प्रश्न होता ४ कोटी ८० लाख कर्जाचा. ज्या कर्जास सर्व ट्रस्टी जबाबदार असणार होते. मी स्वतः मानद सचिव या नात्यानं लोन डॉक्युमेन्टवर सह्या करणार होतो. बॉरोअर व गॅरेन्टर म्हणून. बाब म्हणावी तशी साधी नव्हती. आयुष्यभर आपण बँकेत नोकरी केली. गृहबांधणी कर्ज व वाहन कर्ज या पलीकडं कधी डॉक्युमेन्टेशन केलं नाही आणि आता इतकं मोठं कर्ज? ट्रस्टी म्हणून सोडलं तर आपली काय लायकी आहे, एवढ्या मोठ्या कर्जासाठी?

दुसऱ्या दिवशी गुरुजींना फोन केला. माझा फोन येणार हे ते ओळखून असावेत. फोन येणार हे त्यांना अपेक्षित होते. तेच सविस्तर सांगू लागले, 'भाऊसाहेब, तुम्ही आता गेली तीन वर्षं संस्थेचं काम पाहता आहात. तुम्ही अतिशय शिस्तीनं सगळं सुरळीत केलं. मुळात आमचं काम ओबडधोबड. नियम धाब्यावर बसवून आणि राजकीय वजन वापरून आम्ही करणारे. त्यामुळे त्रुटी राहत. रेकॉर्ड अपुरं राहत असे. पण आमचा उद्देश आहे जोवर सत्ता तोवर मिळवायचं आणि तसं मिळवलंही. आता सत्ता नाही त्यामुळे चणचण भासते. तुम्ही कांदिवलीचं आपलं युनिट बघितलं आहेच. इमारतीची किती गरज आहे हे तुम्हाला लक्षात आलं असेल. म्हणून बँकेचं लोन प्रपोजल केलंय. अशोका अकादमीची फी, डोनेशन जे जमा होईल त्यामधून लोन रिपेमेन्ट होऊ शकतं. काळजीचं कारण नाही. रक्कम मोठी आहे. त्यामुळे तुम्हाला काळजी वाटणं साहजिक आहे. पण चिंता करू नका आणि ती जागा मॉर्टगेज केलेली आहे. शिवाय मीही आहेच ना गॅरेन्टर. तेव्हा सगळी कागदपत्रं तयार करून बँकेत लोन डॉक्युमेन्ट एक्झिक्युट करू. म्हणजे लगेच बांधकाम सुरू करता येईल.'

ते सलग बोलत होते आणि मी फक्त ऐकत होतो.

गुरुजी ते गुरुजीच. त्यात चतुर राजकारणी. मग मी काय बोलणार? पुढच्या कामकाजास पूर्तता करण्यास सज्ज झालो. दुपारीच, मनगोळी वकिलाच्या कार्यालयावर गेलो. कोर्टात, बार असोसिएशनच्या हॉललगत त्यांचं स्वतंत्र छोटंसं कार्यालय होतं. त्यांनी मी बोलायच्या आधीच मुंबई बँक लोनचा विषय काढला, "भाऊसाहेब परवा मला मोरे गुरुजींचा फोन आला होता. कांदिवली इथल्या बांधकामाच्या कर्जाविषयी. संस्थेस लोन काढताना चॅरिटी कमिशनरांची बी.पी.टी. ॲक्ट ३६ प्रमाणे रीतसर परवानगी घ्यावी लागते. तुमच्याकडून कागदपत्रं घेऊन ना-हरकत प्रमाणपत्रासाठी अर्ज दाखल करा म्हटलंय गुरुजींनी मला. मी आज तुम्हाला फोन करणारच होतो."

"वकीलसाहेब ही प्रोसिजर उलटसुलट वाटत नाही का? आधी चॅरिटी कमिशनरांची मंजुरी आणि नंतर बँक प्रपोजल मंजुरी वगैरे असते, बरोबर ना?"

"होय ना, पण गुरुजी पडले खासदार आणि साखरसम्राट त्यांना कोण प्रोसिजर, नियम दाखविणार."

मी चर्चा वाढविली नाही. वकीलसाहेब आणि मी मिळून, चॅरिटी कमिशनरांकडे मंजुरीसाठी पाठवायचं प्रकरण तयार करण्याच्या कामाला लागलो. जवळजवळ १७-१८ कागदपत्रं जोडायची अर्जासोबत. नियमावलीचा एक माहितीचा फॉर्म भरायचा. आज बसून हा प्रस्ताव कसल्याही परिस्थितीत तयार करायचा ठरवलं.

रीतसर करायचं तर संस्थेच्या ठरावाची अडचण होती. त्या त्या वेळेचे ठराव असावे लागतात. बांधकामाबाबत ठराव, बांधकाम मंजुरीचा अर्ज दाखल करणं, एस्टिमेट, आर्किटेक्ट नेमणूक, बिल्डरची नेमणूक, टेंडर, दर मंजुरीचे ठराव, बँक प्रपोजल ठराव, लोनसाठी अर्ज वगैरेचे सर्व रीतसर ठराव सभेत संमत करावे लागत. इथं तर काहीच नव्हतं. मग वकीलसाहेबांना सांगितलेल्या क्रमवारीनुसार सभेचे प्रोसिडिंग ठराव लिहून काढले. मागच्या तारखांचे. तसं इल्लीगलच. माझ्या शिस्तीत कधीच न बसणारं.

प्रतिष्ठान नोंदणी पत्र, ठराव, जागेचा उतारा, बांधकाम परवानगी पत्र, मंजूर नकाशा, एस्टिमेट वगैरे सर्व क्रमाने कागदपत्र तयार करून त्याच दिवशी मी आणि वकीलसाहेबांनी मिळून चॅरिटी कमिशनरांच्या कार्यालयात जाऊन अर्ज दाखलही केला.

वकील म्हणाले, ‘‘दोनएक महिन्यात सुनावणी होऊन मंजुरी मिळेल. सुनावणीची तारीख, सांगतो त्या दिवशी फार काय चौकशी नसेल, पण समोर ॲफिडेव्हिट देऊन एन.ओ.सी. घेऊ.’’

❖

सोळा

सगळीकडे शाळा-कॉलेजांनी व्यवस्थितपणे महिन्याभरातच लयबद्ध गती घेतली. नियमितपणे वर्ष सुरू झालं. आरंभीची धांदल थांबली.

५ जुलै, मोरे गुरुजींचा वाढदिवस. संस्थेतील सर्व युनिटकडून वाढदिवस थाटात साजरा करत. प्रतिष्ठानाचं मुख्यालय आता माझं इथलं कार्यालयच अधिकृत म्हणून मानलं जात होतं, तेव्हा गुरुजींच्या या वाढदिवसानिमित्त इथूनच भरगच्च कार्यक्रम आखले जात होते. व्याख्यानमाला, शाळेत खाऊवाटप, गुरुजींना शुभेच्छा देण्यासाठी कॉलेजच्या प्रशस्त हॉलमध्ये गौरव सभा वगैरे प्रमुख कार्यक्रम. सर्व वर्तमानपत्रांत वाढदिवसाच्या पानभर जाहिराती, हे मात्र आवर्जून असे.

या वर्षाच्या वाढदिवसात मोरे गुरुजींनी किंचित बदल केला. ५ जुलै हा दिवस कांदिवली येथील संस्थेच्या नवीन बांधकामाच्या भूमिपूजनाचा म्हणून साजरा करायचा ठरविला. तसं नियोजन केलं. संस्थेचे सातही ट्रस्टी, काही मान्यवर स्नेही यांच्यासाठी रेल्वे रिझर्वेशन केलं.

एक दिवस आधीच आम्ही सगळे कांदिवली येथे पोहोचलो. शासकीय इरिगेशन खात्याच्या रेस्टहाउसवर आमची उतरायची सोय केलेली. आमच्याबरोबर गुरुजींनीही मुक्काम केला. इथले सगळे कार्यक्रम गुरुजींनी आधीच आखून ठेवलेले होते. त्यांच्याबरोबरचे पी.ए. मोबाइल व एक डायरीसह सतत व्यस्त असलेले. गुरुजींना ते अधूनमधून मोबाइल देत. 'साहेब...यांचा फोन...साहेब घरचा फोन...' वगैरे. सकाळी आम्ही एकत्र नाश्ता घेतला. चहा घेत घेत गुरुजींनी दिवसभरचं शेड्युलही सांगितलं. ११ वाजता उन्नती को-ऑप. बँकेत संस्था बांधकाम कर्जाच्या लोन प्रपोजलवर सर्व ट्रस्टींनी सह्या करणं, बँक खाती उघडणं, कागदोपत्री पूर्तता करणं, नंतर कांदिवली येथील युनिटला भेट. शाळा पाहणी. स्टाफबरोबर मीटिंग वगैरे.

प्रथम बँकेचं काम संपवलं. कर्जाचे डॉक्युमेन्ट्स आधीच तयार होते. त्यावर सांगतील तिथे आम्ही सगळ्यांनी डोळे झाकून सह्या केल्या. गुरुजी बेहद्द खूश.

संस्थेतील काही सदस्य प्रथमच मुंबईस आले होते. त्यांची इच्छा होती, संध्याकाळी चौपाटी, फोर्ट, गेट वे ऑफ इंडिया

वगैरे पाहून जेवण घ्यावं. गुरुजींना काहीही सुचवावं लागत नसे. ते इतके मनकवडे होते की सहज मनातलं ओळखत. सांगावं लागत नसे. त्यांनी खास दोन गाड्या केलेल्या होत्या. दुपारचं जेवण घेऊन लगेच कांदिवलीवरून मंत्रालयाकडे प्रस्थान ठेवलं.

नियोजनाप्रमाणे सर्व भेटी झाल्या. सगळं भव्यदिव्य पाहिलं. विशाल समुद्राच्या अवतीभोवती फिरूनही खूप फिरल्याचा शीण, थकवा कुणालाही वाटला नाही. आम्ही इतकं प्रथमच फिरत होतो. त्या गगनचुंबी इमारती, प्रशस्त रस्ते, गाड्यांची प्रचंड धावपळ, कसली जीवघेणी वाहतूक ही. एवढी कसली घाई धावण्याची इथल्या लोकांना. कसली उसंत म्हणून नाही. कळत नव्हतं, गाडीतून आम्ही फिरायचो, रस्ते ओलांडायचे आणि अचानक झप्कन समुद्र दिसायचा. दूरवरची जहाजं, बोटी. सगळा नजाराच डोळ्याचं पारणं फेडणारा. आम्हाला मोरे गुरुजींचं मनोमन कौतुक व आदर वाटू लागला. गुरुजींमुळं आम्ही हे भव्य नगरीचं ऐश्वर्य पाहू शकलो.

दिवसभर गुरुजी आमच्याबरोबर होते. आमची खूप काळजी घेत. जपत. अधूनमधून आमचं कौतुक करत. आमच्यामुळे त्यांनी एवढं मोठं शैक्षणिक साम्राज्य उभं केलं म्हणत. मला तर त्यांच्याच गाडीत शेजारी बसवून घेतलेलं. आता अशोका अकादमीकडेही मी अधिक लक्ष द्यायला हवं असं सांगत. इथं उत्पन्न खूप आहे. इथला आर्थिक व्यवहार तपासून त्यावर नियंत्रण ठेवायला हवं. कारण इथं संस्थेचं म्हणून पाहणारं अधिकृत कुणी नाही. इथले प्राचार्य, स्टाफ, पी.ए. व काही स्थानिक कार्यकर्ते, हेच सगळा व्यवहार पाहतात.

हे सारं पाहत असताना रस्त्यात मध्येच एका आलिशान अपार्टमेन्टच्या प्रांगणात मोर्चा वळविला. तोवर गुरुजींनी आम्हाला कसलीही कल्पना दिली नव्हती. गेटमधून गाड्या आत गेल्या. समुद्रालगतची सी फेसची ही श्रीमंत अपार्टमेन्ट्स होती. गाड्यातून आम्ही उतरलो. गुरुजी एका अपार्टमेंटच्या उंच प्रशस्त ब्लॉकमध्ये बोट दाखवत सांगत होते, 'तो आपला ब्लॉक. शासकीय कोट्यातून आमदार-खासदारांना दिलेल्या ब्लॉकमधून मला मिळालेला.'

लिफ्टमधून आम्ही १७ व्या माळ्यावर गेलो. गुरुजींच्या ब्लॉकमध्ये आत प्रवेश केला. कसला प्रचंड आलिशान ब्लॉक. थक्कच झालो. अत्यंत वेल फर्निश्ड. गालिचे, उंची पडदे, मूर्त्या, सजावट, सोफे, आलिशान खुर्च्या सर्व काही होतं. संपूर्ण ए.सी. बंदिस्त. समोरची खिडकी उघडली तर पसरलेला प्रशांत समुद्र दूरच दूर. दडपून राहिलेलं वारं वादळासारखं आत घुसू पाहत होतं. गुरुजींनी लगबगीनं खिडकी बंद करायला लावली. म्हणाले, 'प्रचंड वारं घुसतंय समुद्रावरचं. आम्ही खिडक्या बंदच ठेवतो. ए.सी. असतोच ना?' मला राहवलं नाही. 'गुरुजी अहो हे

किती सुंदर जबरदस्त वारं आहे. अंगावर घ्यायला किती आनंद होतो आणि...'

हे पाहताना मला ती आंबे दहिटणे गावातील पत्राच्या शेडची आश्रमशाळा उगीचच डोळ्यांसमोर येऊ लागली.

रात्री गुरुजींनी, गेट-वे ऑफ इंडियाच्या समोरील भव्य ताज हॉटेलात आम्हाला जेवण दिले. इतक्या श्रीमंत हॉटेलात पाऊल टाकण्याचंही आम्ही भाग्य समजू लागलो. गुरुजींनी आमच्या भोजनाचं टेबलही आधीच बुक करून ठेवलं होतं. पूर्वनियोजित डिनर. एवढ्या श्रीमंत ऐश्वर्यात कसं वागावं, याची आम्हा ट्रस्टींना काहीच कल्पना नव्हती. कसेबसे सावरले. गुरुजींच्या मार्गदर्शनाखाली आम्ही भोजनाचं अनुकरण केलं.

कांदिवलीला पोहोचायला बरीच रात्र झाली.

५ जुलैची सकाळ उगवली. मोरे गुरुजींचा जन्मदिवस. आम्हाला बरोबर १० वाजता कांदिवलीच्या अशोका अकादमीच्या जागी पोचायचं होतं. आम्ही लवकरच तयार झालो. सकाळीच गुरुजींच्या खोलीवर आम्ही सगळे गेलो व वाढदिवसाच्या शुभेच्छा दिल्या. मी मोरे गुरुजींपेक्षा वयाने मोठा. मी शुभेच्छा दिल्या तर त्यांनी माझ्याच पाया पडून आशीर्वाद घेतले. मी अगदी अवघडलो. गुरुजींना मिठी मारून शुभेच्छा दिल्या.

१० वाजता अशोका अकादमीच्या जागी पोहोचलो. बरीच मंडळी आली होती. एका मोकळ्या जागेत छोटासा मंडप घातलेला. नव्या इमारतीच्या बांधकामाचा शुभारंभ. गुरुजींच्या जन्मदिवसाचं औचित्य साधून गुरुजींच्या हस्ते भूमिपूजन होतं. भूमिपूजनाचं साहित्य एके ठिकाणी यथासांग ठेवलेलं. स्टाफची गडबड चाललेली. समोरच्या मैदानात खुर्च्या मांडलेल्या होत्या.

आर्किटेक्ट शहासाहेब, बिल्डर लोखंडवाला, कॉन्ट्रॅक्टर चव्हाण आणि बँकेचे मॅनेजर वालावलकर साहेब ही प्रमुख मंडळी पुष्पगुच्छ वगैरे घेऊन आलेली. गुरुजींनी ओळखी करून दिल्या. नमस्कार झाले. बरोबर १० वाजून १५ मिनिटांनी ब्राह्मण पुरोहितानं पूजा आरंभ केली. समोरच्या पाटावर गुरुजी बसलेले. ब्राह्मण महोदय पूजा सांगू लागले. वीसएक मिनिटांत पूजा आटोपली. कुदळ, खोऱ्या, पाटी यास हळदकुंकू लावलं. हार-फुलं वाहिली. नारळ फोडला आणि मोरे गुरुजींनी कुदळ जमिनीवर टेकवून ते फोटोग्राफरकडे फोटोची पोझ देत पाहू लागले. आम्ही सगळे आजूबाजूला अभिनंदन व शुभेच्छांच्या टाळ्या वाजवू लागलो.

कार्यक्रम संपन्न झाला. सगळे आसनस्थ झाले. गुरुजींच्या अभिनंदनाची भाषणं झाली. हस्तांदोलनं झाली आणि गुरुजींनी एक पल्लेदार भाषण ठोकलं, ज्यात आम्हा ट्रस्टींच्याच कौतुकाचा अधिक समावेश होता. मला ध्यानात येत होतं, याचं कारण. गुरुजी कधी नव्हे ते इतके आम्हाला का जपत होते ते. एवढी बडदास्त.

एवढा मानसन्मान कधीच आम्ही अनुभवला नव्हता. रेल्वेच्या एसी २ टायर रिझर्व्हेशनपासून ते ताजसारख्या पंचतारांकित हॉटेलात डिनर घेईपर्यंत हे आम्हास अननुभूत होतं. आम्ही ट्रस्टी असलो तरी प्रत्यक्षात आम्ही सर्वसामान्यच होतो. मी तेवढा बँक अधिकारी म्हणून सेवानिवृत्त झालेला व सुस्थितीत असलेला, तोही जेमतेम बेतास बेत. बाकीचे तर फाटकेच. आमची हैसियत नसताना ४ कोटी ८० लाखांचे आम्ही हाय लोन बॉरोवर होणार होतो. आम्हा सगळ्या ट्रस्टींची सगळी प्रॉपर्टी, किडूकमिडूक अगदी झाडून पाखडून एकत्र गोळा केलं तरी यांच्या पासंगाला पुरणार नाही. पण एवढ्या प्रचंड शिक्षण संस्थेच्या प्रॉपर्टीचे आम्ही विश्वस्त होतो. मला ही सगळी गंमतच वाटू लागली. गुरुजी आमच्याविषयी अत्यंत गौरवपर बोलत होते. पण आम्ही केवळ सह्यापुरते मालक होतो. तेवढंच आमचं मोल, हे मात्र कळत होतं.

गुरुजींचं भाषण संपलं. मग एक छोटासा कार्यक्रम होता. गुरुजींनी भाषण संपवताना जाहीर केलेला. बिल्डर लोखंडवाला यांना, बांधकाम सुरू करण्यासाठी ॲडव्हान्स म्हणून द्यायचा चेक. रक्कम रु. २५ लाख. गुरुजींनी चेक माझ्या हस्ते समारंभपूर्वक बिल्डर लोखंडवाला यांना देवविला. काय चाललंय कळेना. काल तर लोन ॲग्रिमेन्टवर सह्या केलेल्या. लोन प्रोसेस इतक्या लवकर कशी होऊ शकते. अजून चॅरिटी कमिशनरांची कर्जासंबंधी एन.ओ.सी. मिळाली नाही. एवढ्या मोठ्या रकमेचं कर्ज इतक्या झटपट कसं वितरित होतं? एका पाठोपाठ एक प्रश्न उद्‌भवू लागले. मी स्वतः बँकर. या प्रकारचा मला काही उलगडा होईना; परंतु मनात संशयाचे ढग जमू लागले. दाटू लागले.

असं असलं तरी माणसाचं मन मोठं विचित्र. अनेक शंकाकुशंकांना ते स्वतःच समजून घेतं. जमवून घेतं. हा तसा चांगुलपणाच की.

संध्याकाळी परतीचा प्रवास होता. भूमिपूजनाच्या कार्यक्रमांनंतर गुरुजी लगेच निघून गेले. थांबले नाहीत. त्यांचे आज अनेक कार्यक्रम असणार. कार्यक्रमानंतर आम्ही रेस्टहाउसवर आलो. जेवण, विश्रांती आणि संध्याकाळी व्ही.टी.ला पोहोचायचं. आम्हा सहा जणांत तीन रूम होत्या. रूमवर फ्रेश होऊन आम्ही मधल्या हॉलवर जमलो. पुढचं काय, ठरवायला. वेळ भरपूर होता. इकडचं-तिकडचं बोलत होतो तर रेस्टहाउसचा कुणी अटेंडन्ट आमच्याकडे आला आणि म्हणाला,

"साहेब रूम खाली करताय ना? दुपारी बारापर्यंतच बुक होती. आता चेक आउन्टला दीडएक तास होऊन गेला. रूम आम्हाला दुसऱ्यांना अलॉट करायची आहे."

"अरे असं कसं. आमची गाडी संध्याकाळी आहे, म्हणजे रात्री. तोपर्यंत काय करणार? कुठं थांबणार? वेळ वाढवून घ्या."

“सॉरी साहेब, रूम ऑलरेडी दुसऱ्यांना बुक झाल्यात आणि पैशाचं?”

“पैशाचं काय?”

“मोरे साहेबांच्या पी.ए.नी दोनच दिवसांचे पैसे भरलेत. आता आम्ही काय करणार?”

बिचाऱ्या अटेंडन्टशी काय बोलायचं. मी सांगितलं, “रूम खाली करतोय.” म्हणून.

आम्ही विचार केला व्ही.टी.पर्यंत जाऊन काय करायचं. टॅक्सीभाडं फुकट भरा. तिथं फिरून करायचं काय? सगळं खर्चीक. उलटं व्ही.टी.ला जाण्यापेक्षा तिथून येणारी गाडी कल्याणवरूनही पकडता येते. वेळही वाचतो.

तसंच केलं.

कांदिवलीतील रेस्टहाउसवर दाल-रोटी खाऊन घेतली. ताजपेक्षा रुचकर होती. रेस्टहाउस सोडलं. दोन रिक्षा केल्या आणि कल्याण स्टेशन गाठलं. चौकशी केली. प्लॅटफॉर्म नं. २ किंवा ३ वर गाडी येते. मग छान सलग बाकडं बघितलं. सामान ठेवलं. सामान कुठलं- एक-दोन बॅगा व काहींच्या शबनम. चार वाजले होते. तब्बल ६ तास तरी इथला मुक्काम. एक-दोघे जण स्टेशनवर रेंगाळून पुन्हा बाकड्यावर येऊन बसायचे. असं करत वेळ घालवू लागलो. बाजूच्या प्लॅटफार्मवरून लोकलचं पाच-पाच, दहा-दहा मिनिटाला धडपडत येणं-जाणं चाललेलं. प्लॅटफार्मवरील अनाउन्समेन्ट अधूनमधून. बहुतेक लोक आपआपल्यातच मग्न. कुणी कुणाशी बोलत नसलेले लोक, तरीही एकत्रितपणे वावरणारे गर्दीत मिसळून आणि एकमेकांपासून वेगळेही. किती घाईगडबड. लोकांचं इथलं अजबच जगणं. हे सगळं पाहण्यातच वेळ कसा निघून गेला कळला नाही. गाडी वेळेवर होती. आमचा रिझर्वेशन डबा एस सेवन, जाताना सर्वसाधारण होता. ए.सी. नसलेला.

❖

सतरा

नंतरचे तीन-चार महिने मोरे गुरुजींचा संपर्क झाला नाही. क्वचित फोन असे. लागूपुरतं बोलत.

दर दिवाळीच्या सुट्टीत १० वीच्या मुलांकरता व्यक्तिमत्त्व विकास शिबिर संस्था भरवीत असे. यंदा मी अधिक लक्ष घातलं होतं. शहराच्या जवळच कसबे तडवळे गाव होते. तालुका नसलं तर ते तालुक्याच्या तोडीचंच होतं. संस्थेची इथंही मोठी जागा. हायवेला लागून तब्बल २० एकर. तशी शेतजमीन गायरान जातीची. सरकारकडून गुरुजींनी अल्पदरात मिळविलेली. गुरुजींनी ही जागा बऱ्यापैकी डेव्हलप केलेली होती. ग्रामीण मुलांकरता शासनाचं मंजूर आय.टी.आय. होतं. इथल्या जागेत, प्रशस्त इमारतीत ते चालविलं जात असे. इमारत जागा संस्थेची; पण गुरुजींनी आय.टी.आय.साठी भाड्यानं दिलेली. भरघोस भाडं येत होतं. मी प्रथमच हे स्कूल पाहिलं तेव्हा अचंबितच झालो. किती वर्षं उलटून गेली होती कुणास ठाऊक! हे तंत्रशिक्षण विद्यालय तसं चांगलं चाललेलं होतं. निवासी स्कूल. स्ट्रेंग्थ चांगली. संस्थेचं इथं आणखी एक शिक्षण युनिट होतं. बी.पी.एड. क्रीडा प्रशिक्षण केंद्र. पण हे अनुदानित नव्हतं. ४० ची मान्यता. डोनेशनवर प्रवेश. फी सरकारमान्य. परंतु चांगली घसघशीत. बी.पी.एड्. युनिट निवासी होतं. इथला स्टाफ, प्राचार्य सगळे मिळूनच जणू हे कॉलेज चालवीत होते.

ऐसपैस मैदान, क्रीडा मैदान, पुरेशा खोल्या. वर्ग आणि दिवाळीची सुट्टी यांमुळे या कालावधीत इथं भरपूर मोकळीक असे. दिवाळीची भाऊबीज संपली की गुरुजी सात दिवसांचं इथं शिबिर भरवीत. संस्थेच्या सर्व हायस्कूलमधील दहावीची मुलं-मुली. त्या त्या गावातून जमत. सर्व मुख्याध्यापक, शिक्षकदेखील मुक्कामाच्या तयारीनं येत. काही बाहेरील आदर्श शिक्षक, विषयतज्ज्ञ या शिबिरास आमंत्रित केलेले असत. जवळजवळ तीनशे मुला-मुलींना एकत्रित विषय शिकविले जात. छान नियोजन केलं जाई. सकाळचा नाश्ता, दुपारचं जेवण, दिवसभर वेगवेगळे तास, भाषणं, व्याख्यानं प्रात्यक्षिकं, संध्याकाळी खेळ, मनोरंजन, रात्रीचं जेवण आणि विश्रांती. हा मेळावा, हे संमेलन एक ज्ञान व आनंद मेळावाच होऊन जाई. मुलं रमत. तसं छानच होतं.

शिबिराचा उद्‌घाटन व सांगता समारोप सोहळाही थाटात

होई. मान्यवर पाहुणे येत, ते मार्गदर्शन करत. मुलांना ज्ञानाबरोबर, व्यक्तिमत्त्वविकाससंबंधी प्रबोधन होत असे. एक दिवस, खास तज्ज्ञ डॉक्टरांना बोलावून मुलांची आरोग्य तपासणी केली जात असे. तपासणी रिपोर्टबरोबर वैयक्तिक कार्ड देण्याचीही सोय केलेली होती. खेड्यातील ग्रामीण मुलांना या शिबिराचा खूप छान लाभ होत असे. गुरुजीही हे सात दिवस मुलांबरोबर इथंच मुक्कामी असत. तेही व्याख्यान देत. या सात दिवसांत ट्रस्टचे सभासद सोईप्रमाणे येऊन मुक्काम करत. चर्चा, विचारविनिमयही होत असे.

मोरे गुरुजींच्या कल्पना भन्नाट होत्या. ते हे जे करत ते खूप आदर्शही असे, पण मला यात नेहमी काहीतरी अपुरं वाटत असे. गुरुजी सर्व काही घसघशीत खर्च करीत, पण त्यांच्या हिशेबाचं ताळतंत्र नसे; जे मला नेहमी खटकत असायचं. त्यांच्या मी लक्षात आणून देई. यात अशा काही सुधारणा हव्यात म्हणून सूचनाही देत असे. परंतु गुरुजींनी ते कधीच गांभीर्यानं मनावर घेत नसत. मी संस्थेच्या हिताच्या, भल्याचाच सूचना देत होतो. पण त्यांना ते महत्त्व देत नसत. माझा संभ्रम वाढतच जाई. त्यांच्या माझ्या विचारात, कार्यपद्धतीत, शिस्तीच्या काटेकोर पालनातील पद्धतीत नेहमीच तफावत होती. मतमतांतरे होती. ते प्रतिसाद न देता सहज घेत. नुसतं हसत आणि टाळत.

दिवस सरत होते. कामात मला रस वाटेना. आपण एकटे आणि ही यंत्रणा अवाढव्य आहे, कळत होतं पण मेळ जुळत नव्हता. मी बदलत्या प्रवाहात सामील होणं शक्य नव्हतं आणि माझा मार्गही सोडणं शक्य नव्हतं.

दुपारी फोन आला. आयकर कार्यालयातून.

"हॅलो, आधार फाउंडेशन का?"

"होय, कोण आपण."

"मी इन्स्पेक्टर देशपांडे बोलतोय इन्कम टॅक्स डिपार्टमेन्टमधून, आपण कोण?"

"मी भाऊसाहेब काळे, मानद सचिव बोलतोय."

"तुमच्या संस्थेचं रिटर्न मिळालंय. एकदम ५ वर्षांची भरलीत. तुम्ही तुमचे ऑडिट रिपोर्ट्स घेऊन इन्कम टॅक्स ऑफिसमध्ये ३ वाजता या. आल्यावर बोलू."

मी काहीसा गडबडलो. काय उत्तर देणार? होकार देणं यापलीकडे. परंतु असं अचानक कसं बोलावतात हे आणि रेकॉर्ड घेऊन तासभरात पोहोचायचं. हे काहीसं विचित्रच वाटू लागलं. मी विचार करू लागलो आणि अचानक लक्षात आलं आपल्या संस्थेचे ऑडिट तर सी.ए.बी.के. भोळे करतात. त्यांना फोन करून कल्पना द्यावी. मी लगेच फोन फिरवला,

"हॅलो भोळेसाहेब, मी भाऊसाहेब काळे बोलतोय."

"हं, बोला सर,"

"अहो आत्ताच इन्कम टॅक्स ऑफिसमधून फोन आला. आपल्या संस्थेचं रेकॉर्ड, ऑडिट रिपोर्ट ३ वाजेपर्यंत घेऊन या म्हणून, काय प्रॉब्लेम असेल काय?"

"असं होय, ठीक आहे. तुम्ही जाऊन या, रेकॉर्ड मागितले असेल तर लिस्ट करून ताब्यात द्या. काही बोलू नका. एक अर्ज द्या त्यासोबत. सगळं रेकॉर्ड त्या संबंधीच्या क्वेरिजबद्दल संस्थेचे सी.ए. माहिती देतील म्हणून."

"हो, पण हे असं अचानक, कुणी तक्रार तर...."

मध्येच,

"तसं नसेल, आपलं संस्थेचं बॅलन्सशिट सरप्लस आहे. काही ठिकाणी बांधकामं चालू आहेत. त्याच्या टी.डी.एस.बद्दल एन्क्वायरी असू शकेल किंवा मला वाटतं आपल्या डोनेशन्सच्या अमाउन्ट लाखाहून जास्त आहेत, त्यासाठीही असेल. एनी वे, तुम्ही जाऊन या. पत्र द्या. ते आपल्याला तारीख देतील. काही अडचण असेल तर तिथून फोन करा. ठीकंय."

आयकर कार्यालयातील देशपांडे साहेबांना भेटलो. त्यांनी अतिरिक्त आयुक्त, आयकर श्री. रामगोपाल वर्मा यांचेकडे नेलं. प्रशस्त-ऐसपैस कार्यालयात गोरापान देखणा तरुण ॲडिशनल कमिशनर म्हणून बसलेला पाहून मला त्यांचं कौतुकच वाटलं. यूपी-बिहारच्या कुठल्यातरी शहरातील हा तरुण. आय.ए.एस. निवड यादीतील कोवळा तरुण पाहून कौतुकच वाटलं. फार तर तिशीतला. मी आत येण्याची परवानगी घेऊन समोर उभा राहिलो. देशपांडे इन्स्पेक्टरनं कल्पना दिली. आयुक्तसाहेबांनी माझं हसत स्वागत केलं आणि म्हटलं,

"शर, प्लीज बशून घ्या."

रूममध्ये एक शिपाईही होता. त्याला त्यांनी आमच्यासाठी चहा आणायला सांगितलं. मला काही समजेना. एवढं आदरातिथ्य का? देशपांडेंना ते काही विचारू लागले. हळुवार बोलणं झालं, मग माझ्याकडे वळले.

"शर, तुमचे ऑडिट लेट मिलाली. इन फॅक्ट, इट वॉज नॉट सबमिटेड रेग्युलरली ॲण्ड इन टाइम. वुइ हॅव्ह डिसायडेट टु व्हेरिफाय द टोकन ऑडिट रिपोर्ट ऑफ धिस इयर. तशी घाबरण्याच्या काय नाय. बट ॲज अ टेस्ट केस आमी एक एज्युकेशन ट्रस्ट एक्झामिन करतो."

मला कल्पना आली. तरुण गृहस्थ इतक्या लवकर इथली मराठी भाषाही बोलतो. तोडकीमोडकी का असेना. मला कौतुकच वाटलं. माझ्या वयस्क आणि ज्येष्ठ नागरिक म्हणून कदाचित मानही देण्यासाठी असेल; परंतु मला त्यांनी अतिशय आदरपूर्वक वागणूक दिली. मी माझी माहिती दिली. अलीकडेच हे संस्थेचे काम पाहतोय म्हणालो व ही संस्था मोरे गुरुजी, विद्यमान खासदार व चेअरमन यांची

असल्याची माहिती पुरवली. त्यावर ते बोलले,

"येस, शर आय नो, एम.पी.चा इन्स्टिट्यूट हाय. ते डिवोशननी काम करते. बट वुई विल गो थ्रू... सिम्फथेटिकली. तुम्ही ध्येनात घे. इट इज नॉट ॲन इन्क्वायरी बट इट इज सिंप्ली व्हेरिफिकेशन. दॅट्स ऑल."

संस्थेचं रेकॉर्ड साहेबांच्या ताब्यात दिलं. संस्थेच्या वतीनं मी व सी.ए. श्री. बी. के. भोळे यांनी व्हेरिफिकेशनच्या वेळी उपस्थित राहून माहिती द्यायची, असं अधिकृत पत्रही दिलं. पुढे ज्या त्या तारखेप्रमाणे आम्ही उपस्थित राहत होतो. संस्थेचा मी मागील तीन वर्षांपासून कारभार पाहत होतो. या कालावधीचं रेकॉर्ड, कीर्द, खतावणी, सर्व बँक एन्ट्रीज एकएक व्हाउचर्ससह उपलब्ध होतं. त्यात त्यांना अनियमितता कुठंच आढळली नाही. मात्र तत्पूर्वीचं रेकॉर्डच नीट नव्हतं. नव्हतं म्हणजे उपलब्धच नव्हतं. त्याकरता काय स्पष्टीकरण द्यायचं, हा मुद्दा होता. अलीकडच्या काळातलं आमचं अत्यंत व्यवस्थित ठेवलेलं रेकॉर्ड पाहून त्यांच्या मनातल्या बऱ्याच शंका दूर झाल्या. आक्षेपार्ह असं काही सापडेना. कांदिवली येथील युनिट अद्याप इथल्या देखरेखीखाली नव्हतं. तिथले आर्थिक व्यवहार तेथील स्टाफ त्यातही प्राचार्या सोफिया मन्रो पाहत होत्या. त्या व गुरुजींचे अनधिकृत पी.ए. हेही पाहत होते; त्यामुळे आर्थिक ताळेबंद नीट नव्हता. अनेकांना ॲडव्हान्स रकमा दिलेल्या होत्या. त्यांच्या ॲडव्हान्सची रिकुपमेन्ट केलेली नव्हती.

बाकी संस्थेचा आर्थिक व्यवहार, तोही अलीकडचा आक्षेपार्ह आढळला नाही. तपासणीत निघालेल्या त्रुटींची पूर्तता करून देऊ, असं लेखी दिलं. तसं हे व्हेरिफिकेशन अत्यंत महत्त्वाचं होतं. संस्थेच्या प्रतिष्ठेचं आणि इभ्रतीचंही. व्हेरिफिकेशन पूर्ण झालं. त्या दिवशीच ॲडिशनल कमिशनर ऑफ इन्कम टॅक्स यांच्या सहीनं संस्थेस निल पेनल्टी रिपोर्ट मिळाला. आयकर अधिकारी यांनीच संस्थेचं अभिनंदन केलं. मला व भोळे सी.ए.ना अर्थातच आनंद झाला. आम्ही लगेच मोरे गुरुजींना फोन लावला. तशी ही आनंदाचीच बातमी होती. भोळेच बोलत होते, "गुरुजी इन्कम टॅक्स डिपार्टमेन्टनी संस्थेस व्हेरिफिकेशनचा निल पेनल्टी रिपोर्ट दिलाय. संस्थेस हे गौरवास्पद आहे.... ही नोटीस इन्कम टॅक्स कायद्याच्या कलम १५६ प्रमाणे होती. त्यामुळे हीदेखील मोठी अभिमानाची गोष्ट आहे संस्थेला..." गुरुजींची, 'असं होय', ठीक छान, छान" एवढीच प्रतिक्रिया. त्यांना म्हणावा तेवढा आनंद झाल्याचं जाणवत नव्हतं. तसं हे विरस होणारंच.

❖

अठरा

बघता बघता पुन्हा दोनएक वर्षं उलटून गेली. मोरे गुरुजी अधेमधे कुठे मिळतील त्या जागा विकत घेतच होते. एव्हाना महाराष्ट्रभर आठ-दहा संस्थांच्या मालकीच्या जागा जमेस आल्या होत्या. आहे त्या व्यवस्थित डेव्हलप करायचं सोडून नव्या जागेच्या शोधात ते असत. त्यांचे अडाखे त्यांनाच माहीत. कळत नसे. मला नेहमीच एक खटकत होते. गुरुजी खूप मोजकं बोलत. भाषणाशिवाय विस्तारानं बोलत नसत. खासगी तर कधीच नाही. आपण संस्था म्हणून एकत्र आलो तेव्हा संस्थेचेच बोलत राहायचं. कौटुबिक चौकशी नसे, वैयक्तिक काही विचारपूस नसे. मला हे आवडत नव्हतं. पण त्यांचा तसा स्वभावच किंवा राजकीयदृष्ट्या जडलेली सवयच. मी आता कामात सक्रिय लक्ष घालून होतो. माझं घर, कौटुंबिक प्रश्न मी जवळजवळ विसरूनच गेलो होतो. खूप अलिप्त होऊन गेलो होतो. घरापासून. प्रवासाचं प्रमाण वाढलं होतं. पुणे, कोल्हापूर, मुंबई या शहरांकडे अनेकदा जावं लागत असे. मुक्काम पडत.

ऑफिसात पोस्टमन रजिस्टर्ड ए.डी. बंद पाकीट घेऊन आला. टपाल रोज येत असे, पण रजिस्टर्ड ए.डी. क्वचित. सही करून पाकीट घेतलं. कव्हर पाहू लागलो. मुंबई उन्नती को-ऑप. बँकेचं होतं. वाचून पाहिलं आणि धक्काच बसला. कांदिवली येथील बांधकामाच्या कर्जाच्या हप्त्यासंबंधीची नोटीस होती. मागील ३ हप्ते न भरल्याबद्दलची. मी संभ्रमात पडलो. कर्ज केव्हा उचललं? कुणी? आणि कर्जाचे हप्ते केव्हा सुरू झाले? तेही आता थकबाकी होऊन एनपीएत अकौंट जात असल्याचं. नोटिशीवर फोन नंबर होता. मी फोन लावला. ऑपरेटरकडून लोन सेक्शनकडे जोडून घेतला. नोटिशीचा उल्लेख करून विचारलं, तर तेच तावातावात बोलू लागले.

"अहो नोटिशीत सगळं लिहिलंय, तुम्ही ट्रस्टी आहात ना. सुरुवातीचेच हप्ते भरले नाहीत. तीन महिने होऊन गेले. कोणीच रिस्पॉन्स देत नाही. अकौंट सुरुवातीलाच एनपीए होणं ही काय संस्थेस भूषणास्पद गोष्ट नाही. सात दिवसांत हप्ते भरण्याची व्यवस्था करा. नाही तर सिबिलच्या ब्लॅकलिस्टमध्ये नाव जाईल."

प्रकार माझ्या लक्षात आला. संपूर्ण कर्ज केव्हाच उचललं गेलं होतं. ४ कोटी ८० लाखांचं. हप्ते सुरू झालेले. नोटिशीत

दरमहा ८ लाखांचा व्याजासह हप्ता नमूद होता. २४ लाखांचे थकित हप्ते. अशा नोटिस वैयक्तिक प्रत्येक ट्रस्टींना पाठविलेल्या.

मी दुसरा फोन कांदिवली कॉलेजात लावला. सोफिया मॅडमना. त्यांनी दिलेली माहिती आणखीच धक्कादायक होती. ४ कोटी ८० लाख कर्ज पूर्ण उचललेले. तीन इन्स्टॉलमेन्टमध्ये. चेक लोखंडवाला बिल्डरच्या नावे होते. बांधकाम अर्धवट स्थितीत. ग्राउंडफ्लोअर फक्त पूर्ण. वरचे दोन मजले नुसते पिलर्सचे सांगाडे उभे केलेले. मॅडमनी लोखंडवाला बिल्डरचा फोन नंबर दिला. मी त्यानंतर लोखंडवाला बिल्डर्सशी फोन लावला तर तो नो रिप्लाय. खूप प्रयत्न केला. कॉन्टॅक्ट काय झाला नाही. मोबाइलवरून मी मेसेजही दिला. संपर्काचा.

एकूणच हे काही ठीक नव्हतं. मी इथं रात्रंदिवस राबराबतो. संस्थेस आर्थिक शिस्त लागावी म्हणून. ती बऱ्याच प्रमाणात लागलीही. फीचं सोडलं तर येणाऱ्या ग्रॅन्टवर मी पूर्ण नियंत्रण ठेवलं होतं. आश्रमशाळेच्या धान्यपुरवठ्याचा अत्यंत महत्त्वाचा प्रश्न सुटला होता. ठिकठिकाणी स्वच्छतागृहं बांधणं, वर्गखोल्या वाढवणं, खोल्यावरचे पत्रे बदलणं, रंगरंगोटी, बेंचेस पुरवणं, शैक्षणिक साहित्य- स्टेशनरी पुरवणं व त्यातून अधूनमूधन गुरुजी सांगतील तिथं फंड्स पाठविणं. इच्छा नसताना, पटत नसताना रोख रकमा देणं इत्यादी सगळं काही मी व्यवस्थित सांभाळलं होतं. गुरुजी तसे या आर्थिक व्यवहाराबद्दल फारसं कौतुकानं बोलत नव्हते. कांदिवलीचं उत्पन्नाचं युनिटही माझ्याकडं सोपवा, तिथला आर्थिक व्यवहार मला पाहू द्या म्हटलं; पण गुरुजी टाळायचे. विषय बदलायचे. 'भाऊसाहेब तुमच्या वयाकडं पाहून तुमच्यावर जास्त जबाबदारी टाकणं ठीक वाटत नाही आणि कांदिवली दूर आहे. नेहमी तिकडं जाणं त्रासदायक होईल', असंही पटवून द्यायचे.

आठवडा होऊन गेला. गुरुजींचाही संपर्क होत नव्हता. बँकेच्या नोटिशीचं मला टेन्शनच वाटू लागलं. बाकीच्या ट्रस्टींनाही नोटिसा घरच्या पत्त्यावर पोहोचल्या होत्या. ते घाबरले होते. कांबळे, जाधव हे शासकीय कर्मचारी. दोन-चार वर्षांवर रिटायरमेन्ट आलेले. नोटिसा घेऊन थेट माझ्याकडेच आले. माहीतगारास नोटिसा दाखविल्या तर 'तुम्ही शासकीय कर्मचारी आहात. हेड ऑफिसच्या परवानगीशिवाय एवढ्या मोठ्या रकमेच्या कर्जावर स्वाक्षऱ्या कशा केल्या. ऑफिसला कळलं तर शिस्तभंगाची कारवाई होऊ शकते' असं सांगत. त्यामुळे ते दोघं अधिकच घाबरले होते. 'ही काय घरबसल्या बलामत' म्हणू लागले. बळिराम वायदंडे हे नगरपालिकेचे निवृत्त शिपाई. अतिशय गरीब परिस्थिती. नम्र व प्रामाणिक. एवढ्यावरून मोरे गुरुजींनी त्यांना ट्रस्टमध्ये घेतलेलं. संस्थेची कोट्यवधीची प्रॉपर्टी. तिचे हे विश्वस्त. पण एवढ्या प्रदीर्घ काळ नोकरी करून बळिराम वायदंडे साधं चार पत्र्यांचं घर बांधू शकले नाहीत. अतिक्रमण करून नगरपालिकेच्या अडगळीच्या जागेत झोपडी

टाकून राहतात. गुरुजी मात्र वायदंडे यांच्या घरी येत. झोपडीच्या अंगणात फाटक्या वाकळीवर येऊन बसत. चहा घेत. संस्थेचंही काही बोलत आणि झंझावातासारखं निघून जात. वस्तीतले लोक वायदंडे यांच्याकडे कौतुकानं बघत. एवढा मोठा माणूस घरी येतोय याचंच अप्रूप. मोठेपण. वायदंडेच्या चपलेचा अंगठा तुटलेला, परंतु त्याला पुन्हा पुन्हा खिळे ठोकून वापरायचे; पण नवी घेण्याची ऐपत नाही. गुरुजींनाही ही परिस्थिती कशी दिसत नसे कळत नव्हतं. बळिराम वायदंडे सकाळीच ती ४ कोटी ८० लाखांच्या कर्जाच्या नोटिशीची प्रत घेऊन माझ्याकडे आले. घाबरत. घाम पुसत. 'हे काय हो' म्हणत. मीच समजावून सांगतो. 'तुमच्या जवळ आहेच काय जप्त करण्यासारखे? का घाबरता, मी आहे बघतो.' त्यांच्या चेहऱ्यावर हसू उमटलेलं पाहून मलाही समाधान वाटलं.

रात्री उशिरा मी लोखंडवाला यांना फोन लावला. रिंग जात होती; परंतु उचलत नव्हते. पुन्हा दोनएक वेळा प्रयत्न केला तेव्हा उचलला,

"हॅलो, कोण बोलतंय."

"अहो, मी संस्थेचा सेक्रेटरी बोलतोय. कांदिवली येथे बांधकामाच्या जागी आपण भेटलो होतो. ते बँकेची नोटीस आली म्हणून."

माझं पुढचं न ऐकता ते बोलू लागले,

"आवो, सायेब आता आमचं काय व्हायलं. कॉलेजचं बांधकाम १० महिन्यांतच करून दिलं ना, ये धंदा आमचा फुकट झाला. काय पैसा मिळाला न्हाय. मोरे साहेबांना विचारा ना."

गृहस्थानं एवढं बोलून फोन कटच केला. फोन बंद झाला असावा म्हणून मी परत नंबर लावला. पुन्हा नुसती रिंग. 'नो रिप्लाय' मिळू लागला. मग गुरुजींना तरी लावावा म्हणून गुरुजींचा नंबर लावला, गुरुजीच थेट होते मोबाइलवर. मी काही बोलायच्या आधीच ते म्हणाले, "भाऊसाहेब, मी रविवारी येतोय, आपण बोलू."

मोरे गुरुजीबरोबर जी चर्चा झाली ती अनपेक्षित होती. जवळजवळ तासभर बोललो. आमची चर्चा जणू काही शीड नसलेल्या जहाजासारखी भरकटत होती. गुरुजींना नेमकं काय सुचवायचंय त्याचा थांगच लागत नव्हता. शिवाय चर्चेतून जी माहिती मिळाली ती तर संभ्रमच निर्माण करणारी होती.

गुरुजींनी मला स्पष्ट सांगून टाकलं, "भाऊसाहेब तुम्ही रेकॉर्ड ठेवता हे ठीक आहे; परंतु रेकॉर्ड ठेवण्याचाही अतिरेक उपयोगाचा नसतो. इतका स्वच्छ, पारदर्शी कारभार नाही ठेवता येत. करताही येत नाही. आम्हाला सामाजिक, राजकीय कार्यातून मोबदला मिळतो. तो अनधिकृतही असतो. त्याला वैध स्वरूप कसं द्यायचं? आम्ही तरीही ते शैक्षणिक कार्यातच जिरवतो. बँकेची कर्ज प्रकरणे

दाखवावी लागतात. तेवढे पैसे नसतात असं नाही. हप्ते भरता येत नाही, अशीही परिस्थिती दाखवावी लागते. संस्था आर्थिक कठीण परिस्थितीतून जातेय हेही सांगावं लागतं. त्यामुळे भाऊसाहेब तुम्ही विनाकारण काळजीत पडू नका. तो बिल्डर तुम्हाला बोलायला घाबरत होता. हे सगळं असं तुमच्या पद्धतीत न बसणारं प्रकरण म्हणून तुम्हाला अलिप्त ठेवलं. आम्हाला संस्थाही चालवायची, टिकवायची आणि तुमच्यासारखी विद्वान, प्रामाणिक माणसंही सांभाळायची, अशी कसरत करावी लागते. आमचं इकडून तिकडून काढघाल हे नेहमीच चालत असतं. तुमच्यामुळे ग्रॅन्टमधून आम्हाला मिळणारी रक्कम थांबली. भाऊसाहेब प्रत्यक्ष मंजूर स्ट्रेंग्थ एका आश्रमशाळेचीही २४० आहे. ॲडमिशन तेवढ्या दाखवून ग्रॅन्ट उचलतो. पण शाळेस तुम्ही भेट दिली. किती मुलं प्रत्यक्षात होती. १०० तरी कमीच असायची ना. मग तेवढी जादा ग्रॅन्ट मिळते की नाही. तेव्हा असं असतं, बेकायदेशीर मॅनेज केलं की कायदेशीर होतं; याचा तुम्ही कसा मेळ घालणार?''

एकूण या साऱ्या विवेचनातून मुद्द्यांवर गुरुजींनी मला अबोल करून टाकलं. या अशा वातावरणाशी मी कसा जुळवून घेईन, हा प्रश्न होता.

दिवस सरत होते.

माझी हळूहळू कामावरची इच्छाच उडून जाऊ लागली. दिवसेंदिवस माझ्याविषयी प्रतिकूल बोललं जाऊ लागलं. खूपच कडक वागतात, इतकं कुठं कायद्यानं होत असतं का? सांगड घालावी लागते. गुरुजींनी एवढं उभं केलं ते चुकलं का? राजकारणी म्हटलं की काही गोष्टींकडं दुर्लक्ष करावं लागतं. साटंलोटं असतंच. त्याशिवाय निभाव लागत नसतो. डोनेशन वाईट कुठाय, सगळीकडे हे चालतंय, एखाद्यानं नोकरीसाठी संस्थेस पाच-सहा लाख मदत म्हणून दिली तर बिघडलं कुठे? हा पैसा संस्थेच्या विकासासाठीच गुरुजी वापरतात. गुरुजींनी स्वतःसाठी काय मिळवलं आजवर? संस्थेच्या नावेच जागा मिळविल्या ना. स्वतःचं घर सोडलं तर गुरुजींच्या नावाची कुठे आहे प्रॉपर्टी? काळ, परिस्थिती बदलते तसं बदलावं लागतं. आता कुठं हे रामराज्य आहे? एकटं भाऊसाहेब ही सगळी परिस्थिती नाही बदलू शकत... वगैरे वगैरे बोललं जाऊ लागलं. तेच योग्य हेही मानलं जाऊ लागलं. मी या प्रतिक्रियेवर काय बोलणार? दिवसेंदिवस अबोल होत गेलो.

मी एकटा पडलो.

❖

एकोणीस

ती संस्थेची शेवटची मीटिंग पूर्वनियोजित, की मला निरोप देण्यासाठी आयोजित होती?

कोल्हापूर येथे संस्थेचं नवं बी.एड. कॉलेज होतं. एक वर्ष झालेलं. तिथे संस्थेची विशेष सर्वसाधारण सभा बोलविली होती. सकाळी १० वाजता आम्ही सगळे जमलो. मोरे गुरुजी आमच्या आधी एक तास आलेले होते. त्यांच्याबरोबर अनेक कार्यकर्ते नेहमीप्रमाणे आलेले. हायस्कूल, कॉलेजचा सर्व शिक्षक स्टाफही जमा झाला होता. मला तर संस्थेची मीटिंग म्हणून सांगितलेलं. इथे तर जत्राच जमलेली. मला संस्थेच्या सभेत या चालत आलेल्या नियमबाह्य व बेकायदा कामकाजाबद्दल ठणकावून काही सांगायचं होतं. बोलायचं होतं. परंतु इथला माहोल तर वेगळाच दिसत होता. एरवी गुरुजी मला जवळ बोलावून सभेसंबंधी व संस्थेसंबंधी पूर्वचर्चा करत. पण आज असं चित्र नव्हतं. गुरुजींभोवती वेगळाच गराडा जमलेला. मी व ट्रस्टचे बाकी सदस्य एका वेगळ्या रूममध्ये गोल खुर्च्या मांडून बसलो होतो. साडेदहा वाजत आले. कॉलेजच्या एका मोठ्या हॉलमध्ये आलेले सगळे शिक्षक, कार्यकर्ते स्थानापन्न झाले. थोड्याच वेळात सभा सुरू होणार. कुणीतरी आलं व मला निरोप देऊ लागलं, 'भाऊसाहेब गुरुजी बोलावतात, सभा सुरू करायची आहे.' मला निरोप आवडला नाही. एक कागदाचा तुकडा घेऊन मी गुरुजींना उलट निरोप लिहून पाठविला. 'गुरुजी ही ट्रस्टची मीटिंग आहे की आणखी कसली इतरही? ट्रस्टची असेल तर फक्त ट्रस्टीच थांबतील, सर्वसाधारण सभा असेल तर त्यात ट्रस्टची मीटिंग उरकू नये.' तो मुलगा चिठ्ठी घेऊन परत गेला.

माझं रीतीनं बरोबर होतं. गुरुजींना रुचलं नाही. तरीही त्यांनीच संयम राखला. तेच माझ्याकडे आले खुलासा करण्यास,

"भाऊसाहेब, तुमचं बरोबर आहे. संस्थेच्या सर्व सदस्यांबरोबर संस्थेतील मुख्याध्यापक, शिक्षकांची सभा घेतली तर काय हरकत आहे. संस्थेचे विषय, अडचणी या त्यांच्याबरोबर चर्चा करणं उलट बरंच आहे. त्यांनाही कळू द्या आपण संस्था कशी चालवितो ते..."

"अहो गुरुजी, संस्थेशी संबंध नसलेले कितीतरी अन्य लोकही आहेत."

"ते माझे कार्यकर्ते आहेत, भाऊसाहेब."

"पण संस्थेच्या काही महत्त्वाच्या आणि त्याही ट्रस्टींबरोबरच बोलायच्या गोष्टी असतील तर असं सार्वजनिक सभेत उघड कसं बोलत राहायचं?"

"अहो आपलं, आणि खासगीत बोलायचं वेगळं असं काहीच नसतं. सगळं सगळ्यांच्या समोरच आपण मांडतो."

संवाद वादाच्या दिशेला जाऊ लागला. मी आवरतं घेतलं आणि येतो म्हणालो. सगळ्यांसमोर जनरल सभा होऊ द्या; पण ट्रस्टचे विषय सोडून. त्याकरिता ही जनरल सभा संपल्यानंतर बस, असं सांगून बोलणं आवरतं घेतलं.

आम्ही हॉलमध्ये जमलो. हॉलमध्ये दीडएकशे तरी माणसं जमलेली. व्यासपीठावर मोरे गुरुजी, मी, आमचे एक ट्रस्टी व नवे कुणी जोजारे म्हणून गृहस्थ होते. मला पूर्ण अपरिचित. डायसवर नाईक सर माइकवर फुंकर मारून प्रास्ताविक करू लागले,

"माननीय आदरणीय संस्थापक मोरे गुरुजी, संस्थेचे मानद सचिव भाऊसाहेब काळे सर, ट्रस्टी श्री. नानासाहेब व आजच्या कार्यक्रमातील स्वागतमूर्ती डी. वाय. जोजारे साहेब, माजी शिक्षणाधिकारी आणि उपस्थित सर्व प्रतिष्ठित कार्यकर्ते, शिक्षक वगैरे. मोरे गुरुजींनी आज जी खास मीटिंग बोलावलीय त्याविषयी गुरुजी सांगतीलच. तत्पूर्वी आजच्या दोन उत्सवमूर्तींचा सत्कार आदरणीय मोरे गुरुजींच्या हस्ते करण्यात येईल मी गुरुजींना विनंती करतो की त्यांनी भाऊसाहेब सरांचा शाल, श्रीफल व फेटा घालून सत्कार करावा."

मला प्रकारच कळेना. हा कसला नवा सत्कार? पण अचानक जाहीर झालेला, त्यामुळं मला तो स्वीकारण्याशिवाय गत्यंतरच नव्हतं. मला फेट्याची बिलकूल सवय नाही. गुरुजींनी भरभर डाव्या हाताने तो माझ्या डोक्यावर चढवला. गच्च. अंगावर शाल घातली. हाती नारळ दिला व गलेलठ्ठ हार घातला. मी अवघडलो. टाळ्यांनी गोंधळ घातला. गुरुजींनी गळाभेट घेतली व माइक हातात घेऊन बोलू लागले–

"आधार प्रतिष्ठान परिवारातले सर्व बंधू-भगिनी, मला इथं आज दोन उत्सव सोहळे साजरे करायचे आहेत. आपण गेली पास्सा वर्ष पाहतो संस्थेचे फाउंडर ट्रस्टी व मानद सचिव भाऊसाहेब यांनी त्यांच्या सेवानिवृत्तीनंतरचाही बहुमोल वेळ संस्थेस देऊन अतिशय मोलाचं व संस्थेच्या हिताचं काम केलं. मी त्यांचा खूप आभारी आहे. परंतु आता भाऊसाहेबांचं वय झालेलं असल्यानं व त्यांना आपण संस्थेच्या रामरगाड्यात अधिक कामास लावणं योग्य नसल्याचं मला जाणवत असल्यानं आम्ही असा विचार केला की, भाऊसाहेबांना संस्थेच्या कामातून मुक्त करावं. त्यांना विश्रांतीची गरज आहे. म्हणून आज त्यांना आपण स्वेच्छानिरोप देत आहोत व त्यांच्या आजवरच्या कामाचं कौतुक व अभिनंदन करून हा छोटासा सत्कार सोहळा साजरा करत आहोत."

सगळे टाळ्या वाजवू लागले. मला हे सर्वस्वी अनपेक्षित होतं. कसलीही चाहूल लागू न देता मोरे गुरुजींनी त्यांना वाटणारा माझा अडसर इतक्या सहज दूर केला. माझ्याशी कसली चर्चा त्यांनी करणं वा मला कसली पूर्वसूचना देणं त्यांना जरूर वाटलं नाही. वास्तविक पाहता, मलाही अशा वातावरणात काम करण्यात काहीही स्वारस्थ्य राहिलेलं नव्हतं. मलाही यातून आपली सुटका, मुक्तता व्हावी हे अलीकडे प्रकर्षानं वाटतही होतं. गुरुजींनी हे करत असताना माझ्या बाजूलाच बसलेले डी. वाय. जोजारे साहेब यांना हाताशी धरून माझ्या बाजूला उभं केलं जोजारे साहेबांनी माझा हात हातात घेऊन अभिनंदनही केलं. गुरुजी पुढे बोलू लागले,

"तर, मित्रहो, आणखी एक या प्रसंगी घोषणा करायची आहे ती म्हणजे हे रावसाहेब डी. वाय. जोजारे, माजी शिक्षणाधिकारी आहेत. आपल्या बऱ्याच हायस्कूल्सच्या कामासाठी, स्टाफसाठी यांनी बरीच मदत केली. ते नुकतेच सेवानिवृत्त झालेत. आपल्याच जिल्ह्यातले आहेत. त्यांच्या शैक्षणिक कामातील अनुभवाचा आपल्या संस्थेस लाभ व्हावा म्हणून मी त्यांना विनंती केली की, आमच्या संस्थेच्या कामासाठी योगदान द्यावं म्हणून. ते अतिशय आनंदानं तयार झाले. तेव्हा रावसाहेब श्री. डी. वाय. जोजारे हे आजपासून आपल्या 'आधार शिक्षण संस्थे'चे प्रशासनाधिकारी म्हणून काम पाहतील. त्यांनी मी वेतनावर संस्थेचा कारभार पहा म्हटलं तर ते वेतन शब्द वापरू नका फार तर मानधन म्हणा, असं मोठ्या मनानं म्हटलं. त्यांचं मी संस्थेच्या वतीनं मनःपूर्वक स्वागत करतो व पुढील कार्यास शुभेच्छा देतो."

मोरे गुरुजी डी. वाय. जोजारेसाहेबांना फेटा चढवू लागले. सर्व उपस्थित सेवकगण, कार्यकर्ते, या वेळी टाळ्या वाजवत होते. सत्कार सोहळा अतिशय भावपूर्ण वातावरणात जणू संपन्न होत होता. हे काय चाललंय मला कळतच नव्हतं. इतकं बेदरकार, इतकं अपमानित, इतकं निर्विकार, कसलाही शिष्टाचार पाळला न जाता, भावनेची कसलीही कदर न करता असं कसं घडू शकतं? माझं काय चुकलं होतं? संस्थेचं मी असं कोणतं, कधीही न भरून येणारं नुकसान केलं होतं, गुरुजींनी असं वागावं! माझा तर कारभार सरळ स्वच्छ आणि पूर्णपणे पारदर्शी होता. पैन्‌पैचा हिशेब मांडून ठेवणारा मी. मग हे असं का घडावं? आज अशा रीतीनं मला संस्थेच्या कार्यभारातून मुक्त करावं, हे एकूणच असभ्य वर्तन होतं. डी. वाय. जोजारे यांचा स्वागत-सन्मान, टाळ्यांच्या गजरात संपन्न होत होता. जणू भाडोत्री टाळ्यांचा कडकडाटच. शिष्टाचार म्हणून मी मात्र मनःपूर्वक टाळ्या वाजवत होतो. मनात प्रश्नाचं मोहोळ उठलेलं. काहीही असलं तरी ही निरोपाची पद्धतच नाही. असं करण्यामागं संगत कार्यकारणभाव काहीच लक्षात येत नाही. ही तर मनमानी.

उत्तरादाखल जळजळीत भाषण ठोकावं असं वाटून गेलं. पण आपणही असं करणं योग्य होईल का? मग करावं काय? मोरे गुरुजी ही मोठी असामी. एक मोठी

शक्ती. परंतु, ठामपणे लोकांपुढे सांगणं आपल्याला जमेल का? क्रांतिकारक चळवळीचा आपल्या अंगी कणभर अंशतरी आहे का? कधी त्याकरता झोकून देणं आपल्या मनात तरी आलं होतं का? मग आपण या महाशक्तीबरोबर इतके दिवस सोबत का केली? मी काळवंडून गेलो. आपल्या मर्यादा किती क्षूद्र आहेत, आपण किती सर्वसामान्य आहोत, भेकड आहोत हे प्रकर्षानं जाणवू लागलं. आपण संघर्षाचा, विद्रोहाचा उसना आव आणू शकत नाही. जे झालं ते योग्यच झालं; किंबहुना होतं, अशी माझ्याच मनाची मी समजूत घालत होतो.

डोळ्यांसमोरून महात्मा फुले, डॉ. बाबासाहेब आंबेडकर, अण्णा भाऊ साठे तरळू लागले. त्यांच्या महाकाय प्रचंड उंचीपुढे आपण मुंगीएवढेही उरलो नाही, याची शरम वाटू लागली. मी तरीही स्वतःला सावरू पाहत होतो.

मी विचारात गढून गेलोय हे गुरुजींच्या सहज ध्यानात आलं.

कार्यक्रम संपण्याची मी वाट पाहत होतो. आधीच डोक्यावर सत्काराच्या फेट्याचं ओझं, त्यात डोक्यातही विचारचे काहूर... बसवेना. एकामागे एक जण कौतुकाची कोरडी भाषणं ठोकत होते. अर्थहीन, बेचव, खोटी. तीच ती. मला 'दोन शब्द बोला' म्हणून आग्रह केला गेला. मी स्पष्ट नकार दिला.

शेवटी समारोपाचं भाषण. संस्थापक, अध्यक्ष मोरे गुरुजी बोलायला उभे राहिले. छापील भाषणाचा कृत्रिम नमुना त्यांनी पेश केला. मध्येच एक वाक्य ते बोलून गेले 'आम्ही शाळेच्या नुसत्या भिंती उभ्या करत नाही, तर या प्रत्येक भिंती ज्ञानाच्या, विज्ञानाच्या म्हणून उभ्या करतो. या प्रत्येक भिंती महात्मा फुले, सावित्रीबाई फुले, राजर्षी शाहू महाराज, डॉ. बाबासाहेब आंबेडकर, अण्णा भाऊ साठे, गाडगे महाराज, भाऊराव पाटील यांच्या आदर्शाची आठवण करून देणाऱ्या आहेत. हे ऐकवेना. त्यांच्या भाषणातून मध्येच मी उठून, निमित्त सांगून बाहेर पडलो. गुरुजींनी नुसती नजर टाकली. काहीसे अडखळले, पण पुन्हा बोलणं सावरून आवेश पकडला.

मी हॉलच्या बाहेर उभा. मागून दोघे-तिघे माझ्याकडे आले. 'काय हवंय का भाऊसाहेब' म्हणून विचारू लागले. मी कुणाशी काही बोलत नव्हतो.

मी थेट एस.टी. स्टॅन्डवर पोहोचलो. खूप एकटं वाटत होतं. स्टॅन्डवर फारशी गर्दी नव्हती. सांगलीच्या प्लॅटफार्मवर थांबलो. अनाउन्समेन्ट होत होती. 'सांगलीकडे जाणारी गाडी समोर थांबली आहे. कृपया प्रवाशांनी नोंद घ्यावी.'

❖

वीस

नंतरचे आठएक दिवस मी गप्पगप्पच होतो. आता पुढे काय करायचं, याचा विचार घोळत होता. एक दिवस फोन करून ॲडव्होकेट मनगोळीकडे गेलो. ते कार्यालयात होते. कामात होते. 'थांबा, बसा' म्हणून त्यांनी पटपट काम आवरून घेतलं. म्हणाले,

''भाऊसाहेब इथं कुणी ना कुणी येतंच. आपण असं करू, बार कौन्सिलच्या कॅन्टीनमध्ये जाऊन बसू. तिथं निवांत बोलता येईल.''

माझ्या मनात पुन्हा प्रश्न उभा राहिला, 'वकिलांना मला भेटून निवांत बोलायचं आहे, हे कसं यांना कळलं?' असो. उगाच तर्क कशाला? आम्ही कॅन्टीनमधील खिडकीजवळची कोपऱ्याची जागा निवडली. चहा सांगितला. वकीलसाहेब म्हणाले,

''बोला भाऊसाहेब, आधीच सांगतो कोल्हापूरच्या मीटिंगचं मला कळालं''

''कसं?'' मी अचंबित होऊन विचारलं.

''भाऊसाहब नेहमीचंच... मोरे गुरुजींचा फोन. तुम्ही माझ्याकडे याल म्हणून.''

गुरुजींच्या डावपेचाचं रसायन आपण ओळखण्यापलीकडचं आहे. काय हा मुरब्बी माणूस! बुद्धिबळाच्या एकाच वेळी किती चाली खेळतो हा.

मी गंभीर झालो. मनगोळी पुढं सांगू लागले,

''भाऊसाहेब, गुरुजींचं – माझं बोलणं झालंय. माझा तुम्हास प्रामाणिक सल्ला आहे. तुम्ही संस्थेत राहू नये. काय आहे, तुम्ही अतिशय साधे सरळ आहात हो. तुम्हास जे आदर्श वगैरे काही वाटते ना, तो काळ, जमाना राहिला नाही आता. मी तर म्हणतो आदर्शवाद वगैरे जे उगाळत बसतात ना, ते निव्वळ आज भंपकपणाचं आहे. आम्ही रोज बघतो. रोज कायदा हाताळतो.''

''वकीलसाहेब, पटतं मला तुमचं. पण मी चुकीचं काय करत होतो? त्यांनीच मला बोलावलं. बळेबळे संस्थेच्या कामकाजाची सूत्रं हाती दिली. मी माझ्या पद्धतीनं कामही करू लागलो.''

''हेच तर नकोय ना. तुम्ही काय म्हणता, मी माझ्या पद्धतीनं काम करत होतो. अहो इथंच तर चुकलं. त्यांना ते जसं सांगतात तसंच करणारे हवे असतात. तुम्ही त्यांना वयानं मोठे,

पुन्हा पूर्ण माहिती असलेले, कायद्याची व प्रशासनाची आणि महत्त्वाचं म्हणजे बँकिंगची. हेच तर त्यांना अडचणीचं वाटू लागलं. तुम्हाला कसं थांबवावं, याबद्दल ते माझ्याशी अनेकदा बोलत होते.''

''पण वकीलसाहेब, मी त्यांना काय त्रास दिला?''

''पुन्हा तेच, मी सांगू का तुम्हाला, अहो ते पूर्ण राजकारणी; आपण त्यांना काय त्रास देणार हो. आपण कुठं लागावेत? आणि आपलं ते क्षेत्रही नाही. तुम्ही काय चळवळीचे कार्यकर्ते आहात काय, की समाजसुधारक की राजकीय कुणाचा तरी पाठिंबा असलेले? काय आहात तुम्ही; मग कशाला आपण असल्या आदर्शवादाच्या फंदात पडायचं, सांगा!''

''होय आपण तसे कुणी नाहीत, हे बरोबर आहे. पण म्हणून आपण आपला असा अपमान करून घ्यायचा? ही काय रीत झाली काय? आपण एवढे शिकले सवरलेले आपणही हे असले प्रकार सहन करून गप्प बसायचं? धडधडीत अन्याय करत असताना काहीही बोलायचं नाही; मग काय उपयोग आपल्या शिकलेपणाचा?'' माझा आवेश काहीसा अधिकच होता. वकील मला शांत करत म्हणाले,

''भाऊसाहेब, आज तुम्ही भलतेच रागावलात... पटतं मला तुमचं. पण आज तुम्ही तुमचं वय ध्यानात घ्याल की नाही. या वयात काय थोडा उपद्रव असतो? मला तर हे आता आपलं संघर्षाचं वय आहे असं वाटत नाही. म्हणाल, संघर्षाला कशाला हवं असतं वय? खरंच ते हे, बोलायला सोपं असतं हो; पण यातून निष्पन्न काय होणार. ती ताकद मोठी आहे साहेब. आपण कुठं लागणार. त्यापेक्षा आपण शहाणपणानं मोकळं व्हावं आणि आपला वेगळा मार्ग धरावा. मला हेच योग्य वाटतं बघा. सगळेच धाडसी नसतात हो.''

''मग काय करावं म्हणता वकीलसाहेब.''

''तेच तर सांगतो. सरळ संस्थेचा राजीनामा द्या आणि मोकळे व्हा. मला हेही कळलं- मागच्या पंधरवड्यात जानकावहिनीस माइल्ड पॅरालिसिसचा अॅटॅकही आला होता म्हणे!''

''होय खरंय. आम्ही लवकर ट्रीटमेन्ट घेतली म्हणून थोडक्यात निभावलं.''

''चला, ते एक बरं झालं! मग काय करता भाऊसाहेब? सोडून द्या तो कारभार, मी सगळं कायदेशीर करून देतो.''

एकूण वकिलांचा युक्तिवाद पटत होता. खरं तर ते जे व्यवहार्य तेच बोलत होते. मी संस्थेतून निघावे हेच गुरुजींना हवे होते. त्यांना त्यांचा मार्ग मोकळा हवा होता. ४१ डी नुसार संस्थेची आता लातूर येथे चौकशीही सुरू झालेली होती. अर्जदार देशमुख यांनी मला मुख्य प्रतिवादी केलेले. त्याही तारखा सुरू होणार. चॅरिटी कमिशनरांकडे वाट्टेल तेवढे खेटे घालावे लागणार आणि तेही कारण

नसताना. संस्था मोरे गुरुजींची, आपण काय म्हणून त्यांच्याकरता आरोपी होऊन पिंजऱ्यात उभे राहायचे- तेही या वयात निष्कारण! वकील मनगोळी योग्यच सांगत होते. सद्यःस्थितीत तेच शहाणपणाचं आहे. शिवाय आपण कुणी स्वभावतः चळवळीचे कार्यकर्ते नाही आहोत. तो आपला पिंडही नाही.

थोडा वेळ आम्ही गप्पच होतो. बोलण्याचं, चर्चेचं काही उरलं नव्हतं. वकिलांनी पुन्हा एकएक कप चहा मागविला. चहा घेत घेत मी माझा निर्णय सांगून टाकला.

"ठीक आहे, वकीलसाहेब देतो राजीनामा. मलाही दगदग सहन होत नाही. वयाच्या मर्यादा जाणवतात."

मनगोळी वकिलांच्या कार्यालयात गेलो. सभासदपदाचा राजीनामा, अर्ज, संमतिपत्र, प्रतिज्ञापत्र हा सारा संच तयारच होता. ते सांगतील तेथे पटपट सह्या केल्या. काम झालं. 'अर्ज दाखल करतो' म्हणाले आणि हातात हात घेत मला 'या भाऊसाहेब भेटू' म्हणून निरोप घेतला.

एक प्रदीर्घ दुस्सह स्वप्न संपलं.

माझ्या सक्रिय सहभागामुळे माझ्या आयुष्यातील जवळजवळ सहा वर्षं जणू संस्थेनं कुरतडून खाल्ली. सेवानिवृत्तीनंतर आपण गुरुजींच्या मायावी शब्दजाळ्यात किती सहज अडकलो; आपली योग्यता होती काय? काय म्हणून आपण राबला? ही भुरळ होती काय? या त्यांच्या चतुर जगाची आपल्याला ओळखही नव्हती. तशी गरजही नव्हती. केवळ एक निरपेक्ष सेवा करावी, आपल्याही आयुष्यात आलेली ही संधी आपल्या परीनं तिचं सोनं करावं म्हणून त्यांचा बोल स्वीकारला व तो अतिशय प्रामाणिकपणे खरा करण्यासाठी आपण आटोकाट प्रयत्न केला. हे करत असताना अशा दलदलीत आपल्या अंगास यत्किंचितही चिखल लागू नये म्हणून अखेरपर्यंत आपण दक्ष राहिलो. या पवित्र कार्याकडे श्रद्धेनं पाहिलं आणि अखेर त्याचं फलित काय प्राप्त झालं? हे असं का व्हावं? आपण मूळचे साहित्यिक. अवतीभोवतीचं वास्तव संवेदनशीलपणे टिपणारे. मग चुकलं कुठे?

फोर्टी वन डी ची आलेली नोटीस ॲड. मनगोळीकडे देऊन कितीतरी दिवस झाले. आपण तर राजीनामा दिलेला. तरी वकील म्हणत होते, त्या काळात आपण काम केलेच होते ना, त्यामुळे नाव असणं साहजिक आहे. एवढ्याशा नोटिशीने आपण किती बेचैन झालो. पण आज पुन्हा ॲड. मनगोळी यांची भेट घेऊन नोटिशीस दुरुस्त उत्तर द्यायला हवं म्हणून पटवून दिलं. प्रतिज्ञापत्र थेट असि. चॅरिटी कमिशनर यांच्यासमोर शपथेवर सही करून दिलं. आपण आता संस्थेचे साधे सदस्यही नाही, म्हणून सबब नोटिशीतून आपणास वगळावं म्हणून. योगायोगही

असे कसे जुळून येतात. चॅरिटी कमिशनर यांनाही साहित्याची आवड असावी. ॲड. मनगोळींना हे माहीत होतं. त्यांनी मा. चॅरिटी कमिशनरसमोर प्रतिज्ञालेखावर सही करताना 'मी लिहितोय, लेखक आहे' म्हणून ओळख करून झाली आणि नंतर साहेबांनी माझ्याबरोबर साहित्यावर व माझ्या लेखनावरही चर्चा करावी, हे सहज घडून आलं. माझी काही पुस्तकंही वाचायला त्यांनी आवर्जून मागितली. कुणाचे स्नेह कसे जुळून येतात, हे आश्चर्यच आहे.

अखेरीस मुक्त झालो. हे योग्य की अयोग्य, केलं ते बरोबर की चूक, न्याय्य की अन्याय्य हे कसं ठरविता येईल? उत्तर काहीही असलं तरी एका बलाढ्य, शक्तीविरुद्ध संघर्ष करणं, लढा देणं हे आपलं काम नव्हतं. आपला पिंड नव्हता. आपल्या कक्षा, मर्यादा माणसानं ओळखून असावं, यात चूक काय? आपण नाही कुणी अमर्याद, आपण नाही लढवय्ये; आपण तसे कुणी सुपरमॅन नाही, हे जाणून असणं यात कमीपणा तो कसला? जे आहोत ते आहोत. यात वैषम्य वाटून स्वतःला गौण लेखण्यात तरी काय मतलब. आपण आपल्याजवळ कायमचं इमान टिकवून आहोत, आपण आपल्याजवळ जो भूषणावह असतो तो विश्वास बाळगून आहोत, टिकवून आहोत, आपण सत्तालोलुप नाही आहोत, आपण लोभाचा हव्यास उरी ठेवून नाही कधी जगत. किंबहुना आपण मनात अपार करुणा जपून आहोत आणि आपण खूप खूप तरल, संवेदनशील आहोत, हे काय कमी आहे आपल्याला. यालाही आयुष्यात महत्त्व आहेच आहे. हेच आपलं धन. तुकोबाच्या 'शब्द हेचि धन आम्हा...' यासारखं.

मी खूप समाधानी आहे. मी अस्वस्थ असलो तरी या अनामिक अंतर्मनातील हुरहुर, बेचैनीतूनही समाधानी आहे. हे कसले रसायन आहे कोणास ठाऊक! पण आहे मात्र खरं.

❖

एकवीस

दिवस सरतच असतात.

काळाच्या पुलाखालून आयुष्यातही बरीच काही घटितं वाहून जातात. आधार प्रतिष्ठानच्या प्रदीर्घ स्वप्नातून मी जणू ढळढळीत जागा झालो. ते गाव सोडलं की मी कधीही वळत नाही तिकडे, पुन्हा उलट पावलं नाही टाकत कधी. फळ्यावरचं लेखन स्वच्छ पुसून टाकावं, तसं मी करतो. ते पुनर्लेखन नाही, त्याचं मनात पुनर्भरण नाही.

कित्येक वर्षांतून अडगळीतील आयुधं बाहेर काढतो, कधीकधी.

पेन, पान आणि मन असलं की झालं; सृजन आपोआप झरू लागतं. आता तर वयपरत्वे मनाची स्तब्धस्थिर अवस्था प्राप्त झालेली. जे पक्व ते आपसूक शब्दरूप पावतं. या ऊर्मीतून तर इतकं लेखन झालं आपल्या हातून. अल्पावधीत चांगले लेखक म्हणून मान्यता पावलो. मधूनच कुणी फोन करतं. 'जोगी' खूप आवडल्याचं सांगतं. काही फोन मध्यरात्री आले- 'दुपारी पुस्तक हाती घेतलं आणि आता ते संपवलं. खाली ठेववतच नव्हतं,' म्हणून कौतुकानं सांगत. 'केकतवन' 'स्मशानभूमी', 'सर्व धर्म' बद्दल तसंच. कुणाची प्रदीर्घ पत्रं येत. दैनिक वृत्तपत्रात परीक्षण येई, मासिकामध्ये समीक्षण येई. हे चालूच होतं. काहींनी एम.फिल. केलं. दोघं-तिघं समग्र साहित्यावर पीएच.डी. करताहेत. 'केकतवन' विद्यापीठात अभ्यासासाठी लागल्याचं पत्र आलं. हे सारं अगदी आल्हाददायीच होतं.

एक खंत मात्र होती- घरी या विपुल साहित्याचं कसलंच महत्त्व व कौतुक नव्हतं. मुलं शिकलेली असून, त्यांनीदेखील कुणी एकानंही आवर्जून पुस्तक हाती घेऊन पाहिलं नाही- वाचणं तर दूरच. खूप खटकायचं हे. पत्नी जानकास तर याचा एकूणच भयंकर तिटकारा. पुस्तकांना ती पसारा म्हणे. कधीकधी ढिगारा म्हणे. एवढ्यापर्यंत ठीक आहे; पण ती राग अनावर झाला की, 'जाळ लागला या पुस्तकांना' म्हणे; आदळआपट करे. 'काय म्हातारपणी ही 'इद्या' गळ्यात घेतलीय की', अशी ओरडून तक्रार करे. 'जवा बगावं तवा पुस्तकात तर त्वांड खुपसून आसत्यात न्हायतर कंबर मोडंस्तवर लिकन तर करत आसत्यात; पिसूळ आला बया' म्हणून बडबड करत राही.

कार्ल सेगन व ॲन ड्रियन या संयुक्त लेखकांनी लिहिलेलं

'शॅडोज ऑफ फरगॉटन अन्सेस्टर्स' हे एक अफलातून पुस्तक वाचण्यात मी गुंग झालेला होतो. हे पुस्तक सुरेख शैलीतून पृथ्वीवरच्या जीवसृष्टीची सुरुवात आणि त्यातील विविध स्वरूपं, मानवी स्वभाव, माणसाच्या गुंतागुंतीच्या उत्क्रांतीचा अप्रतिम मागोवा घेतं. जबरदस्त कौशल्यानं लिहिलेलं अद्‌भुतरम्य कहाणीचं पुस्तक वाचत होतो. मला ही एक लखलखीत मेजवानीच होती जणू. मी या पुस्तकात इतका रमलो होतो की अवतीभोवतीचं मला कसलंच भान उरलं नव्हतं. दुपार टळली, उन्हं उतरली. मावळतीची उन्हं परतू लागली. मी मग्न होतो पुस्तक वाचनात. टेबलावर जेवणाचं ताट ठेवून पत्नी जानका बाजारात गेली होती. जाताना 'जेवून घ्या' म्हणून सांगून.

तिला का उशीर झाला माहीत नाही. ती आली आणि दुपारचं ताट तसंच टेबलावर बघून भडकलीच आणि झपकन हातातलं पुस्तक हिसकावून भिरकावलं ते थेट बाहेरच. तणतणत ओरडू लागली, ''इस्तू लावला या पुस्तकाला. आवं येवडं का येडं व्हायालाव. समूर आन ठिवलंय आन भान न्हाय तुमास्नी, का जगादुनियात कोन हाय का न्हाय लिवणारं - वाचणारं.'' मी अक्षरशः भानावर आलो. तिचा तो अक्राळविक्राळ अवतार पाहून क्षणभर घाबरलो. असं एवढं ती कधी बिथरली नव्हती. मी उठून बाहेर जाऊ लागलो पुस्तकासाठी, तर पुन्हा तोच वर्षाव, ''खबरदार, पुस्तक आनाया गेलाव भाईर तर समद्याच पुस्तकांना आग लावीन.'' मला हे तिचं असं विक्षिप्त वागणं मुळीच आवडलं नाही. कळेचना. केवढासा प्रश्न आणि त्यांना किती विकृत करून टाकलं. तिच्या बडबडीबद्दल बोलण्यात अर्थच नाही, परंतु असं कचऱ्यासारखं बाहेर भिरकावून देणं हे योग्य नव्हतं. म्हणून तिला जाणीव तरी करून द्यायला हवी, म्हणून मीही काहीसा ओरडलोच,

''हे बघ, असं मूर्खासारखं आणि अडाण्यासारखं करू नकोस. काय लावलंय हे. अलीकडे जास्तच कराय लागलाय तुम्ही.''

तिला माझं ओरडून बोलणं आवडलं नाही. गप्प बसणं राहिलं बाजूला; परंतु ती आतातर जास्तच आक्रस्ताळेपणा करू लागली. तोच वरचा आवाज.

''व्हयऽऽ व्हय लय आडानी हाय. सगळ्या जगाला ठावं हाय. कशाला केलं लगीन मग. मंग हुडकायची व्हती की उंडगी बामनीन. म्या म्हनून तुमच्या बरुबर संसार केला भाद्दरीनं. हाय का म्हाईत. येवडं करूनबी कवतिक न्हाय. तवा बगा मग. आता माझ्यासमुर पुस्तकच घिऊन बगा. तुमची आन माजी गाठ हाय. जाव द्या देवा म्हून गप बसतीय तर लयच लावलंय.''

काय बोलावं, कसं सांगावं, समजावं हिला; फार अवघड, गहन प्रश्न असतो मला. मीच माघार घेतो. आवरतो पुस्तकं, लेखनसामग्री आणि सोफ्यावर गप्प गप्प बसतो. मुकाट बसून राहतो. एकही शब्द न बोलता. मोबाइलवरचे मेसेज, व्हॉट्सअप,

फेसबुक पाहत.

छोट्या-मोठ्या कारणावरून असं अनेकदा होतं. मी वाचतो. खूप वाचतो. लिहितो, खूप लिहावंसं वाटतं. हेच तर आपलं जगणं. पण घरी याचं मोल नाही. ती नेहमी म्हणते. 'लय नका आरी पडू. पोटापुरतं वाचावं आन लिखान करावं, परकुरती संबाळावी. आपल्याला उद्या काय झाल्यावर निस्तारायला कोन येणार हाय का? आवं तुमची काळजी वाटते म्हणूनशान म्या वरडते.' या तिच्या विचारसरणीला मी काय म्हणावं?

हिचं राहू द्या. जानका तर पूर्ण अशिक्षित. एक वेळ तिला पुस्तकाचं महत्त्व कळणं शक्य नाही, हे समजू शकतो. पण तिघंही मुलं पदवीधर. अरुण तर इंजिनिअर. मोठा सुधीर शेती बघतो. शेतीच्या संदर्भात तंत्रज्ञाविषयक सतत माहिती घेत असतो. 'बळिराजा' मासिकाचा सभासद. वाचतो पण माझं एकही पुस्तक कुणी हातात आवर्जून घेऊन कौतुकानं वाचलं नाही. धाकटा आनंद अजून संसारात स्थिरस्थावर नाही. नोकरीच्या शोधात. तिशी ओलांडून गेली. मनःस्थिती ठीक नसते. बायकोचं, एकुलत्या एक मुलाचं कसं होईल या चिंतेत सतत असतो तो. अर्थातच त्याला पुस्तकात किंवा माझ्या साहित्यिक कौतुकात कसलंही स्वारस्य नाही.

एखाद्या पुस्तकाला पुरस्कार जाहीर झाला, त्याबद्दल वृत्तपत्रात भरभरून आलं की दिवसभर अनेकांचे अभिनंदनाचे मला फोन येत. कित्येक सुहृदयमित्र घरी पुष्पगुच्छ घेऊन येत. शाल, श्रीफल देत. बुके देऊन फोटो काढत. हे सारं चाललेलं असलं तरी एकाही या महाभागास कौतुक वाटत नसे. अशा वेळी मुद्दाम बाहेर जात. एकूण त्यांच्या माझ्यात असं रुक्ष, कोरडं अंतर पडत गेलं. सगळेच तिऱ्हाइतासारखं वागत. कटुता ध्यानात येई. खूप खूप खटकत असे; पण करणार काय? त्यांच्या दृष्टीनं मी त्यांना अडगळ वाटत होतो.

मुलात आणि माझ्यात अंतर वाढतच गेल- आम्ही एकत्र राहूनदेखील. एकाच ब्लॉकमध्ये. एकत्र तरीही विभक्त राहणं हे तितकं सोपं नाही. सगळ्यात मिळून एकच स्वयंपाघर, म्हणून एकत्र असू का? एक सिलिंडर एक गॅस शेगडी यांनी आम्हाला बांधून ठेवलं आहे का? तव्यावरची भाकर शेकताना चटके फक्त सुनांना बसतात, हे माझ्या कसं लक्षात येत नव्हतं? इंजिनिअर साहेबांचा पर्याप्त पगार, तुटपुंजी का असेना; परंतु माझी पेन्शन आणि आमच्या शेतातलं धान्य. धाकट्याचा यात सहभाग नसला तरी आमचं घर तसं व्यवस्थित चाललेलं. बिनबोभाट. मग तरीही मनानं एकत्र का नव्हतो?

आयुष्यात साध्या साध्या प्रसंगातून, क्षुल्लक नातेसंबंधातूनही असे विवाद होत असतात, की त्याची पाळंमुळं लवकर हाती लागत नाहीत. थोरामोठ्यांच्या आयुष्याच्या कथाच वेगळ्या. अद्वितीयही असतील; परंतु म्हणून आपल्यासारख्या सामान्यांच्या

प्रश्नांची गुंतागुंत सामान्य का मानायची? तेव्हा, तीही वैश्विक तोलामोलाची असते, असं मला अनेकदा वाटतं. त्याला जगण्यातील या अशा संदर्भातून पुष्टीही मिळते.

शेजारच्या ताम्हणकरांची मुलगी सुनंदा बाळंतपणासाठी आलेली. दिवस पूर्ण भरायला आलेली. ती त्या रात्री अचानक घरातच बेडवरून पोटावर पडली. नुसतीच पडली नाही तर पडताक्षणीच बेशुद्धही झाली. घरात कुणास कळलंही नाही. सगळे झोपेत. सकाळी सुनंदाची अवस्था पाहिली आणि आईनं किंकाळी फोडली. ऐकून आम्हीही ताम्हणकराकडे धावलो. प्रसंगाचं गांभीर्य ध्यानात आलं आणि माझ्या थोरल्या मुलांनं गाडी काढून थेट रुग्णालयातच नेलं. आम्हीही गेलो.

ताम्हणकर व सौ. ताम्हणकरांचं तोंड वाळून गेलेलं. सौ. ताम्हणकर तर ओपीडीच्या कोपऱ्यात मट्‌कन खाली बसल्या. ताम्हणकर थरथरत होते. मुलीची अवस्था पाहण्याचं यत्किंचितही सामर्थ्य या उभयतांत उरलं नव्हतं. आम्हीच पुढाकार घेऊन डॉक्टरांशी बोलत होतो. इमर्जन्सी वार्डातील खोलीत सुनंदाला ठेवलेलं. नर्स, डॉक्टरांची नेहमीप्रमाणे धावपळ. काही कळावं म्हणून आमची धडपड. दाखल केल्यापासून डॉक्टरांनी तपासणी करून त्यांचं अनुमान, रुग्णाची स्थिती सांगेपर्यंत जिवाची घालमेल होते. हा कालावधी भयंकर असतो, सहन करायला. कुणालाही!

तरीही अर्धापाऊण तास गेला. सुनंदाला ऑक्सिजन मास्क लावलेला. चाचण्या, तपासण्या तातडीनं केलेल्या. आम्ही भयग्रस्त. रिपोर्टबद्दल. ताम्हणकर आणि काळे या आडनावांतले तथाकथित संदर्भ केव्हाच पुसून गेलेले. लगबगीनं एक नर्स आमच्या दिशेनं आली. आम्ही बाहेर बाकड्यावर बसलेले होतो.

"पेशंटचं जवळचं कोण आहे?" नर्सनं विचारलं. ताम्हणकर बोलायच्या आधी मीच पुढे झालो.

"बोला सिस्टर."

"केबिनमध्ये आत डॉक्टर बोलावतायत."

मी आत गेलो. समोरच्या खुर्चीवर बसलो. डॉक्टर शेजारच्या दिव्याच्या प्रकाशझोतात स्कॅन रिपोर्ट पाहत होते. मला पाहून म्हणाले,

"हे बघा, क्रिटिकल आहे पेशंटची स्थिती."

नेहमीचाच सवाल पुढे, 'मूल की आई.'

मी 'आलो' म्हणून बाहेर ताम्हणकराकडे गेलो. त्यांना सांत्वन करत, पाठीवर हात फिरवत आत केबिनमध्ये घेऊन गेलो. डॉक्टरांचा तोच प्रश्न. ते घाई करत होते. 'आई की मूल.'

ताम्हणकर काही बोलायच्या आतच ‘डॉक्टर, डॉक्टर’ करत केबिनमध्ये नर्स घुसली. डॉक्टर उठले व स्टेथोस्कोप गळ्यात अडकवत नर्सच्या मागोमाग गेलेही. लेबर रूममध्ये पुन्हा लगबग, धावपळ. पुन्हा तोच जीवघेणा मधला काळ. ताम्हणकर केविलवाणा चेहरा करून माझ्याकडे पाहत होते.

काही वेळातच डॉक्टर बाहेर आले. शांत, संथ आणि पडलेल्या चेहऱ्यानं. माझ्या काळजात चर्रऽ झालं. आम्ही पुन्हा केबिनमध्ये गेलो. डॉक्टर ताम्हणकरांकडे पाहून ‘सॉरी’ म्हणाले. ‘खूपच क्रिटिकल’ म्हणून सांगत होते. दोघंही आता या जगात नाहीत. तीनएक तासांचाच संपलेला खेळ. मी ताम्हणकरांना सावरू पाहत होतो. डॉक्टर समजावू लागले,

‘‘पडल्यामुळे मेंदूला इजा पोहोचली होती. न्यूरॉन्सवर आघात झाला. मेंदूचा ऑक्सिजन पुरवठाच खूप अपुरा होता. बेशुद्ध होऊनही बराच वेळ गेला. त्यामुळं दोघंही...’’

ताम्हणकरांना रडणं सुचेना. डॉक्टरांनीही त्यांचं सांत्वन केलं. बाहेर सौ. ताम्हणकर वहिनींची अवस्था तर पाहवत नव्हती. त्या आक्रोश करून रडू शकत नव्हत्या, एवढं सहज ध्यानात येत होतं. काय हा अनवस्था प्रसंग. दुःखाचं कमी-अधिक स्वरूप कुठं जोखता येतं का? असेल-नसेल पण आपलंच रक्तामांसाचं कुणी क्षणार्धात होत्याचं नव्हतं होतं, हे असलं चीरवियोगाचं दुःख ज्याला त्यालाच कळत असतं. आम्ही फक्त शेजारी; तरीही या प्रसंगानं पार हेलावून गेलो होतो.

सुनंदाचं पोटातल्या अर्भकासह शव आणलं गेलं. कुणी शंका घेऊ लागलं. कुणी विवाद उपस्थित करून काहीबाही बोलत होतं. पण झालं होतं ते सत्यच होतं. चौकशी वगैरे सर्व सोपस्कर उरकून नियमाप्रमाणे शवविच्छेदन करून दिलेलं. ताम्हणकर पार गळून गेले होते. मी, माझी मुलं व शेजारपाजारचे मिळून सर्वकाही यथासांग आटोपलं. ताम्हणकर व काळे या परस्परभिन्न आडनावात आता वेगळेपण उरलंच नव्हतं. आम्ही फक्त माणुसकी जपत होतो.

ताम्हणकरांच्या दुःखद प्रसंगाच्या कालावधीत मी नवीन कादंबरी लिहीत होतो. आरंभीची काही पाने सलग झालेली. ६० पानांपर्यंत येऊन थबकलो होतो. या दरम्यान मी Joseph Ledouy या जगप्रसिद्ध लेखकाचं 'The Emotional Brain' हे अतिशय रंजक व कुतूहलपूर्ण पुस्तकही वाचत होतो. पाच-सहा दिवस काही करता आलं नाही. या पुस्तकातलं एक वाक्य मात्र मनात सारखं घोळत होतं. 'Nothing is permanent. Don't stress yourself too much because no matter how bad the situation is... it will change.'

अवतीभोवती घडत असतं, अंतर्मनातही त्याचे पडसाद उमटत असतात.

काही असलं तरी सौ. जानकाची रीतच और होती. नंतर ताम्हणकर वहिनींना

तिनं बहिणीसारखं प्रेम दिलं. सुनंदाच्या अंत्यसंस्कारानंतर जानकानं सकाळ, संध्याकाळ ताम्हणकरांकडे जेवण पुरवलं. त्या दोघांना घास भरवल्यासारखं ती आग्रहानं खाऊ घालत होती. पानं वाढण्यापासून पानं उचलण्यापर्यंत. एक दिवस तर ताम्हणकर वहिनींना तिनं डोक्याला स्वतः तेल लावून न्हाऊ घातलं आणि आपली भोळीभाबडी दलितमाया लावून जिंकलंच.

❖

बावीस

तळपायात मोडलेला काटा काढून टाकावा लागतो. तो वेळीच नाही काढला, तसाच आत राहून गेला, तर तो स्वतःभोवती सुरक्षिततेचं आवरण करून घेतो. कुरूप होऊन जातं- कायमचं. आयुष्याला टोचलेल्या वेदना, झालेल्या यातना किंवा भोगावी लागलेली दु:खं त्यांचं वेळीच निरसन झालं नाही, विरेचन झालं नाही, तर मनाच्या आत गाभाऱ्यात त्या तळ ठोकून कायमचं राहतात. पुढे पुढे सल सवय होते. सलत राहतात आठवणींचे कोश करून. कायमचे. आपल्या अपराधीपणाच्या स्मृती तर आयुष्यभर पाठ सोडत नाहीत.

शल्यविहीन, तृप्त सुखाचं मरण माझ्या कोणत्याच जिवाभावाच्या माणसाला आलं नाही. माझा सगळा गोतावळाच शापित होता काय? जगणं तर आम्हा जोगींचं फरफटतच. एक बहीण अंबुबाई देवी यल्लम्माची भक्त. गळ्यात यल्लमाचे मोती. जोगतीणच. देवीची सेवा करून जगत होती. परडी-पोत घेऊन, 'भाकर वाडाऽ माऽय' म्हणत भीक मागून पोट भरायची. बालविधवा. उतारवयात करपून गेली. एकटी राहायची; पण कोरभर भाकरीसाठीदेखील माझ्या दारावर कधी आली नाही. वसंतनगरातही भिकणं मागायला यायची, पण आमच्या बंगल्याला वगळून पुढं जायची. मला याची शरम वाटायची. पण ही माणसं अशीच होती. अडाणी तरी कट्टर स्वाभिमानी. भाऊबिजेला आणि रक्षाबंधनाला हमखास यायची. अगदी अधिकारानं. सोबत परडी नसायची. भाऊ ओवाळणी काय टाकतोय ही आशा डोळ्यांत स्पष्ट तरळत असलेली दिसायची. एवढ्यापुरतंच हे नातं होतं का? उलगडा होत नव्हता. हातात बांधलेल्या राखीसाठी मी तिची काय पाठराखण करत होता? रक्षा म्हणून कोणतं मी निक्षून बंधन पाळत होतो? नाही. मग मी अपराधीच होतो तिचा जन्मभर.

आईचंही असंच. तसं तर सगळेच हालअपेष्टा, कष्टांत, गरिबीत दिवस काढतात सर्वसामान्य माणसं. असं जगणं सामाईक असलं तरी. तरीही जगण्यासाठी तडजोड करत नाहीत काही माणसं. आईचं तसंच होतं. खूप राबली, सतत काहीना काही करत होती. वडील नगरपालिकेत मास्तर. तुटपुंजा पगार. त्यामुळं तिनं जळण गोळा करणं, शेण गोळा करणं, गोवऱ्या थापणं, दारातल्या झाडाच्या इंग्रजी चिंचा काढून शाळेसमोर विकणं,

कोंबड्या पाळून अंडी विकणं असं करून नेटानं घर चालविलं, संसार केला. चार मुलींची लग्नं, माझं शिक्षण हे सारं तिनं खर्चीक असूनही कसं सांभाळलं, हे आश्चर्यच आहे. अडाणी असलं म्हणून काय झालं; व्यवहारी असलं की झालं. संसार यशस्वी होतो. वडील अचानक गेले. तेही माझ्या लग्नात. ऐन मांडवात. अक्षता पडल्यावर तासाभरात. आमच्या आयुष्याचा मांडवही अशा तऱ्हेनं उजाड झालेला. तरीही आईत असं कोणतं सामर्थ्य होतं; तिनं आपल्या अख्ख्या जगण्याला लीलया मुठीत बांधून ठेवलं- वयाच्या नव्वदीपर्यंत. नव्वदीत ती गेली. सहज झोपेत. कुणालाही कसली उठाठेव करू दिली नाही. तिच्या उशाशी एक हिरवा बटवा मिळाला होता. त्यात निरनिराळ्या नोटा होत्या. मोजून पाहिल्या. तीन हजारांवर रोकड होती. तेच पैसे तिच्या अंतिम विधीसाठी खर्च केले. तोही खर्च तिनं करू दिला नाही. अशी ही माणसं.

जोगी वस्तीत तर अनेक नातेवाईक आहेत. अक्षरशः निराधार. बरीचशी निराधार योजनेच्या मनीऑर्डरवर जगणारी. हेही ज्यांना नाही ते रोज पोट कसं भरतात, कुठून तेवढं तरी मिळतं- कळत नाही. वस्तीत गेलो की माझी चौफेर नजर असते. जे दिसेल ते बारकाईनं पाहतो. हवं ते टिपतो. हीही एक सवयच. सामाजिकतेचं भान असलेली. आता मनाचा टिपकागद खूपच संवेदनशील झालेला आहे. साहित्यिक लेखनाच्या जाणिवेतूनही आलेली जाण आहे. विसंगती, अगतिकता सहज शोषून घेतो. आत त्याची उलघाल सतत चाललेली असते. काही आकार स्वरूप, रूप घेऊन ते शब्दांकित होऊन अलगद लेखणीतून झरतं- वास्तवाचं सृजन होऊन.

साधारणपणे माझ्याच वयाचे बबनराव पाटोळे. रोज सायंकाळी लंगडत लंगडत आमच्या जोगी वस्तीत चालत येतात. उजव्या हातात एक सपोर्ट स्टिक असते. लंगडत असले तरी चालणं-बोलणं शिस्तबद्ध. आमच्या वस्तीतले पहिले राजपत्रित अधिकारी. आता सेवानिवृत्त उपजिल्हाधिकारी, महाराष्ट्र सेवा मंडळातून निवडलेले. मामलेदार, तहसीलदार, प्रांत, उपजिल्हाधिकारी अशा अनेक पदांवर सक्षमपणे अधिकारी म्हणून कारकीर्द गाजवलेले. ते, मी बदल्याच्या चरकात अडकलेले. कधीच पूर्वी फारसा भेटीचा योग आलेला नाही. वस्तीतले आम्ही सगळे जोगी कुठून ना कुठून नात्यानं बांधलेले होतो. कुठूनतरी नातेसंबंधाचा धागा लागतच असे. या बबनरावांचा- माझा चुलत साडू-साडू म्हणून संबंध होता. तसं आम्ही कधी मनमोकळेपणे बोललो नाही. त्याचीही एक-दोन कारणं होती. ते मामलेदार, प्रांत, तहसीलदार म्हणून काम करत असताना त्यांनी प्रचंड माया मिळविली. डोळ्यांवर पैशाचा धूर आलेला. त्यामुळे आढ्यतेनं वागत. मामलेदाराचा दरारा नेहमी जाणवत असे. त्यांच्या वागण्या-बोलण्यातून. वस्तीतलं घर सोडून शासकीय बंगल्यात सतत वास्तव्य. मधल्या काळात पुणे, मुंबई, सांगलीत बंगले घेतलेले, ठिकठिकाणी शेती

घेतलेली. विश्वासातल्या नात्यातील गणागोताच्या नावे. अधिकतर सासुरवाडीतल्या. वस्तीतील लोकांना काही दाखले, प्रमाणपत्रे लागत. विद्यार्थ्यांना जातीचे दाखले लागत. माहितीची, ओळखीची माणसे, जातबांधव असले तरी सहज देत असत. चौकशी करत. त्यामुळं समाजापासून अंतर पडत गेले. असे गृहस्थ.

सेवानिवृत्तीनंतर मात्र वस्तीत येणं-जाणं ठेवलं. बाहेर रेव्हेन्यू खात्यातील सोसायटीत बंगला. बायको अशिक्षित. मुलं श्रीमंतीमुळे शिकली नाहीत. प्रत्येकाला दुकाने, गाळे, वाहनं घेऊन दिलेली. एकूण वाह्यात प्रकार. रोज दारू लागत असे. खूप पीत. उंची दारू चढत नाही म्हणून कन्ट्री माल पीत. अघळपघळ वागत, बोलत. मधल्या काळात शुगर खूप वाढली. कन्ट्रोलमध्ये आली नाही. पायात शेतातील काटा घुसल्याचं निमित्त झालं आणि गँगरीन होऊन बसलं. पाय तोडावा लागला. आता कृत्रिम पाय बसवून घेतलाय. वस्तीच्या जवळच एका नगरात बंगला. रोज संध्याकाळी चालत येतात. वस्तीत जुने मित्र आहेत. गरीब, गांजलेले. सत्ता, पद असताना त्यांच्याकडे कधी ढुंकूनही पाहिलं नाही. आता ते खूप जवळचे वाटू लागले. बालमित्रच ते. तुम्ही कुणी मोठे साहेब असा. ते भेटले की लहानपणीचे दोस्तच की. वस्तीतील सखाराम, नारायण, भिवा हे स्मशानात खड्डे खणून त्यावर जगणारे. अजूनही झोपडीत राहतात. हे रिटायर्ड डेप्युटी कलेक्टर आता 'काय भिवा, सखा' म्हणत येतात. लोक भाबडेच हो. साहेब आले की धडपडून फाटक्या गोधडी आदरानं अंथरतात. हात देऊन त्यांना त्यावर बसवतात. मग जुन्या गप्पा सुरू होत, एकएक जण येऊन बाजूला 'रामराम साहेब' म्हणून बसतो. साहेबांना चहा चालत नाही. पाय गेला तरी 'तीर्थ'च घेतात. जवळ भरपूर पैसा. नोटा काढून माल आणायला देतात. सोबतीला शेंगदाणे, फुटाणे असतात. गोधडीत मध्यभागी खंबा ठेवून जर्मनच्या ग्लासात ओतून ओळीनं प्रसादी दिली जाते. जवळीक वाढत जाते.

बबनराव पाटोळेंना हा आनंद वस्तीत मिळतो. जोगी वस्तीचं नातं त्यांना आता अतिशय प्रिय होऊन गेलं. काय असेल कारण? नॉस्टेल्जिया असेल का? यांच्या रंगात आलेल्या मैफलीत, मी कधीकधी जवळून जात असतो. असे योग आले. मला पाहताच पाटोळेसाहेब हटकतात, 'हॅलो मिस्टर जुगा द ग्रेट. विल यू प्लीज जॉइन अस.' तेच वरमतात. मी त्यातला नाही हे त्यांच्या चट्कन ध्यानात येतं. सावरतात, "सॉरी, सॉरी ऑथरसाहेब, बसा तरी. आय हॅव रेड युअर ग्रेट ऑटोबायोग्राफी, व्हॉट अ मास्टर पीस."

मी औपचारिकपणे प्रतिसाद देतो. थांबून, उभं राहूनच बोलतो. मलाही परशा, इल्याकडं जायचं असतं. निरोप घेऊन निघतो.

जन्मानं जोगी असून शिकलासवरलो. तसा मी मूळचा साहित्यिक कुळातला. ऋतू, ढग, चंद्र, अंधार, दुःख, वेदना, संवेदना, गतस्मृतीतील हुरहुर या अशा

अनेकविध अंगानं वेढलेला; त्यात गुरफटलेला, त्यात मोहरून जात असलेला मी काळजातले शब्द हुडकून काढायला तळमळणारा. शब्दांचा जुळारी. अर्थाचे घड पिकवणारा, आशयाचे सूर आळविणारा असा साहित्यिक. माझ्या जन्मस्थळाची नाळ कधीच तुटू नये म्हणून जिवाच्या आकांतानं तळमळणारा. माणसं, नाती, प्रेम, भावना, अवतीभोवतीचा परिसर हा माझा श्वासच. जे जगतो, जे उपभोगतो ते सारं सारं कणाकणानं अंतर्यामी मी मुरवतो. रोमारोमांत ते विरून जातं. रंध्रारंध्रांतून ते मग पाझरतं. शब्दांना ते आर्जव करतं. तरलपणे ते पुन्हा अक्षरगंधातून उमटावं, उमलावं म्हणून. हे लेखक म्हणून मला जीव की प्राण आहे. तो शेली काय माझ्या अंतर्यामी ठाण मांडून बसलेला बाहेर येत नाही कधी. आतून कवितेच्या ओळी माझ्या प्रत्येक उच्छ्वासावाटे धाडतो. साहित्यातील झेप मलाच अविश्वसनीय वाटते. माझ्या शेकडो पिढ्यांत हे अनोखे अंकुर कधीच नव्हते ते आपल्यात कसे उगवले, आश्चर्यच!

अख्खं आकाशच मग प्याला होतं. त्यातल्या वेदनेचे अश्रू, हरवलेले क्षण मी माझ्या डोळ्यांत पिऊन साठवतो- डॅल्फिन माशासारखं. त्या दुर्दैवी माशाच्या मेंदूत सहा-सहा महिने दुःख, वेदना तो साठवून ठेवतो निद्रेतून. या दंतकथेप्रमाणे,

"My bowl is the sky
And I drink at my eye,
Till I fill in the brain,
A dolphian pain."

माझ्या बालपणीची ही वस्ती, मला सृजनाच्या मोहराची ऊर्मीच आहे. इथं आलो की पल्लवित होतो मी अजून. मग हे तहसीलदारसाहेब बबनराव तेही कोणत्या बंधनामुळं इकडे आकृष्ट होतात? जन्मस्थळ आणि व्यतीत झालेल्या बालपणाचा परिसर. तो का आकर्षित करतो संवेदनशील मनाला. मी पुनःपुन्हा का येतो इथं? गरिबीच्या दलदलीत पिचलेल्या या माझ्या वस्तीत... तिच्यासाठी तर मी काहीच केलं नाही, अजून आजवर.

सखाराम मोहित्यांच्या झोपडीला लागून एक कठडा होता. ओबडधोबड. पडझड झालेला. कठड्यावर तरीही गुळगुळीत फरशी व्यवस्थित टिकून होती. मी वस्तीत सहज फिरून आलो तर तहसीलदार बबनराव पाटोळे कठड्यावर बसून आपल्या शबनम बॅगेतील बरेच कागद काढून खालीवर करत होते. मी जवळ गेलो,

"काय साहेब, काय करताहात. बरीच कागदपत्रं दिसताहेत."

"चला, या काळेसाहेब, बरं झालं. तुमच्याशी मला बोलायचंच होतं."

"अरे वा! कशाबद्दल!"

"सांगतो." म्हणून प्रथम त्यांनी सर्व कागद शबनममध्ये भरले व बोलू लागले,

"तुम्ही अलीकडे अलीकडे यायला लागलात. मी खूप दिवसांपासून येतो. माझा ब्लॉक आपल्या वस्तीपासून फार लांब नाही. जवळ आहे. हळूहळू चालत येतो. तुम्ही कागदपत्रांचं विचारलंत. हे सगळे कागद समजाकल्याण खात्यातील घटक योजना आर्थिक मदतीचे आहेत. जमेल तेवढी प्रकरणं करतो आपल्या लोकांची. कुणाला केरसुणी व्यवसायासाठी तर कुणाला सूत दोरखंड व्यवसायासाठी कर्ज प्रकरणं."

"काय सांगता काय साहेब, खूपच चांगलं काम आहे." मला ऐकून खूप बरं वाटलं. पुढे ते अधिक माहिती देऊ लागले–

"आजपर्यंत नाही म्हटलं तरी पंधराएक प्रकरणं तरी मंजूर करून घेतली. निम्मी सबसिडी आहे. आता मीच सेवानिवृत्त उपजिल्हाधिकारी असल्यानं एकही प्रकरण परत येऊ दिलं नाही. आपल्या बांधवांना मदत करणं, त्यांच्यात मिसळून जाणं यात फार आनंद आहे साहेब. नोकरीस असताना बंधनं असायची. करणार काय कायद्याच्या पुढं."

"हे ऐकून खूप चांगलं वाटलं. मलाही असंच वाटतं. मी लिहितो. समाजाच्या प्रश्नावर, त्यांची सुखदुःखं मांडतो; पण माझं कागदावरचं काम आणि तुमचं हे प्रत्यक्ष कृतीतलं काम खूप फरक आहे हो."

"नाही नाही. तुमचं काम तर खूप मोठं आहे. तुम्ही समाजातले लेखक म्हणजे बाबासाहेबांचे खरे वारस आहात. समाजावरची तुमची ती 'केकतवन' कादंबरी मीही वाचली बरं का! समाजाचं किती वास्तव रूप पुस्तकातून छान मांडलंत तुम्ही. याच कादंबरीला राज्य शासनाचा साहित्य पुरस्कार मिळाला ना?"

"होय, याच कादंबरीला."

"तेव्हा आपण समाजातून शिकून बाहेर पडलो, मोठे झालो तरी समाजाचं काही देणं लागतो. आपण समाजासाठी काहीतरी काम केलं पाहिजे, या भावनेतून मी गेली पास्सा वर्षं हे काम करतो. अनेकांना मदत झाली."

"छानच करता आहात."

"हे राहू द्या. ते तात्पुरतं काम आहे. यातून काहींना चांगली मदत होते हे बरोबर आहे. पण आणखी काही करायला हवं, असं मला वाटतं. तेच तर तुमच्याशी बोलावं... चर्चा करावी, असं वाटत होतं."

"मुद्दा चांगला आहे, तुमची कल्पना काय आहे?"

"तेच तर सांगतोय. मी गेली कित्येक वर्षं इथं काम करतोय. यांच्यात मिसळून अगदी कुठंही बसून, त्यांच्याबरोबर घेऊनसुद्धा. त्यामुळं काय झालं, त्यांच्या मनात माझ्याबद्दल जवळीक निर्माण झाली. अधिक जवळ जाण्यासाठी अंतर कमी व्हावं लागतं, ते झालं. काळेसाहेब, मी दारूडा नाही बरं का! पितो, पूर्वीही पीत होतो. मी इथली खूप बारीकसारीक माहिती गोळा केलीय. समाजाची एकूणच स्थिती काय

आहे याची. मला प्रशासनाचा चांगला अनुभव असल्यानं त्याचा इथं उपयोग होतोय.''

बबनराव थोडं थांबून शबनम बॅगेतील कागद काढतात. कठड्याला लागून असलेल्या खांबावरील लाइट एव्हाना लागलेला असतो. पिवळाधमक उजेड पसरलेला. बॅगेतील काही निवडक पानं एकएक करून ते मला पाहायला देतात. त्याचबरोबर माहितीही सांगतात–

''आपल्या या जोगी वस्तीचा हा सर्व्हे. १६० घरं. ९००लोकांची संख्या. पुरुष-स्त्री मुलं मिळून. १६० घरांत ५ घरं पक्की सिमेन्टची दोन-दोन खोल्यांची. यात राहणारे शासकीय कर्मचारी. दोन दारूची दुकानं चालविणाऱ्यांची. १० घरं राजीव घरकुल योजनेतील; परंतु अर्धवट. काही बुटकी मातीभेंड्याची घरं आणि इतर सर्व झोपड्या. बऱ्याच अतिक्रमण केलेल्या. अन्य माहितीपेक्षा मला मुलांची सद्यःस्थिती जाणून घ्यायची होती. तोच या सर्वेक्षणाचा उद्देश होता. निरनिराळ्या वयोगटाची मुलं. हा बघा तक्ता. यात कॉलेजला जाणारे फक्त ३ विद्यार्थी आहेत. एकूण १९० मुला-मुलींमधून. १० हायस्कुलात, तर २० प्राथमिक शाळेत. बरेच अर्ध्यावर शिक्षण सोडलेले. आता प्रत्यक्ष २ विद्यार्थी कॉलेजात जात आहेत. ५ हायस्कुलात तर ८ मुलं प्राथमिक शाळेत. त्यातली बहुसंख्य पहिली ते चौथीपर्यंतच शिकणारे आहेत. ही आकडेवारी आपल्या मुलांच्या शिक्षणाची प्रचंड अधोगती दाखविणारी आहे. गळती तर आहेच. कारणांचा शोध घेतला. जवळ शाळा नाही. आई-वडील हातावरचं पोट असलेले. सकाळी सकाळी पोटापाण्यासाठी निघून जातात. आपल्या मुलांना शिकवा, हा ध्यास जवळजवळ नाहीच. अजून मुळीच शाळेत न जाणारी मुलं पन्नास-साठ तर आहेत. अर्धवट शिकलेली खूप आहेत. साधारण चौथी, पाचवीनंतर शाळा सोडतात. वस्तीभर कुठंही खेळत राहतात. त्यांतली काही आई-वडिलांबरोबर कामालाही जातात. वयात आलेली मुलं एस.टी. स्टॅन्डवर, चौकाचौकांत फिरतात. त्यातही थिएटरच्या आसपास. काही जण मिळेल ती कामंही करतात. छानछोकीचं राहणं. कपडे टापटिप. पान-गुटखा ही स्टाइल. कुणाच्याही गाडीवर मागं बसून चकरा मारायच्या. पोरीवर लाइन मारायची. दिवसभर आई-वडिलांची गाठभेट नसते. दुपारचं जेवण जवळजवळ नसतं. सकाळीच भरपेट खायचं. नंतर रात्रीचंच भरपेट जेवण. दारू, मटण हे मुख्य. मुली घरीच आढळतात. काही मोठ्या मुली जवळपास धुणीभांडी करायला जातात. वयात आलेल्या मुली इतर मुलींबरोबर वस्तीत फिरतात. एक मोठा बदल म्हणजे भिक्षुकीचा आता फारसा संबंध राहिला नाही. नावालाच फक्त आपण जोगी राहिलोत.''

बबनरावांनी किती सखोल निरीक्षण केलेलं. अभ्यास केलेला. किती जीव ओतून ते इतकं छान मांडत होते. या सगळ्या माहितीचा, अनुमानाचा त्यांनी त्यावर

उपाययोजना सुचवून शासनाकडे सादर करायचा अभ्यास अहवालही तयार केलेला.

त्यांच्या या माहितीवरून खूप काही नियोजन, कार्य करता येण्योजोगं होतं. एका शहरातल्या एका वस्तीची ही अवस्था किंबहुना दुर्लक्षित दुरवस्था कितीतरी बोलकी आहे. मी लक्षपूर्वक ऐकत होतो. आपल्या सेवानिवृत्तीचा वेळ त्यांनी अशा रीतीने सदुपयोगात घालविला, याचं मला खूप कौतुकच वाटू लागलं. आपणही माणसं पाहतो. त्यांचं जगणं निरखतो. तो साहित्याचा विषय कसा होईल, कथा-कादंबरीत त्यांना कसं बंदिस्त करता येईल, असं हे सृजन आणि वास्तवाची सांगड घालून लिहिलेलं साहित्य, वेधक, ओघवतं, वाचनीय कसं होईल एवढंच पाहतो. त्यांच्या आयुष्याशी, जगण्याशी आपणास काय देणंघेणं असतं? काहीच नाही. अशा सामग्रीतून आविष्कृत झालेली दाहक, दारुण कथा पुस्तकातून सजवून तिचा मिळालाच पुरस्कार तर तो आपल्याला किती सन्मानाचा होतो. आपल्याला समाजाचं काय अप्रूप आहे? साहित्य की विदारक अस्वस्थ करणारं जगणं. बबनराव तर फॅक्च्युअल इन्फर्मेशन गोळा करून वंचितांचे, उपेक्षितांचे प्रश्न कसे सोडवता येतील याचाच ध्यास घेऊन कार्यरत असलेले. स्वतःचा एक पाय गमावून बसले तरी ते समाज आपल्या पायावर उभा राहावा म्हणून किती धडपडतात. कितीतरी वेळ मी विचारात मग्न होतो. बबनराव मला जागं केल्यासारखं हलवत म्हणाले,

"अहो लेखक कुठे हरवलात. मी काय बोलतोय. मिळाला का एखादा कादंबरीचा विषय?"

"नाही नाही वो. इतके दिवस तुम्ही इथं येत होता, मीही अधूनमधून येत होतो, पण आपल्या दोघांतल्या येण्यात किती फरक आहे. एक विधायक तर दुसरं केवळ आठवणी चाळवणारं. साहेब खरंच मोठं काम आहे हो तुमचं. समाजाचा असा इतका सखोल अभ्यास करून त्यांच्या खऱ्या प्रश्नाचं स्वरूप आज कोण इतकं तळमळीनं मांडतंय हो. याचा खूप उपयोग होईल."

बबनराव माझ्या बोलण्यानं सुखावले. ते समाधानी दिसत होते. आता निघायची वेळ. 'चला पुन्हा भेटू' म्हणून आम्ही निरोप घेतला.

नंतर नंतर बबनराव पाटोळे यांच्या माझ्या गाठीभेटी वाढत गेल्या. काही ठोस कार्य करू, असं ठरवत असू. सूर गवसत नव्हता.

❖

तेवीस

माझं जगणं स्थिरसंथ नव्हतंच कधी. काहीतरी अपुरं असंच वाटत असे. सदैव असंतुष्ट. ४० वर्षे बँकेत नोकरी केली. तीन वर्षांपेक्षा अधिक काळ कुठं स्थिरावलो नाही. जणू उठकळ उठवळ आयुष्य. आयुष्याची ससेहोलपटच. आयुष्याची सफलता आर्थिक स्थैर्यावर मोजणं मला कधीच पटलं नाही. ते साधन; साध्य नव्हे. मनाजोगतं जगता येणं, इच्छित ते साध्य होणं, हेच तर हवं असतं. उमेदीतच एम.ए. होऊन तेही मराठीसारख्या भाषा विषयात विशेष प्रावीण्यासह, उपयोग काय झाला? प्राध्यापकीय नोकरीसाठी प्रयत्न केले. जुगा काळे नाव आडवं यायचं. तो काळच तसा होता. नावावरून, चेहऱ्यावरून आणि बोलण्यातल्या उच्चारावरून थेट नाकारलं जायचं. नावात तर धडधडीत दलितपण. तसंच चेहऱ्यातही. काळा कुळकुळीत रंग. याला द्रविड किंवा दलित रंग म्हणूनही सहज ओळखता यावं. उच्चारात सफाईदारपणा होता; पण इथपर्यंत वस्तीतले चिकटून असलेले आणि सोबत करणारे कित्येक खास शब्द अभावितपणे तोंडून बाहेर पडायचेच. दरवाजाला कवाड म्हणायचो, बरोबर कधी म्हणत नसू बराबरच म्हणायचो, आहेला हाय, होयला व्हय, समोरला म्होरं, आणखीला आनखिन, अजूनही आजुक असे कितीतरी. हे शब्द कित्येक दिवस तोंडवळणी पडलेले. तोंडातून बाहेर पडले की जीभ चावायचो, पण उपयोग काय. आता निवळले खूप. निक्षून प्रयत्न केला आणि अशातून मी शब्दमुक्त झालो.

आयुष्यात वळणंच अधिक. अनेक दिशा चुकविणारेच टर्निंग पॉइंट. पोट भरण्यापुरती नोकरी झाली. सेवानिवृत्त झालो. पुन्हा जुंपलो शिक्षण संस्थेच्या घाण्याला. डोळ्यांवर झापड ठेवून काम करायचं. नजरबंद. नंतर लिहायला लागलो इतक्या उशिरा, की उशिरा आलेल्या जुन्या झाडाचा मोहोर म्हणू लागले. जीव ओतून लेखन केलं. काही पुरस्कार मिळाले; पण नावलौकिक कुठाय? जुगा काळे हे एक महाराष्ट्रातले नामवंत प्रतिभावान ज्येष्ठ लेखक आहेत हे आपल्याविषयी कुणी म्हणेल, यावर तिळमात्र विश्वास नाही. अलीकडे वस्तीची ओढ लागली. समाजासाठी काय करावं, उतराई व्हावं असं वाटाय लागलं. तर वस्तीतले बांधवच फटकून वागाय लागले. फारसे जवळ करत नाहीत. तेवढ्यापुरतं जुजबी

बोलतात. बालपणीची मित्रमंडळी तेवढी जीव लावतात अजून. तेवढीच या मावळतीच्या उन्हातली हिरवळ. माझेच एक समविचारी बबनराव पाटोळे. ते तर खूप काम करतात. वस्तीत ठाण मांडून. परंतु लोक हवा तेवढाच उपयोग करून घेतात. एरवी ओळखत नाहीत. 'मोठी माणसं' म्हणून संशयानं पाहतात. अंतर ठेवून वागतात. मग आपण तर आणखी दूरच. त्यांच्या दृष्टीनं आपण आता अडगळ का?

आणि घरचे...? त्यांना तर मी प्रथमपासून वाल्याचा कोळीच वाटत आलो. मी बाहेरच अधिक. घरच्यांच्या गरजा भागवायला उठवळ आयुष्य जगत राहणारा. किती प्रवास करावा. लोकल, बस, जीपडं, ट्रक वाट्टेल त्या वाहनातून. घरी यायचो ते पाठ टेकवायला. तेवढीच हक्काची विश्रांती. तेवढंच मोजकं बोलणं. कमी-जास्त पाहणं. पत्नी जानकानं अख्खा संसार विंचवासारखा पाठीवर घेतला. तिनंच सगळं पाहिलं. आता सेवानिवृत्तीनंतर मी जे काही लिहिलं ते घरी कुणीच कौतुकानं पाहिलं नाही. पुस्तकांचे प्रकाशन समारंभ होत, पण घरच्यांशिवाय. पुरस्काराला जाई तिथंही एकटाच. एकटाच पडत गेलो. किंबहुना एकटेपण हाच आपला स्थायीभाव, हेच स्थायीपण होत गेलं.

या जोगी वस्तीत जाणं मुलांना नाही आवडत, जानकालाही. पपा म्हणजे काहीतरी ध्यानच, असंच हे समजतात याचं वाईट मात्र वाटतं. आपण आपल्यासाठी, स्वतःसाठी कधी जगलोच नाही. घरातली जी पोळीभाजी असेल ती आपण विनातक्रार खात गेलो. आपल्याही आवडीचंही काही असतं, हे घरी कुणाच्या ध्यानीमनीही येत नसायचं आणि आपणही कधी ते जाणवू दिलं नाही. तसं आवडीचं होतंच काय, पुस्तकाशिवाय. या असंख्य पुस्तकांनीच तर होरपळणारं आपलं जगणं सुसह्य केलं आणि घरी हे सगळे पुस्तकांना पसारा म्हणत, ढिगारा संबोधत. हिणवत. माझ्यासह माझी पुस्तकंही यांना अडगळ.

वस्तू जुनी होत गेली की दुर्लक्षित होत जाते. जुन्या कपड्यांचा रंग विटावा तसं होतं माणसाचं.

एका हिवाळ्यात जुन्या आजारानं डोकं वर काढलं. दुखावलेले मणके पुन्हा ठणकू लागले. पूर्वीइतक्या काळजीनं घाबरून मुलांनी डॉक्टरांकडे मला नेण्याची घाई केली नाही. सहज घेतलं त्यांनी. पेन किलरच्या गोळ्या देऊन पाहिल्या. जानका मलम लावून देई. तेवढ्यापुरतं बरं वाटे. पण त्रास होतच होता. एक दिवस स्वतः रिक्षा करून डॉ. काटीकर यांच्याकडे गेलो. पुन्हा तपासणी, रिपोर्ट हे सोपस्कार करावे लागले. काही दिवस औषधं घ्यायला सांगितले. जड उचलू नका, वाहन वापरू नका हा आवश्यक सल्ला मात्र बजावून दिला. कमरेभोवती एक कायमचा बेल्ट दिला.

हे असं नवनवं उद्‍भवू लागलं. आता काही दिवस पुन्हा पूर्ण विश्रांती.

शेल्फमधून पुस्तकांचा गठ्ठाच काढून घेतला. त्यात नवी-जुनी पुस्तकं होती. JRR Tolkien याचं जाडजुड पुस्तक. तीन खंडातील एकत्रित संपादित कादंबरी The Lord of the Rings एकूण ११३३ पानांचं पुस्तक. ही रोमहर्षक कादंबरी दोन महिने तरी मला गुंतून ठेवेल. यावर निघालेला पिक्चरही पाहिलेला; त्यामुळे चित्रीकरण आणि कादंबरीतील चित्रण अतिशय ठळकपणे सरकत राही. एवढं प्रचंड लिहितातच कसं? किती आवाका मोठा असतो काहींचा. कुतूहल वाटे.

लिहिणं तर माझं चालूच होतं. अलीकडे कवितेनं खूप जोर धरला. चारचार दिवस पाऊस झडावा, थांबूच नये तसं कवितेचं झालं. झरू लागली की संततधार व्हायची. आईचं खूप स्मरण व्हायचं, तिच्या जात्यावरच्या ओवीसह,

'माय राबे शेता मंदी । वंजळीच्या जुंदळ्यास
जात्या फिर गरगर । भुक्याजलं माझं पोर ।
माय जाते शेतामंदी । वैरी-पोट जाळायास
जात्या फिर गरगर । भुक्याजलं माझं पोर ।'

सकाळी सकाळी ती दळत असायची आणि गोड गळ्यात गात असायची. गरम गोधडीत अशा ओव्या ऐकायला मिळत. माझी आई जणू बहिणाबाईच होती. काळजातल्या कवितेचे हुंकार तिनं माझ्यातही पेरले.

हे दुखणं तसं दीर्घ काळ नव्हतं. पुन्हा ठणठणीत झालो. स्वतः वाहन चालवायचं नाही, एवढंच बंधन. रिक्षा टाळायची. खूप दूर चालणंही व्हायचं नाही. त्यामुळे बाहेर पडण्यावर खूप बंधनं आली. कित्येक महिने वस्तीकडे जाणं होईना. कुठं काही कार्यक्रम असले तरच सोबतीला कुणाला तरी घ्यायचं आणि गाडीवर मागे बसून जायचं.

घरी थांबणं वाढलं.

तसं तर जानकाच घर सांभाळायची. मीठ-मिरचीपासून ते सगळ्यांच्या आजारपणापर्यंत सारं. तिच्याशिवाय घरचं पान हलत नाही. इरिगेशनमधले इंजिनिअर साहेब अरुण अजूनही सगळा पगार आईच्या हातात देतात. सुधीर शेती पाहतो. जवळच हल्लूर गावात असलेली सेवानिवृत्तीनंतर मिळालेल्या पैशातून स्वस्तात मिळाली म्हणून घेतलेली १० एकर जमीन. बोअर घेतलं. भरपूर पाणी लागलं. त्यामुळे थोरला त्यात रमला. धाकटा आनंद मात्र रिकामा. त्याचं बस्तान नाही बसलं अजून. नोकरीच्या शोधात. अजून सगळे एकत्रच राहतात. त्यामुळे चरितार्थाचा प्रश्न भेडसावत नाही. सोबतीला माझी पेन्शन. तसं ठीक चाललं आहे.

पण शेवटी घर म्हणजे खानावळ नाही किंवा वसतिगृह. एकाच नात्यागोत्याची, रक्ताची माणसं असतात कुटुंबात. नुसतं सोबत असण्यानंही नातेबंधनाचा गंध

जाणवतो. आंतरिक भाव जुळतात. आपसूक प्रेम-माया अंतर्यामी दरवळत असते सदैव. तसं होत राहणं हे निर्मळ, निरपेक्ष कुटुंबपणाचं जिवंत लक्षण आहे. असायलाच हवं. पण वृत्तीचे, आनुवंशिकतेचे, स्वभावाचे, भवतालच्या परिस्थितीतून उद्भवलेले स्वार्थाचे मतलबाचे विषाणू मनात, घरात घुसले की रुग्णाईत होऊन जातं सारं कुटुंब. अहंकारानं ते अधिकच विफल होतं. 'मी, माझं' यात संकोचित होत राहतं. साचत जाते मनातील घालमेल, धुसफुस. एक प्रकारचा सुप्त वणवाच वावरत असतो कुटुंबात- भडकण्याच्या प्रतीक्षेत.

असं काही जाणवू लागलं की, मी त्या त्या वेळी जाणीव करून द्यायचा. लक्षात आणून द्यायचा. हे असं नको ते तसं नको, हे योग्य नाही ते बरोबर नाही म्हणून. लहान मुलांत, नातवांत माझं तुझं फार असतं. दोघांत एक खेळणी, एक चेंडू चालत नाही. दोन चेंडूंत एकाचा रंग पिवळा तर एकाचा पांढरा, असंही चालत नाही, 'हाच मला हवा' हा हट्ट चालत असतो. हे सगळं काय आहे? मला हे पाहताना अनुभवताना गंमतच वाटत असे. एखादी समाईक वस्तू असेल तर त्यांच्या बोलण्यात 'ही माझी', 'आमची' असं बोलणंदेखील मला खटकत असे. इंजिनिअर अरुणनं बँकलोन करून झायलो कार घेतली. ती इन्डिव्हिज्युअल लोनवर घेतलेली गाडी असली तरी ती आमच्या सगळ्यांचीच म्हणून मानतो. अरुणच्या छोट्या मुलीनं, सुधीर व आनंदच्या मुलांना 'ही आमच्या पपांची गाडी' असं म्हणणं आम्हाला पटत नसे. लगेच त्यांना सांगत असू 'बाळा आमची नाही म्हणायचं, आपली म्हणायचं' मग ते बाळ त्याचं बोलणं दुरुस्त करून 'हा, आपली' असं म्हणत असे. इतके बारकावे होते घरातील रीतिरिवाजाचे.

परंतु अलीकडे हे सगळं बदलत गेलं.

❖

चोवीस

हल्लूर गावातली आमची शेती 'काळे फार्म' म्हणून ओळखली जाते. शेताला लागूनच रस्ता आहे. दोन गावांना जोडणारा. एक गाव लमाणाचं होतं. काही लमाणांची गावालगत शेती होती. आमच्या शेतीला लागून एका बाजूला रामा लमाणाचं शेत, तर दुसऱ्या बाजूला कामते कुणब्याचं. कामतेच्या शेतात मोठ्ठी जुनी विहीर घडीव फाडी दगडाची. अर्धवर्तुळाकार दगडी पायऱ्या. विहिरीत काळंभोर पाणी. पण खूप खोल विहीर. उन्हाळ्यात आटायची. पाणी उपसा करण्यासाठी ५ एच.पी.ची मोटार बसवलेली. कामते आजोबा आता थकलेत. त्यांना तीन मुलं. एक कवठ्यात किराणा दुकान चालवितो, तर एक शेती बघतो. तिसरा काहीच करत नाही. गाडीवर सरपंचाबरोबर गिरगिर फिरतो.

ही शेती मी माझ्या सेवानिवृत्तीनंतर घेतली होती. सगळा प्रॉव्हिडंड फंड शेतासाठी ओतला.

पूर्वी क्वचितच मी शेतावर जात असे. अलीकडे वारंवार जाऊ लागलो. सुधीरच्या गाडीवर पाठीमागे बसून. शेत तसं घरापासून अवघ्या ८ किलोमीटर अंतरावर. जाण्यायेण्याची दगदग वाटत नसे. शेतात नुकतीच विहीरही बांधलेली. विहिरीतच आत दोन बोअर घेतले होते. तिथंच पंप करून पाणी विहिरीतच साठवायचं. विहीर भरली की विहिरीतलं पाणी तिथल्याच पंपानं शेतात वापरायचं. रात्रभर पंप केलं की विहीर सकाळपर्यंत पूर्ण भरायची आणि मग दिवसभर रान भिजवायचं. १० एकर रानाचं छान तीन-चार मोठे प्लॉट केलेले. ३ एकरांत ऊस लावलेला, १ एकर केळी तर १ एकर भाजीमळा. राहिलेली ५ एकर जमीन खरीप आणि रब्बी पिकासाठी ठेवलेली. खरिपात कडधान्य घेत असू. रब्बीत ३ एकर ज्वारी व २ एकर गहू. उरलेल्या गुंठ्यात मका, कडवळ घेतलं जाई. सुरुवातीची चारएक वर्षं चांगलं पीक घेतलं. एका हंगामात चक्क ४ एकर कांदा घेतला. बऱ्यापैकी भाव मिळाला. एकदा २ एकरांत घेतला तर भक्कम भाव लागला आणि आशा लागली म्हणून पुन्हा ४ एकर लावला, तर २ रुपये देखील भाव मिळाला नाही. क्विंटलला १०० रु. मिळाला, तर पोत्याची किंमतच २५ रु. मोजावी लागे.

पुढे पुढे खूप बेभरवशाचं काम होऊ लागलं. पाऊस कमी होत गेला तसं बोअरचं पाणीही कमी होऊ लागलं. जास्त

लागवड करावी तर जमिनीला पाणी पुरेना. जमीन उन्हाळ्यात जास्तच तहानलेली असायची. पाणी अर्धवट देऊन झाल्यावर बाकीचं पीक पाण्यासाठी आसुसलेलं असायचं, तहानलेलं असायचं. पाणी आटलं की उरलेल्या बिगरपाण्याच्या पिकाकडं बघवत नसे. रोपं माना खाली टाकत. कोमेजून जात. तहानलेल्या माणसासारखीच पिकाची अवस्था. मग उभं पीक जळू लागलं की जिवाची घालमेल व्हायची. उत्पन्नासाठी नाही तर पीक करपू लागलं म्हणून.

अशात कधीकधी एमएसईबीच्या अंगात येई. खुतून बसे. जनावरासारखं. चारचार दिवस लाइट नाही. मग खूप वैताग येई. सुधीरची घालमेल होई. वीजपुरवठ्याशिवाय पंप कसे चालायचे. लोड शेडिंग १६-१६ तास. आलीच लाइट तर पुन्हा लगेच जाई. 'काय झाले पुन्हा' म्हणून चौकशी केली, तर सांगितलं जायचं DP जळाला म्हणून. नुसता वैताग असे.

शेतातल्या गड्याची तर सदैव बोंब. पिकापेक्षा गड्याला अधिक जपावं लागे. गड्याला शेतात चांगलं विटाचं पक्क घर आम्ही बांधून दिलं होतं. लाइट, पंख्यासह. एकदा त्यानं टी.व्ही.चा हट्ट धरला. तोही दिला. आम्ही शेतावर असेपर्यंत तो शेतात राबत असे. निघून गेलो की लगेच हातातलं काम टाकून टी.व्ही.समोर. बायको-मुलासह. लमाणाच्या याडी शेताच्या बांधावर त्यांच्या शेळ्या, करडं घेऊन चरायला आणत. जाताना शेतातली भाजी, टमाटी, वांगी बेधडक तोडून नेत. कधी भेट झालीच तर सांगत, 'मालका गडी बदल. सारखा टी.व्ही.पुढं आसतू काम न्हाय करत. लाइट नसली तरच रानात दिसतू.'

गडी बरेच बदलले. वर्षावर्षाला. एक गडी शेतातलं काम सोडून तांड्यावर पत्ते खेळायला जात होता. पुन्हा तांड्यावरच्या गुत्त्यात खूप प्यायचा. इतका की काही लमाणं उचलून आणून टाकत.

शेतात खुरपायला जवळच्या बायका येत. खुरपणही नीट करत नसत. शेतात आल्या आल्या आधी जेवायला बसत, मग कामाला. तोपर्यंत अकरा वाजून गेलेले असत. दोन तास खुरपून झालं की सुट्टी. पुन्हा घासटुकडा खाऊन झाडाच्या सावलीत थोडी झोप काढत. तीन वाजता खुरपणी सुरू. कधी पाच वाजतात त्याचीच वाट पाहायचं. आल्या गेल्याला विचारायचं. 'किती वाजले मामा' म्हणून. त्या सात-आठ बायकांवर देखरेखीला माणूस बरोबर असला तरच नीट खुरपणी, नाहीतर त्या शेतकऱ्याला चुनाच लावणार. मजुरी तर किती. चक्क गवंडीकामाइतकी. पूर्वी ३५ रुपये घेत आता शंभराची नोट. काय करायचं शेतकऱ्यानं?

आमच्या एका गड्यानं भलतीच भानगड केली. रोज खुरपायला येणाऱ्या बायकातली एक विधवा लमाणीण, तिलाच लगट केली. दोघेही तरुण. आम्हाला थांगपत्ता नाही. कळलं तेव्हा उशीर झालेला. ती याडी चक्क गरोदर. तांड्यावरचे

लमाण खवळले. गड्याला खलासच करतो म्हणून बसले. आम्ही मध्यस्ती केली. रामा लमाणाच्या मदतीनं. 'मालक तुमी हाय म्हनून सोडतो पर...' एवढं म्हणून बैठक बसवून जुर्माना म्हणून गड्याकडून १२ हजार उपटले. भुर्दंड आम्हालाच. उचल म्हणून बारा हजार दिले.

नवा गडी बघावा, तर तो फक्त पाडव्यालाच मिळतो किंवा खळी झाल्यावर काडणी-मोडणी संपल्यावर. अधेमधे नाही. गड्याच्या अंगावर पैसे असतात. हे सालगडी मात्र अडाणी असले तरी भलतेच चतुर असतात. तुमच्याकडे येतो म्हणून 'मालक उचल द्या' म्हणायचं. 'त्या मालकाची मजुरी अंगावर हाय ती द्या, तुमच्याकडं येतो' हे तर ठरलेलं.

या सगळ्या गोष्टीला सुधीर वैतागून गेला. करणार काय? शेती करायची तर या सगळ्या गोष्टी निस्तरायच्या. कसंबसं पीक हाती यायचं तर हातात काही पडायचं नाही. मिळकतीपेक्षा खर्च जास्त. वर वैताग, हेलपाटे, वर्षभर धास्ती वेगळीच. नाही म्हटलं तर वर्षभराची ज्वारी व गहू व्हायचं. भाजीदेखील मिळत नसायची. 'मेथी करपली मालक, ऊन किती पडलंय, आशा उनात कोतिंबीर येत नाही'. वांग्याला कीड पडली. गवार निब्बर होईपर्यंत तिची तोडच करायची नाही. टोमॅटोचं तसंच. लाल पिवळे पडून शेतात गळून पडायचे, पण तोडून, बांधून द्यायचं नाही. वसंतनगरात दारावर भाजीवाला यायचा. जानका त्याच्याकडून भाजी विकत घेई. भाजीवालाही म्हणे 'ताई, तुमचं सोताचं शेत आसून रोज भाजी इकत घेताय.' तर हे असं सुधीरचं शेतीमाहात्म्य.

एके दिवशी पोस्टमन रजिस्टर नोटीस घेऊन आला. सुधीरच्या नावची. डी.सी.सी. बँक, हल्लूर शाखेची होती. घेतली. सुधीर संध्याकाळी शेतावरून आला. त्याच्या हातात ती नोटीस दिली. त्याला कल्पना असावी. पाकीट फोडून नोटीस वाचली व माझ्या हातात दिली. मी पाहिली. कर्ज हप्ते थकबाकीची नोटीस. मी चकितच झालो.

"सुधीर हे रे काय? बँकेचे दीड लाख कर्ज? आणि कशाला घेतलेस? सांगितलं नाहीस कधी?"

"काय सांगायचं, ऊठसूट प्रत्येक गोष्ट. तुम्ही येताच की शेतात. वर्षापूर्वी ठिबक केलं २ एकर, स्प्रिंकलर बसविलं. पपा माहितंय की तुम्हाला."

"असं होय. त्यासाठी कर्ज काढलं. पण यात तर अद्याप एकही हप्ता भरला नाही म्हणून लिहिलंय."

"असू द्या. बघतो मी, काय करायचे ते."

"अरे पण काय करणार?" तर तो चिडलाच.

"बघतो म्हटलं ना, तुम्ही फार लक्ष घालता. गप्प बसत जा."

विषय तिथंच थांबला, पण शेतावर कर्ज या कल्पनेनं मी काळजीत पडलो.

❖

पंचवीस

पुन्हा दुसऱ्या दिवशी संध्याकाळी एक गृहस्थ टपालबुक व नोटिसांची चोपडी घेऊन दारावर आला,

'जुगा काळेंचं घर का?''

''होय, मीच.''

''साहेब मी कोर्टातला बेलीफ हाय. तासगाव कोर्टातलं तुमच्या नावाचं समन्स हाय. उद्या कोर्टात हाजर व्हण्यासाठी. हे घ्या. आन हिथं सय करा.''

गृहस्थानं टपालबुक समोर ठेवलं. वयस्क बेलीफ होता. मी सही करून समन्स हाती घेतलं. आणखी हे काय लफडं, म्हणून समन्स बघू लागलो. बेलीफ 'रामराम' म्हणून निघून गेला.

वर ठळक अक्षरात आरोपी क्र. १) जुगा भिवा काळे, रा. सांगली, मानद सचिव आधार प्रतिष्ठान शिक्षण संस्था व २) गोरख काशिनाथ पवार, मुख्याध्यापक आंबे दहिटणे आश्रमशाळा, असं होतं. निगोशिएबल इन्स्टुमेन्ट ॲक्ट कलम १३८ अन्वये नोंदवलेला गुन्हा होता. दुसऱ्याच दिवशी तासगाव कोर्टात सकाळी ११ वाजता हजर राहायचं. हे अचानक अंगावर आलेलं विचित्र बालंट. गुन्ह्याचा बोध होईना. आता काय करायचं हेही सुचेना. पुन्हा ॲडव्होकेट मनगोळी आठवले.

''हॅलो, वकीलसाहेब, नमस्कार मी भाऊसाहेब काळे बोलतोय, आहे का वेळ?... मग येऊ.. हो... बरोबर घेऊन येतो.''

सहा वाजून गेले तरी वकीलसाहेब अजून बार असोसिएशनमधील त्यांच्या कार्यालयातच होते. मी लगेच पोहोचलो. आलेले समन्स दाखविले तर त्यांनी कपाळालाच हात लावला. म्हणाले,

''अहो हे थेट समन्स आहे. चेक बाउन्स झाल्याबद्दल. कुणाला चेक दिला होता काय?''

''काय सांगता, नाही हो, आणि तासगावचा काय संबंध. मी माझे चेक कधीच बाउन्स झाले नाहीत. मी स्वतः बँकेत काम केले की, असं माझ्या हातून नाही होणार. काय भानगड कळत नाही.''

ॲड. मनगोळीही विचारात पडले.

''भाऊसाहेब, तुम्हाला यापूर्वी कधी नोटीस वगैरे आली होती काय?''

''नाही, कधीच नाही.''

''समन्सवरून सगळं नाही समजत. पण मामला गंभीर

आहे. यापूर्वी या केसच्या तारखा पडल्या असणार. रिस्पॉन्स नसल्यानं कोर्टानं समन्स धाडलंय. उद्या कसल्याही परिस्थितीत कोर्टात हजर व्हायला हवं. तेही जामीनदाराची सोय करून.''

''जामीनदाराची? हे आणखी काय?''

''मला वाटतं उद्या शेवटचं हिअरिंग आहे. बरं असं करू, दुसरं नाव जे आहे आरोपी म्हणून हे गोरख पवार कोण?''

''ते आंबे दहिटणे आश्रमशाळेचे मुख्याध्यापक.''

''मग त्यांना फोन लावू. केस तरी कळेल.''

''त्यांचा मोबाइल नंबर माझ्याकडे नाही, पण अरे हां तिथल्या अधीक्षकाचा आहे.''

''मग बघा लावा बरं नंबर.''

जिरगे, अधीक्षकाचा सेव्ह केलेला नंबर मी सर्च केला. मिळाला. लावला. रिंग जाऊ लागली, मोबाइल उचलला, तिकडून,

''नमस्कार भाऊसाहेब, मी जिरगे अधीक्षक बोलतोय.''

''अरे मी भाऊसाहेब बोलतोय. तो पवार मुख्याध्यापक कुठाय?''

''ते शाळेत नाहीत सर.''

''जेव्हा केव्हा चौकशी करतो तेव्हा शाळेवर नसतातच. कुठे गेलेत.''

''गुरुजीबरोबर पुण्याला ग्रॅन्टसाठी, पर काय काम आहे साहेब, सांगा की.''

''अरे शाळेतलं बँक अकाउन्ट कुणाच्या नावाचं आहे तिथलं.''

''आमच्या दोघांच्या सहीचं. मुख्याध्यापक आणि मी, आम्हा दोघांच्या सहीनं चालतं साहेब.''

''अरे एक चेक.''

मध्येच वकीलसाहेबांनी 'थांबा मी बोलतो' म्हणून हातवारे करून बोलायची इच्छा केली. मी मग त्यांना मोबाइल दिला.

''हॅलो, मी ॲडव्होकेट मनगोळी बोलतोय. हे बघा एक बाउन्स झालेल्या चेकची केस आहे तुमची. काय आहे प्रकरण तुम्हास माहीत आहे का?''

जिरगे अडखळला, ''होय साहेब, इथल्या किराणा दुकानदाराला सात हजारांचा चेक दिला होता. उधारीच्या बिलासाठी. पण साहेब खात्यावर पैसेच नाहीत, सा महिन्यापास्नं. दुकानदार लय चिडल्यात.''

प्रकरणाचा उलगडा झाला. पण समन्स मला का? कळेना. वकीलसाहेबांनी नीट बोलून माहिती काढली. चेकवर माझी सही नव्हती तरीदेखील दुकानदाराने संस्थेचं मी काम पाहत होतो म्हणून माझ्या नावावरही केस टाकली होती. संस्था सोडून इतके दिवस होऊन गेले तरी मागचं शुक्लकाष्ठ सरत नाही. वकिलांनी पुढचं

सगळं नियोजन केलं. काहीही करून उद्या पंधरा हजार गोळा करून ठेव म्हणून जिरगे अधीक्षकांना सांगितलं. केसची कल्पना दिली. या आधी त्यांना नोटिसा आल्या होत्या. कोर्टाकडूनदेखील; परंतु कुणीच मनावर घेतलं नाही. गांभीर्यच नव्हतं. जिरगेना, मुख्याध्यापकासही फोन करून अर्जंट बोलावून घे व उद्या तासगावच्या कोर्टात दोघंही या म्हणून बजावून सांगितलं. जिरगे घाबरला होता.

वकील मनगोळी यांनी सगळी तयारी केली. माझ्या मुलाच्या नावे शेत होतं. रात्रीतून तलाठ्याच्या घरी जाऊन ७-१२ उतारा काढून घेतला. जामीनदार म्हणून मुलाला बरोबर घ्यायचं. गरज पडली तर. ऐन वेळी धावपळ नको. कोर्टाचा काय मूड असेल कोण सांगावे? अटकेचा हुकूम दिला तर?

स्वतंत्र गाडी करून मी, ॲड. मनगोळी व माझा मोठा मुलगा सुधीर तासगावला निघालो. दीडदोन तासाच्या अंतरावर. गाडीत चर्चा करत निघालो. वकीलसाहेब म्हणाले,

"भाऊसाहेब गुरुजींना फोन करून कल्पना तरी द्या."

हे माझ्या लक्षातच आलं नव्हतं. मी गुरुजींचा मोबाइल लावला. नशीब रिंग जाऊ लागली. त्यांनी उचलून मी काही बोलायच्या आत तेच बोलू लागले. गडी हुशारच.

"बोला भाऊसाहेब, कशी आठवण झाली. बोला."

मी औपचारिक बोलायचं टाळून थेट कोर्टातील केसबद्दल बोलू लागलो,

"गुरुजी, अजून पाठीमागची देणी सरत नाहीत. चिकट भूत लागलंय. सुटत नाही." परंतु लगेच ध्यानात आलं आपण असं तिरकस बोलायला नको होतं हे. पण बोलून गेलो. रोष साचलेला मनात. ते विचारू लागले,

"का हो, असं का बोलता आहात, काय झालं?"

"गुरुजी, तुमच्या आंबे दहिटणे आश्रम शाळेतील मुख्याध्यापकांनी उधार घेतलेल्या बिलाची रक्कम चेकने दिली आणि चेक बाउन्स झाला. जिरगे, पवारांच्या चेकवर सह्या आणि मानद सचिव म्हणून माझीच चेकवर सही समजून मलाही समन्स आलय. तासगाव कोर्टाकडे निघालोय."

"काय सांगता भाऊसाहेब, अहो मला याची काहीच कल्पना नाही. काय नालायक लोक आहेत. बरं ठीक आहे. भाऊसाहेब, मी औरंगाबाद येथे आहे. तासगावात सूर्यवंशी म्हणून आपला कार्यकर्ता आहे. त्याला आता फोन करून सांगतो. कोर्टात येईल तो. किती रकमेचा चेक आहे."

"सात हजार."

"बरं ठीक आहे. पैशाची व्यवस्था करतो मी. तो कार्यकर्ता घेऊन येईल, आणि किराणा मालाच्या दुकानदारास केस तडजोडीनं मागे घ्यायला लावू. त्याला व्याजासह

सगळे पैसे दिले म्हणजे झाले. किरकोळ रक्कम आहे. काळजी करू नका.''

नेहमीप्रमाणे चेअरमन साहेबांचं एका दमात सांगून मोकळं होणं. मला काही बोलायचं, विचारायचं ठेवलंच नाही.

आम्ही तासगावला पोहोचलो. थेट कोर्टात. वकिलांनी समन्स दाखवून केसचे पेपर्स काढून घेतले. वकीलपत्रही दिलं. शिरस्तेदारास केस तडजोडीनं मागे घ्यायची आहे म्हणून कल्पना दिली. गुरुजींनी बोलल्याप्रमाणे सूर्यवंशी कार्यकर्ता आम्हालाच शोधत आला. 'भाऊसाहेब का' म्हणून. आपली ओळख सांगू लागला. लगेच तो किराणा मालाच्या दुकान मालकालाही शोधून आमच्याकडे घेऊनही आला. त्याच्या पद्धतीने, गुरुजींच्या भाषेत दुकानदाराला चांगलेच सुनावले. पैसे परतीवर तो तयार झाला. कोर्टापुढे 'पैसे मिळालेत, आता आपली काही तक्रार नाही' हे शपथेवर सांगायला व केस मागे घ्यायलाही तयार झाला. पैसे लागलीच देऊनही टाकले. पावती घेतली.

आमच्या आधी एक खुनाच्या केसमधील आरोपींची सुनावणी होती. काय झाले कळले नाही. दोन वकिलांच्या बोलण्यातून व माननीय कोर्टापुढे अर्ज सादर करून जज्जसाहेबांनी लगेच पुढची तारीख दिली.

आता आमची सुनावणी.

आरोळी झाली, 'शिंदे वकील, आरोपी गोरख पवार, आरोपी जुगा काळे हाजिर होऽऽ'

न्यायालयात आपलं नाव असंही पुकारलं जाईल याची मी आयुष्यात कधी कल्पना केली नव्हती. माझी मलाच शरम वाटू लागली. जवळजवळ ४० वर्षे बँकेत आपण निष्कलंक सेवा करून निवृत्त झालो. कधी बँकेतील दहा रुपयाच्या नोटेला स्पर्श केला नाही. साधा मेमो कधी घेतला नाही. उत्तमच काम केले. निष्ठेने इमानदारीने आणि तरीही आज इथे या कोर्टात आपल्या नावाचा असा ओरडून उल्लेख व्हावा कसल्या गुन्ह्यासाठी? कोणत्या पापासाठी?

कोर्टातल्या खोलीत प्रवेश केला. पाठीमागील बाकड्यावर काही माणसे बसली होती. मध्ये टेबल. टेबलाभोवती काही वकील बसलेले. समोर उंचवटा, जज्जसाहेब खुर्चीवर बसलेले. मागे शिपाई. जज्जसाहेबांच्या बाजूला बसलेला कोर्ट क्लार्क. हा सारा देखावा आयुष्यात प्रथमच पाहत होतो. वकीलसाहेबांनी कागदपत्रे समोर जज्जसाहेबांना सादर केली. मी डावीकडे आरोपीच्या पिंजऱ्यात उभा. समोरच्या पिंजऱ्यात अर्जदार. केस सुनावणी सुरू झाली.

''बोला नाव सांगा.''

''मी जुगा काळे.''

''पूर्ण नाव सांगा.''

"जुगा भिवा काळे."

"गुन्हा मान्य आहे."

मी वकीलसाहेबाकडे पाहू लागलो. वकीलसाहेबांनी तडजोडीचा अर्ज जज्जासमोर ठेवला व वस्तुस्थिती सांगितली. जज्जसाहेबांनी अर्ज वाचला व समोरील किराणा दुकानदारास विचारले,

"काय तुमचे पैसे मिळाले का?"

"होय साहेब मिळाले. आत्ताच सगळे मिळाले."

"काही तक्रार. म्हणणं."

"नाही साहेब."

"केस मागे घेणार आहात काय?"

"होय."

लगेच अर्जावर सुनावणीचा निर्णय देऊन 'केस इज डिस्मिस्ड' असा शेरा मारला. आम्ही मोकळे झालो. क्षणात निर्दोष झालो. गुन्ह्याचं सावट दूर झालं. आम्ही बाहेर आलो. वकील पुढचं काम करायला बाजूला कोर्ट ऑफिसात गेलेही. कोर्ट जजमेन्ट ऑर्डरची कॉपी घेण्यास. ऑफिस प्रोसिजरप्रमाणे फी वगैरे भरून टाकली. 'तासाभरानं या' असं सांगितलं.

कोर्टाच्या बाहेर आलो. वर निळ्याभोर आकाशाकडे पाहू लागलो. आकाश निरभ्र स्वच्छ होतं. पटांगणात एक शेड होती. हॉटेल. हॉटेल पाहून अचानक भुकेची आठवण झाली. अगदी प्रकर्षानं. सकाळी आपण आज साधा नाश्तादेखील केला नव्हता. भूकच नव्हती.

काय असेल? दोन तासांपूर्वी आपण किती तणावात होतो. कसला गुन्हा नसताना, अपराध नसताना. साधा आरोपदेखील आपणास सहन होऊ शकत नाही. इतके कसे संवेदनशील? काही असलं तरी आपल्या आयुष्यात हा अकारण आलेला अनवस्था प्रसंगच की. वकिलांनी पिंजऱ्यात उभं राहताना जज्जसाहेबांसमोर हात जोडून उभं राहायला सांगितलं होतं. तसं करताना हात किती जड वाटत होते. या वयात, आपण निरपराध असताना अशी शिक्षा का? काही काळ आरोपी म्हणून गणले जाण्याची तरी का? विचारात गढून गेलो होतो. वकिलांनी मला हलवून "भाऊसाहेब झालं आता मोकळं, इतका काय विचार करता आहात. काय जेवायचं ते सांगा. या सूर्यवंशीसाहेबांची धडपड चांगली होती हो." त्यांचे आम्ही आभार मानले. सूर्यवंशी मग सांगू लागले,

"भाऊसाहेब तुम्हाला मी ओळखतो. शिबिरात आपली भेट झाली होती. बरं झालं वेळीच सगळं जमून आलं. ते बघा मुख्याध्यापक, अधीक्षक."

ते दोघे दबकत दबकत आमच्याकडे येऊ लागले. दोघांनी जवळ आल्याबरोबर

माझे पाय धरले.

"माफ करा, भाऊसाहेब, फार मोठी चूक झाली हो. दुकानदार असं करेल असं वाटलं नव्हतं."

मला यांच्याशी बोलण्यात स्वारस्य नव्हतं. त्यांना बाजूला बसवलं. आणखी दोन ताटं राइसप्लेट मागविली.

कोर्टातली जजमेन्ट ऑर्डर मिळवली व गाडी थेट सांगलीकडे निघाली.

❖

सव्वीस

आपल्या एवढ्याशा आयुष्यात घटनांची किती गर्दी झाली. प्रसंग यायचे ते थेट अंगावर धावूनच. काही तर बराच गुंता घेऊन. संबंध असो-नसो. बाहेरचे आणि घरचेदेखील.

तासगावच्या प्रकरणानं घरी वातावरण खूप तापलं आणि गढूळ झालं. जानकीला कोलीतच मिळालं. धाकटा आनंद तर बोलेचना. 'नाही ते उद्योग करतात, घरचं काय थोडं आहे काय, आपले प्रश्न सोडवायचे सोडून जगाचं लोढणं अंगावर घ्यायचं...' हे असं प्रत्यक्ष-अप्रत्यक्ष बोललं जाऊ लागलं. एक मात्र पक्कं झालं; आपण लेखक आहोत, काही सामाजिक हिताचा विचार करतो, आपली भावना मदतीची असते, आपण खूप हळवे आहोत, कनवाळू आहोत, खूप खडतर असा आयुष्याचा प्रवास करून इथपर्यंत आलो आहोत, हे मानायलाच तयार नाहीत. एखाद्या मुद्द्यावर चर्चा होत असली की वाद घालत. मुद्दा समजून घेत नसत. पटतच नसे मी काही बोललेलं, सांगितलेलं. त्यामुळे नात्यातच अंतर पडू लागलं. मी आता सत्तरी ओलांडली होती. माझ्याही प्रकृतीचे प्रश्न असत. पण कुणी त्याची दखल घेणं वा विचारपूस करणं टाळू लागलं. माझ्या गोळ्या संपल्यात का, असं साधंदेखील कुणी विचारत नसे. दिवसेंदिवस एकटेपण जाणवू लागलं. मर्यादा जाणवू लागल्या.

माणसाचं मन अस्वस्थ झालं, की मनात कविता उगवू लागतात. आता हे सगळं परतीचं आहे. संध्याकाळच्या सावल्या लांब लांब पडत आहेत. 'इथलं पालण आता लवकरच उठायचंय' असं आत कुठंतरी म्हणे. परतीच्या प्रवासासारखं उदास, विषण्ण वाटत राही. विचार येत, काहीही, कसेही.

अजून अवकाश आहे सूर्यास्त व्हायला. आकाशात पाहावं तर घरट्याकडे एकएक पक्षी कसे ओढीने निघाले आहेत. वाऱ्यानं झाडाच्या फांद्या हलतात तर त्या आपापल्या पक्ष्यांना हातवारे करून बोलवतात की काय, असंच वाटत असतं. सतत विषण्ण भाव मनात उद्भवत. तरंग निर्माण व्हावेत तसे. उगाचच कुणाचे मृत्यू आठवतात. लिओ टॉलस्टॉयच्या ॲना कॅरेनिना किंवा लिओनार्डो दा विंची याच्या पोर्ट्रेटमधली मोनालिसा या दोघींचा अंत कसा हृदयदावक झाला. ते रोममधील ग्लॅडिएटर्समधले योद्धे... मार्कस ओरेलियस राजाचा तो अखंड युद्धाचा काळ...

स्टेडियममध्ये एखाद्या ग्लॅडिएटरला मैदानात सोडायचे आणि भुकलेले चार चार सिंह त्याच्या अंगावर सोडून ही मृत्युझुंज पाहायची. सगळं स्टेडियम भरलेलं. त्या योद्ध्याच्या विरोधातच आरोळ्या- घोषणा द्यायच्या. हा अमानुष खेळ माझ्याही डोळ्यांसमोर का येतोय अलीकडे. मृत्यू येईपर्यंत युद्ध हा ग्लॅडिएटरचा खेळ. कसली ही रुची, कसलं हे दृश्य पाहणं, कसली ही माणसं?

कधीकधी स्वप्नं पडत. त्या भव्य स्टेडियममध्ये आपण ग्लॅडिएटरच्या सैनिकी वेषामध्ये उभे आहोत. अंगावर चिलखत. ते जाडजूड संरक्षक पट्टे. कमरेभोवती पितळेचा जाड पट्टा. शिरपेच आणि हातात भव्य तलवार. आपलंच आयुष्य आपल्याशी दोन हात करतंय, झुंजतंय आपल्याशी असं जाणवतंय, दिसतंय. काय असतील या आयुष्यातील खाणाखुणा?

वास्तवातही आपण ग्लॅडिएटर्स म्हणून जगतो, वावरतो...

घरच्यांना आपण अडगळ होऊ नये. हे असं त्यांना वाटणं म्हणजे आपण त्यांच्या दृष्टीनं परित्यक्त होणं. अलीकडे हे जाणवू लागलं.

मी अधूनमधून पुस्तकं नीटनेटकी ठेवतो. त्याचबरोबर कागदपत्रंही चाळतो. संग्रही ठेवण्याची माझी खूप जुनी सवय. परवा जुनी कागदपत्रं पाहू लागलो. जुनी पत्रं, निवेदनं, वर्तमानपत्रातील कात्रणं पाहत होतो. जुनी ऑफिसची पत्रं, रजेचं रेकॉर्ड, पी.एफ.ची विवरणं, इन्कमटॅक्सचे रिटर्न्स असं खूप काही. आता बहात्तर वर्षं उलटून गेली. कशाला ही अडगळ आता ठेवायची म्हणून मी ती तपासून काढू लागलो. नको ते डस्टबिनमध्ये टाकत होतो. अचानक माझं इयत्ता तिसरीचं प्रगतिपत्र मिळालं. सन १९५६ सालचं. त्यात वय, उंची, वजन, परीक्षेचे मार्क्स सगळं काही होतं. कुतूहलानं पाहू लागलो. मार्क्स तर छानच होते. खाली होतं, वर्गातील क्रमांक. पाहिलं तर कमालच वाटली. पहिला क्रमांक पाहून. 'अरे आपण सुरुवातीपासून इतके हुशार होतो तर! छान वाटलं. काय करावं या प्रगतिपत्रकाचं? प्रश्न पडला. ठेवून तरी करायचं काय? एक आठवणच की फक्त. अचानक मनात आलं हे आपण फेसबुकवर का टाकू नये. त्यामुळे आपल्या अनेक मित्रांपर्यंत हे पोहोचेल अनेक अर्थांनी. तसंच केलं वर पोस्ट टाकून, *'आवराआवर करतोय रिकाम्या वेळी... जुन्या कागदपत्रात माझ्या इयत्ता तिसरीचे सापडलेले प्रगतिपत्रक. होय, प्रगतीचेच पत्रक, १९५६ सालचे. यंदा त्यास माझ्याजवळ सोबत करून बरोबर ६१ वर्षे झाली.'*

आणि दिवसभरात शंभराहून अधिक लाइक्स मिळाले.

टेबलावर अवतीभोवती पुस्तकंच पुस्तकं पाहून सौ. जानका खवळलीच, "बाय, बाय, बाय... काय हा पसारा मांडून ठिवलाव वं... काय एवढी पुस्तकं

करायची तरी. वाचनंना फिचनं. जी लागत न्हायती ती इकून तर टाका की वं. परवा रद्दी पेपरवाला आता व्हता की.''

पुस्तकाला 'पसारा' म्हणते ते मला अजिबात आवडत नसतं. आता तर रद्दीवाल्याचीच भाषा करू लागली,

''अगं, जानका, तू का नेहमी पुस्तकाच्या बाबतीत असं ओरडतेस. तुला काय त्रास होतोय. माझं मी बघतोय ना.''

''तरास न्हाय तर काय. माजं तर डोस्कच खवळतं हा आसला ढिगारा बगितला की, जाळ लागला ह्या पुस्तकाला.''

हे असं तिचं बोलणं मुळीच ऐकून घेण्यासारखं नव्हतं. किती समजून घ्यावं. पुस्तकं, लेखन हेच तर आता आपलं जीवन आहे ना, कसं सांगावं यांना. मला 'जाळ' हा शब्द आवडला नाही. कुठंतरी तिचं हे असं सतत ओरडणं थांबवायला पाहिजे म्हणून मीही ओरडलो,

''हे बघ जानका, हे अति होतंय बरं का. नीट जपून बोलत जा. ऐकून घेतो म्हणून सारखं सारखं बोंबलायचं का?''

'बोंबलायचं का' या शब्दानं तिचं माथंच फिरलं. ती तावातावानं माझ्याकडं आली आणि 'इस्तु लागला या पुस्तकाला' म्हणून पुस्तकं हातात घेऊन टारटार फाडायाच लागली. आक्रस्ताळेपणानं पुस्तकं उधळायच लागली. फेकताना एक पुस्तक बाबासाहेबांच्या फोटोवर आदळलं. गोंधळ बघून मुलंही जमली. तिला आवरणं अवघड झालं. काय करावं सुचेना. एवढ्यात मला सुचलं,

''अगं, अगं पुस्तक बाबासाहेबांच्या फोटोवर आदळलं की, आसं का करू लागलीस.''

बाबासाहेबांच्या फोटोवर पुस्तक आदळलं हे पाहून ती क्षणार्धात भानावर आली. चमत्कार व्हावा तसा, ती बाबासाहेबांच्या फोटोकडे धावली. एका सुबक टेबलावर आम्ही डॉ. बाबासाहेबांचा फोटो ठेवलेला होता. बाजूला गौतम बुद्धाची मूर्ती आणि मेणबत्त्यांचा संच. तिनं बाबासाहेबांचा फोटो हातात घेतला आणि हळुवार पदरानं पुसून छातीशी कवटाळला. जणू बाबासाहेबांना ते फेकलेलं पुस्तक लागलं होतं आणि जानका रडायलाच लागली. तिचं हे कनवाळू रूप पाहायला मला अपूर्व होतं. मीही काहीसा भावुक झालो. तिला समजावू लागलो,

''जानका असा त्रास करून का घेतेस. शांत हो रागाच्या भरात होतं. तू का मुद्दाम फेकलंस का पुस्तक. चुकून झालं. जाऊ दे.''

बराच वेळ घर शांत होतं. आम्ही सगळेच अबोल होतो. नुसत्या बाबासाहेबांच्या फोटोमुळे जानकाला खूप पश्चात्ताप झाला. ती माफी मागू लागली. 'पुन्हा न्हाय आसं वागणार' म्हणाली.

जानका स्वतः मला पुस्तकं लावायला मदत करू लागली. सगळी पुस्तकं व्यवस्थित लावून झाली. पुस्तकं लावताना मुखपृष्ठावरचं कव्हर निरखून पाहत होती. पुस्तकावरची नावं, अक्षरं तिला कळत नव्हती. मला तिचं हे समजून घेण्याचं औत्सुक्य पाहून हळहळ वाटली आणि माझा मलाच रागही आला. जानकाबरोबर ४५ वर्षं आपण संसार केला; परंतु तिला साधी अक्षरओळख आपण शिकवू शकलो नाही. कारणांचं काय समर्थन करायचं. बँकेची अखेरपर्यंत व्यस्त नोकरी. एवढंच. काय होता असा व्यस्तपणा? महात्मा फुल्यांनी सावित्रीबाईला स्वतः शिकवून तयार केलं, त्या तसल्या कर्मठ काळात आणि आता तर...

पुस्तकं लावून झाल्यावर जानकानं टेबल स्वच्छ केलं, बाबासाहेबांचा फोटो कुरवाळत पुसून घेतला. उदबत्त्या व मेणबत्त्या लावल्या. आम्ही फोटोसमोर शांत उभं राहून अभिवादन केलं.

❖

सत्तावीस

मधल्या काही दिवसांत मी लिहिण्यात गर्क होतो. मनात बालवाङ्मयाच्या कवितेचं खूळ शिरलं. त्याचं झालं असं, खूप दिवसातून मी जोगी वस्तीत गेलो होतो. धुळवडीचा दिवस. वस्तीत काही जण रंग टाकत होते. मुलं उघडीनागडी पळत होती. त्यांच्या हाती ना रंग ना पिचकारी. अक्षरशः गटारीच्या पाण्यातला खेळ मांडलेला. टमरेलानं अंगावर पाणी फेकत. घाणीचं पाणी उचमळून आलेलं. पण त्यांना कसलं भान नव्हतं. मलाही माझं इथलं ते बालपण आठवलं. इल्या, परशा, वशा, आरन्या यांच्याबरोबर घातलेला हैदोस.

काही मुलं घरात जाऊन भाकरीच्या तव्याला हात घासत. तव्याचं काळं हाताला लावून बाहेर पोरांत येत. मागं हात लपवून आणि मागून तोंडाला गप्कन काळं लावत. असली ही धुळवड.

या असल्या बालपणाकडे कधी कुणी जाणीवपूर्वक लक्षही दिलं नाही. यातली अगदी बोटावर मोजावी इतकीच पोरं शाळेत जात होती. बाकीची नुसती उंडगीउनाड. त्यांना कसला धरबंध ना कसलं ताळतंत्र.

आजच्या 'दैनिक सकाळ'मध्ये लहान मुलांसाठी खास सदरात छान छान रंगीत कविता आल्या होत्या. रंगलेली मुलं. रंगलेलं बालपण, फुलपाखरांच्या रंगबावऱ्या चित्रांसह. मला माझ्याही बालपणीच्या असंख्य कविता आठवू लागल्या. 'रंग खेळू या चला मुलांनो, रंग उडवूनि सकला', 'चांदोबा चांदोबा भागलास का','चल रे भोपळ्या टुणुक टुणुक' अशा बालगीतांचा आणि आमच्या मामाला तर कसला कोकणातला, झाडाझुडपातला रम्य असा गावच नव्हता. झोपडीत राहणारे मामा, तेही स्मशानभूमीलगत, केरसुण्या करणारी मामी, मग मामाचा कौलारू बंगला कसा असणार आणि मामीही कुठली असणार सुगरण, जी छानछान शिकरण करणारी? परी तर कल्पनेतली, चंद्र भागणारा, निंबोणीच्या झाडात लपणारा, आमच्याकडे कुठं असणार. 'असावा सुंदर चॉकलेटचा बंगला' हे तर केवळ कल्पनातीत. श्रीमंत मुलांच्या स्वप्नातला. आम्ही तर चॉकलेट कधीच पाहिलेलं नाही, मग ही स्वप्ननगरीतील कल्पना तरी कशी करणार?

हे सगळं उच्चभ्रूंचं बालभावविश्व दलितांच्या मुलांना कसं आकळणार? या वंचित, गरीब, अस्पृश्य बालकांच्या नशिबी

यातलं काहीच नव्हतं. त्यामुळे यांच्या बालकविता, दलितांच्या बालभावविश्वातल्या, जगतातल्या कसल्याच स्वरूपाशी जुळत नव्हत्या. कसल्याच जगण्याशी दूरान्वयानंही जवळीक करीत नव्हत्या; मग मी या नव्या दलित बालकविता लिहायचा मानस केला. दलित बालकांचं जगणंही अत्यंत हलाखीचं, गरिबीतलं. त्यामुळे इथं कल्पनेतलं जग बालवाङ्मयात कसं येणार? जे वास्तव आहे ते बालवाङ्मयांतर्गत दलित बालभावविश्व शब्दांकित करू लागलो. हा एक वेगळाच अभिनव प्रयोग ठरला. साध्या सुंदर नव दलित बालकविता... 'भिका जातो, हमाली करतो । मामा जातो गुरे राखतो, माय जाते भांडी घासते। आजी जाते गाव झाडते । कचरू जातो शाळा शिकतो । पारू जाते भीक मागते ।' अशा या नवकविता... ज्या बालजगतात कधीच नव्हत्या.

❖

अठ्ठावीस

दिवस सरतच असतात. स्वप्नवत वर्षं उलटतात.

सध्या फेसबुकवरून अधूनमधून टेहळणी असते. काहींना लाइक तर काहीवर कमेन्ट देतो. मतं मांडतो. ती तर्कशुद्ध असतात. बऱ्याच जणांना ती पटतात; मग तेही रिप्लाय देतात. लाइक करतात. आठवड्यातून माझ्या वॉलवर मीही पोस्ट टाकतो. संकल्प टाकतो. जुन्या आठवणी पोस्ट करतो, संग्राह्य फोटो टाकतो, माझ्या साहित्याचीदेखील माहिती देतो. खूप लोक प्रतिसाद देतात. या नव्या जगतामुळे आणखी स्नेहवृंद वाढला. कुणी व्हॉटसअॅप वर जोडला जातो. मेसेजद्वारा संवाद ठेवतो. हे माध्यम एवढं प्रभावी आहे की क्षणात आपण हजारोंना जोडतो, बोलतो. कधीही, कुठेही.

मागील आठवड्यात माझा वाढदिवस होता. फेसबुकवर तो उल्लेख आला. तो अख्खा दिवस अभिनंदन, शुभेच्छावर्षावाचा. किती मित्रांनी मनःपूर्वक शुभेच्छा दिल्या. पंधरा पंधरा मिनिटाला मी मोबाइलवरचं फेसबुक ओपन करून पाहत होतो. अगदी दिवसभर. मात्र आज माझा वाढदिवस आहे हे माझ्या घरच्यांना सुतरामही माहीत नव्हतं. मी सारखा अधूनमधून मोबाइलवर पाहतोय तर ही तिरकसपणे म्हणत होती, 'आज काय खुळा नाद लागलाय की त्या चुन्याच्या डबीचा. सकाळधरनं बगताव. कुनाचा फोनबिन येनार बिनार हाय का?' आता हिला काय सांगू? असल्या नेहमीच्या तिरकस बोलण्याला कसं उत्तर देऊ. हिचं जाऊ द्या. मुलं तर शिकलेली. त्यांनीही ध्यानात ठेवू नये? असू द्या. आदर, प्रेम आतून मनातूनच असायला हवं. त्यांचा काय दोष? आपणच कुठंतरी कमी पडलो, हेच खरंय. वाईटही वाटलं. आपण घरीच इतकं दुर्लक्षित, उपेक्षित होऊ याचं. आपल्याच घरी आपण अडगळ होणं, हे क्लेशकारक होतं. असो.

इथपर्यंत ठीक होतं. पण... चारच्या सुमारास दोघेजण मोटारसायकलवरून आले. हातात पुष्पगुच्छ, शाल, फेटा व श्रीफल घेऊन.

"भाऊसाहेब, आम्ही मोरे गुरुजींकडून आलोय, आज तुमचा वाढदिवस म्हणून. पुष्पगुच्छ, फेटा पाठविला आहे."

काहीही असलं तरी दारावर आलेला अतिथी असतो. आदरणीय.

इतक्या लांबून आलेत, तेही आपल्याला 'शुभेच्छा' द्यायला. त्यामुळे मला आनंदच झाला. त्यांना 'बसा' म्हटलं. त्यांना बघून जानका तर आतच गेली. मग मीच आत किचनमधून दोन ग्लास भरून पाणी आणून दिलं.

"गुरुजी कुठायत."

"ते इथंच रेस्टहाउसवर."

"मग ते आले नाहीत."

"बहुतेक मीटिंग असावी. आम्हाला म्हणाले भाऊसाहेब नाराज आहेत. तुम्हीच जाऊन शुभेच्छा द्या म्हणून आम्ही आलो."

"तुमचा परिचय."

"आम्ही कार्यकर्ते आहोत. भाऊसाहेब, तुमची भेट शिबिरात झाली होती."

"बरं बरं, खूप कार्यकर्ते होते हो. सगळ्यांना नाही ओळखता येत."

गुरुजींच्या वागण्याचा थांगच लागत नाही. कधी ते खूप चुकत आहेत असं वाटतं, तर हे असं न विसरता ध्यानात ठेवून त्यांचे पाळले जाणारे शिष्टाचार पाहिले की ते किती दक्ष आहेत असं वाटून जातं. हे सगळं त्यांच्या ठायी असलेल्या राजकारणातलं मुरब्बीपणाचं लक्षण असेल का? असेलच!

शुभेच्छा देऊन कार्यकर्ते निघून गेले. गुरुजींनी पाठविलेला तो झुबकेदार सुंदर फुलांचा गुच्छ मी टेबलावर ठेवला. बाबासाहेबांच्या फोटोला लागून. कार्यकर्त्यांना चहापाणी विचारता आलं नाही. बरं नाही वाटलं. संध्याकाळी सातनंतर मुलं आली. पुष्पगुच्छ पाहून धाकटा आनंद म्हणाला,

"काय पप्पा, पुष्पगुच्छ? पुन्हा कुठला पुरस्कार मिळाला की काय?"

"नाही. माझ्या वाढदिवसानिमित्तानं मोरे गुरुजींनी पाठविला."

वाढदिवसाचं ऐकूनही आनंद चकित होऊन 'अहो, पपा! आज तुमचा वाढदिवस आहे, विसरलोच की' वगैरे असं काही म्हणेल असं वाटलं होतं. पण तसं काहीच नाही; उलट तो चिडलाच,

"तसं नाही, आनंद त्यांनी आठवणीनं पाठविला ना, मग स्वीकार करणं आपला धर्म आहे. अरे तुम्ही सगळे माझे असून, ध्यानात ठेवला नाही. दिवस उलटून गेला तरी."

"काय धर्म धर्म म्हणून पाळावा लागतो हे नेहमी सांगता हो."

आनंद काहीसा चिडून बोलत होता.

"त्यांनी पाळला का धर्म?"

"त्यांचं त्यांच्या बरोबर आणि कोणता धर्म म्हणतो. तुला नेमकं काय म्हणायचंय, आनंद."

"जाऊ द्या. नेहमी तेच तेच."

"अरे असं अर्धवट का सांगतोस, काय ते सांग तरी."

"सांगू का?"

"बोल तरी."

"पप्पा, मी अजून वणवण नोकरीसाठी फिरतोय. अजून काम नाही. उगाचच गळ्यात लग्नाचं लोढणंही टाकलं तुम्ही. मोठ्याचं काय. त्यांच्या एकट्याच्या नावावर १० एकर शेती करून दिली. इंजिनिअर साहेबांना भरपूर पगार आहे. माझं काय चांगलं केलं तुम्ही? तुम्हा सगळ्यांच्या जिवावर बसून फुकट खायाला आम्हाला लाज वाटते. पस्तिशी उलटून गेली. केव्हा माझं बस्तान बसणार?"

मी समजूतीनं बोलू लागलो,

"अरे दम धर. होईल सगळं नीट आणि त्यात गुरुजींचा काय संबंध येतोय?"

"काय बोलता पप्पा, कळून न कळल्यासारखं. अहो, तुम्ही संस्थेचं पास्सा वर्ष काम पाहिलं. तुम्ही तुमच्या सहीनं संस्थेत किती लोकांना नोकरीस लावलं, पण माझं कल्याण करावं वाटलं नाही."

"अरे पण गुरुजींच्या परस्पर मी कुठलं असं काम नाही केलं, आणि संस्थेत डी.एड., बी.एड., एम.ए. नेट-सेट लागायचे. सगळे शिक्षक, प्राध्यापक नेमत होतो मी. तू तर फक्त बी.कॉम."

"होय ना, ते मला कळत नाही का. पण इथल्या प्रतिभा कॉलेजात क्लार्कची जागा होती ना."

मला काही उत्तर देता येईना. आनंदचं तसं बरोबर होतं. आपण एका निष्ठेनं काम करत होतो. काही तत्त्वं बाळगून. संस्थेतल्या अनिष्ट गोष्टी, गैरप्रकार दूर करायचे म्हणून मी विशिष्ट ध्येयानं काम करत होतो. तेव्हा अशा परिस्थितीत आपणच आपल्या अधिकारात आपल्या मुलाला नोकरी लावणं, हे योग्य वाटत नव्हतं. गुरुजींनीही कधी तसं बोलून दाखविलं नाही. त्यांना माहीत असून. उलट गुरुजींनी त्यांच्या नातेवाइकांना काही ठिकाणी लावलं. त्यावर मी सह्या करत होतो. आपल्या डोळ्यांदेखत हे घडत होतं. मुलगा बेरोजगार आहे. आपल्या हातात त्याचं कल्याण करण्याची संधी होती. परंतु स्वाभिमान, तत्त्वं, आड यायची.

आता वेळ निघून गेलेली. मी निरुत्तर झालो.

आमचं हे बोलणं चालू असताना जानका येऊन ऐकत बसली. थोरलाही आला. या तिघांनी जणू माझ्यावर हल्लाच चढवायचा असा पवित्रा घेतला. जानका प्रथम,

"व्हय व्हय मगाधरनं मी आयकत व्हते. जेनं आपल्या लेकराचं वाटुळं केलंय, तुमाला कोर्टात न्हेलं त्येचा हार घितलावच का?"

हिचं संपत नाही तोवर थोरला सुधीरही सरसावला,

"मलाही बोलायचं होतं. पपा तुम्ही आनंदचं आयुष्य बरबाद केलं. हातात असताना नोकरी लावली नाही."

माझी या तिघांनी उलटतपासणीच लावली. आता कोणाचं तोंड बंद करावं. समजून घ्यायलाच कुणी तयार नव्हतं. मी जे काही सांगत असे, खुलासा करत असे, तो धुडकावून लावत. सगळा ठपका माझ्यावरच ठेवला गेला. आनंदची बायको राधा ती आली व तीच यांना समजावू लागली, "अहो पपांची काही तरी मजबूरी असेल. आपल्या मुलाचं भलं करावं असं त्यांना वाटत नसेल असं कसं होईल ओ. निदान आज तरी वादतंटा करू नका. पपांचा आज वाढदिवस आहे. त्यांना ओवाळायचं, त्यांचा आशीर्वाद घ्यायचा सोडून हे काय लावलंय," म्हणू लागली. परंतु तिलाच गप्प करू लागले. आनंद तर तिच्यावर भडकलाच, 'तुला कोण सांगितलंय मध्ये तोंड घालायला. चल आत हो.' बिचारी निमूटपणे गप्प बसली.

हे तिघेही माझ्यावर गरळ ओकत होते. एवढा राग कसा, का साचला होता? आपण कसे चुकलो. आयुष्यभर यांच्यासाठीच तर झिजलो. मला हे असं अडगळीत टाकल्यासारखं का वागवतात? काहीच कशी किंमत नाही आपली, यांच्या लेखी.

मी गप्प बसलो. त्यांची बडबड चालू होती. मी बधिर झालो होतो. आपल्याच या वाढदिवशी.

रात्री मी जेवलो नाही. कुणी तसा आग्रहही केला नाही. सुना मात्र जवळ आल्या. ताम्हण घेऊन. त्यात निरांजन होतं. ओलं कुंकू होतं. थोडे तांदूळ होते आणि साखरही. कविता, रेवती आणि राधा यांनी ओवाळून आशीर्वाद घेतला. नंतर सुनांना पाहून जानकाही आली. ओवाळून पाया पडली व 'मी रागाच्या भरात बोलले, चुकलं माजं, माप करा' म्हणाली. मी जानकाकडं नुसता पाहतच होतो. ही कसल्या मातीची बनवली आहे म्हणून.

झोपताना मोबाइलवरील फेसबुकवरचे आणखी संदेश पाहिले, शुभेच्छा पाहिल्या. त्यांना रिप्लायमधून थँक्स दिले आणि फेसबुकवरील माझ्या वॉलवर नवी पोस्ट टाकली.

'आयुष्य समजू लागलं की सगळ्यात प्रथम माणसं कळू लागतात. जवळची-लांबची. आपली परकी. लक्षात येतं मग, आपण जगतो म्हणजे प्रत्यक्षात नेमकं काय करत असतो? जगणं हे आपल्यासाठीच असतं केवळ, की आपल्यासह आपल्या सोबतीस असलेल्या सह... आयुष्यभर तसे तर आपण आपल्यासाठी इतरांनाही बंधक ठेवून जगत असतो आणि आपणही बंधक राहून असतो. जन्मभर इतरांसाठी. घेण्यात जगणं सफल होतं की देण्यात, अखेरपर्यंत नाही उलगडा होत याचा. अखेर येतेच अखेर. प्रत्येक दिवसास उगवतीसारख्याच

मावळतीच्याही सावल्या असतात लांब लांब पडणाऱ्या. फरक एवढाच असतो की, सकाळच्या सावल्या आपल्याकडे आपसूक जवळजवळ येत असतात; तर संध्याकाळच्या सावल्या आपल्यापासून दूर दूर जात असतात. निरोप घेत असल्यासारख्या...'

❖

एकोणतीस

खूप दिवसांनंतर सकाळी फिरायला म्हणून बाहेर पडलो. काही ओळखीचे, बरेच नवे चेहरे. फिरायला गेल्यावर ओळखीच्या मित्रांचे केलेले नमस्कार मला अकारण वाटतात. आपण एकांतपणे फिरावे. आपल्यात विचारमग्न. असं फिरणं मला आवडतं. आल्यागेल्याला नमस्कार करत सुटणं खरंतर अनावश्यक वाटतं. काही जण तर थांबून इकडचं तिकडचं बोलत उभं राहतात. म्हणून मी रस्त्यावरून फिरायचं टाळतो. पाठीमागे मोकळं मैदान आहे. एक पायवाटही. तिथंच जातो. काहीसा उंचवटा बघून शबनम बॅगेतील छोटी बसकर पट्टी काढून अंथरतो व शांत बसून राहतो. सुरुवातीचे पाच-दहा मिनिटे अनुलोम-विलोम व भस्त्रिका हे प्राणायाम करून काहीसं प्रसन्न वाटतं.

माझ्यातली विचारमग्न प्रवृत्ती मला स्वस्थ बसू देत नाही. उगवलेला सूर्य अजून खूप कोवळा आहे. लहानसं बाळच. हळूहळू पावलं टाकत आपल्या वाटेनं मार्गस्थ होईल आकाशात. दुसरं टोक गाठायला. रोज सूर्य दिवसभराचं आयुष्य जगतो. आपल्यासारखा तो हळवा असेल का, सारखा विचारात गढून गेलेला. मी हळूहळू विचाराच्या गर्तेत हरवत चाललो. मनावर दाटलेलं कालचं मळभ अजून निवळलेलं नव्हतं. अप्रत्यक्ष का असेना, मी अवमानित झालो होतो. अनुल्लेख, उपेक्षा ही अपमानाचीच अपत्यं असतात. आपल्याला अडगळ समजणं त्याहून अधिकच वाईट. असं आपल्याच नात्यागोत्यात आपण नकोसं, दुर्लक्षित होणं, हे बरं नाही.

एक हलकासा अवमानित भाव पुन्हा माझ्या मनावर हळुवार पसरू लागला. तो आपला नकळत, बेमालूम ताबा घेतोय. त्याची ही रीत विलक्षण असते. कुठलीच स्पष्ट लक्षणं जाणवत नाहीत. मी विचारात वाहत जातो. नदीसारखा. मी अख्खा सामावून जातो त्या पाण्याच्या पदराखाली. मुलं मोठी झाली. त्यासाठी आपण म्हातारे होतोच. अखेर अडगळच असतो आपण.

रिझर्वेशनच्या डब्यातली आपली बर्थ जागा आपण किती मालकी हक्कानं ताब्यात घेतो. आपलं गाव आलं की किती सहज ते सोडतो. आठवणीच्या कुठल्या कप्प्यातही नसतं ते नंतर. इतकं सहज वेगळं, अलिप्त होता आलं पाहिजे आपल्याला.

कुठून तरी एक कावळा आला. दूर सुरक्षित अंतरावर बसला. मान वेळावत. आळीपाळीनं एकएका डोळ्यानं माझ्याकडे पाहत. कुठून आला असेल हा काकराज, प्रत्येकाचा अखेरचा सोबती. सांगाती. निरोप्या. अडगळीतला पक्षी.

मी उठून घराकडे निघालो. सूर्याचीही पावलं आता भरभर पडत होती.

दुपारची जेवणं झाली. मी दुपारी कधीच झोपत नसतो. दुपार ते मावळतीची उन्हं पडेपर्यंतचा हा अवधी, मला खूप माझा वाटतो. शांत, निवांत. या वेळेत मी लिहीत असतो. जवळजवळ घवघवीत चार तास मिळतात.

थोरला सुधीर आला. मुलं माझ्या जवळ येऊन कधी बसून हितगुजाचं फारसं बोलत नसत. प्रसंगानुसार भेटी. बोलणं. मी लिहीत होतो. पेन बंद करून पेपर्स बाजूला ठेवले,

"बोल, कसं काय, आज घरीच आहेस."

याबद्दलचा काहीच खुलासा न करता म्हणाला,

"एक महत्त्वाचं बोलाचंय."

"महत्त्वाचं? काय? बोल ना."

"रेड्डी म्हणून एक मोठे पेट्रोलपंपवाले आहेत. ते... आपल्या शेताकडे जाताना हायवेवर बंगला आहे बघा."

"बरं मग त्यांचं काय?"

"त्यांची मागं एकदा मी भेट घेतली होती आपल्या शेताच्या बाबतीत."

"सुधीर काय ते सांग ना, हे असं तिसरंच काय सांगतोस."

"सांगतोय, सांगतोय पपा, मी आपल्या शेताविषयी त्यांना बोललो. बोललो म्हणजे विकण्याच्या बाबतीत."

मी मध्येच, "विकण्याच्या?"

"होय विकण्याच्या बाबतीत. अहो मी किती राबराब राबतोय. काही म्हणजे काही कवडीचं उत्पन्न नाही पप्पा. तुम्हाला माहीत आहे. तर रेड्डी मालकांना शेत दाखविलं. त्यांच्या फार्महाउसपासून आपलं शेत जवळच आहे. त्यांनी बघितलं. त्यांना पसंतही पडलं. त्याच दिवशी संध्याकाळी बोलणी झाली. बैठकीत सौदादेखील ठरविला."

"अरे सुधीर काय सांगतोस काय, आणि तू मला याबद्दल काहीच बोलला नाही."

"विचार चालला होता. त्याआधीच काय सांगायचं म्हणून."

"म्हणून काहीच बोलायचं नसतं? काय सुधीर एवढा मोठा निर्णय घेतोयस, आणि माझ्याशी चर्चादेखील करावी वाटली नाही. कमालच करतोस."

"अहो ऐका तर पूर्ण. आता जे झालं ते. तर सौदा ठरला आणि काल सेल डीडही झालं."

मला धक्काच बसला. काय ऐकतोय यावर विश्वासच बसेना. हे असं अचानक निर्वाणीचं ऐकणं अवघड होतं. मी गप्पच झालो. डोक्याला हात लावून बसलो.

"पपा, समजून घ्या. सगळं शेत ८० लाखांना विकलं. सांगायला, बोलायला वेळ नव्हता. चर्चा करत बसलो असतो तर हातची संधी गेली असती. त्या भागात एकरी दहा लाखालादेखील आता कुणी शेती घेत नाही पप्पा. आपल्या शेतापासून दोन मैलावर एन.टी.पी.सी.चा पॉवर प्लॅन्ट उभा राहिलाय. गव्हर्न्मेंन्टचा. तिथं कचऱ्यापासून वीज निर्माण करतात. तुम्हाला माहीतच आहे तो मोठा प्लॅन्ट. तो उद्या सुरू झाला म्हणजे प्रचंड प्रमाणात तिथल्या आजूबाजूला उष्णता निर्माण होणार. त्यामुळे शेतीस, पिकास धोका आहे. आजूबाजूचे लोक म्हणून शेती विकायला लागलेत, येईल त्या किमतीला. आपल्या शेतीस खूप चांगला भाव मिळाला पप्पा."

मी शांतपणे विचार करू लागलो. मुलाचा निर्णय बरोबरच होता. त्याच्या सुज्ञ निर्णयाचं मला कौतुकच वाटलं. निर्णय व्यवहार्य व दूरदर्शी होता. पण तरी काहीतरी खटकत होतं. मी म्हणालो,

"बोल बाबा, पुढं काय सांग."

"पप्पा नाराज तर झाला नाही ना. अहो हे सगळं इतक्या घाईगडबडीत घडत गेलं की..."

"रोज संध्याकाळी घरी भेटत असतानादेखील सांगावं वाटलं नाही. काय सुधीर, काय बोलतोस," मी.

"पप्पा मी काहीच चुकीचं केलं नाही. चांगली संधी आली आणि रेड्डी मालकासारखा श्रीमंत माणूस भेटला. तयार झाला; मग निष्कारण चर्चेत वेळ घालविणं बरोबर झालं नसतं."

"ठीक आहे. पुढं काय?"

"सांगतो ना. आता मला शेत नाही. माझ्या मुलांच्या, माझ्या कुटुंबासाठी मी निम्मी रक्कम ठेवली. तुम्हाला माहीतच आहे. मला आता काहीतरी करावं लागणार. अरुणला नोकरी आहे. त्याला चांगला पगार आहे. त्याचा प्रश्न नाही. आनंदसाठी मी वीस लाख रुपये बाजूला ठेवलेत. तोही काहीतरी व्यवसाय करेल. हे आपलं घर जुनं झालंय. बघा किती जुना ब्लॉक आहे. हे घर पाडून नवं बांधू. पंधरा-वीस लाखापर्यंत होईल खर्च."

"सुधीर, हे सगळं पटणारं, योग्यच आहे रे. पण बेटा नुसतं आधी हे असं करू का म्हणून विचारलं असतं तरी मनाला आनंद वाटला असता. समाधान झालं असतं. असू दे आता सगळं झालेलं आहे. मी आता काय सांगणार. तुम्ही तिघं बसून बोला. वाद होऊ देऊ नका."

मला बसवेना. अस्वस्थ वाटू लागलं. जानकानं आमचं सगळं बोलणं ऐकलं; परंतु ती यावर काहीच बोलेना. आश्चर्य वाटत होतं. मनात शंका आली जानकाला हे सगळं आधीच सुधीरनं सांगितलं तर नसेल? काही असो. आपण या घरात फारसे दखल घेण्याइतके उरलो नाही, एवढं मात्र कळून चुकलं. मी उठलो. कपडे चढवले. 'सुधीर जरा बाहेर फिरून येतो रे' म्हणून बाहेर पडलो.

सुधीर तिथंच बसून होता.

जगभर किती तरी उलथापालथ होत असते. सतत. काहीही कारणं असतील, पण होतच असते. आपलं घर म्हणजे छोटंसं जगच. इथंही तसंच घडत असतं. बरंवाईट. प्रत्येक घर तसं छोटंसं रूपच. कुटुंब हा एक त्याचा थेंब. तेच गुणावगुण असलेलं. एवढ्यांशा घरात, घनघोर बरसतो पाऊस, कधी श्रावणसर सुखावते. कधी प्रचंड वादळ उधळतं तर हलकी वाऱ्याची झुळूकही घरासमोरून जाते. आज एक वादळ असंच आमच्या रोखानं आलं होतं.

घरी फारसं कुणी एकमेकांना बोलत नव्हतं. सगळे एकत्र राहत असताना विभक्तासारखं वागतात, हे मला कसंतरी वाटू लागलं. प्रत्येकाच्या मनात आत काहीतरी धुमसत होतं. अव्यक्त होते प्रत्येक जण. धाकटा आनंद माझ्याकडे आला. मी एकटा पाहून मन मोकळं करू लागला, ''पप्पा हे काय चाललंय आपल्या घरात. तुम्ही आयुष्यात नेहमीच चुका करत आला. का? तुम्ही तुमच्या प्रॉव्हिडंड फंडातून शेत घेतलं, आणि एकट्या सुधीरदादांच्याच नावानं केलं. का? तुमच्याच नावानं आज असतं तर एवढं मोठं शेत विकलं गेलं नसतं. विकलं असतं तर आम्हा सगळ्यांना सारखा हक्क वाटा मिळाला असता. होय की नाही? आता मला काय मिळालं... वीस लाख. काय हे योग्य आहे का? नेहमी माझ्यावरच अन्याय का? शेवटी पैशामुळेच नात्यात वितुष्ट आलं ना. अरुणदादाही म्हणत होता त्याच्या हिश्श्याचं. सुधीरदादा अजून काहीच बोलत नाही. तुमचं तर कशातच काही नाही. मी आता इथं राहत नाही. मलाही माझं काही बघावं लागेल. दुकान गाळा, भांडवल.''

आनंदशी मी काय बोलणार? मौनाशिवाय माझ्याकडे काय होतं आता. आनंदला समजावून तरी काय उपयोग. सुधीरनं शेतासाठी एकट्यानं खूप केलं होतं. शेती विकण्याचा निर्णय योग्य वेळेवर घेतला. चर्चेत संधी हातची गेली असती... पण एवढं खरंय पैसा, प्रॉपर्टी माणसास जोडत नाही. आता तर काळ बदलला...

एक काळ असा होता- आम्ही लहानपणी अन्नाला मोताद होतो. वस्तीतलं जगणं, राहणं कसं असतं हे यांच्या कल्पनेतही नाही. पैसे येऊनही हे एकमेकांपासून दूर दूरच गेले. मी लेखक असून, माझ्याच मुलांचं मी काही करू शकलो नाही. ते स्वतःच्या मर्जीनं फुलत गेले. योग्य-अयोग्य यांची त्यांना पर्वाच नव्हती. माझ्या

कादंबरीतील पात्रंही मी माझ्या हुकमाप्रमाणे वागवू शकत नाही. ते मला फक्त आम्ही जसं आहोत तसं रेखत राहा म्हणून बजावतात. सृजनाच्याही ठरावीक कक्षा असतात; त्या आपल्या मर्जीप्रमाणे नाही बदलू शकत. ही तर माझ्याच आयुष्याची कादंबरी. जे ते, जिथे तिथे बरोबरच आहेत.

या एवढ्या उलथापालथीत अरुण मात्र माझ्यासारखाच स्थितप्रज्ञ होता. त्याला कुणाशीच काही तक्रार असायची नाही. नोकरी एके नोकरी. त्या जगात इतका एकजीव होऊन गेला होता की, घरी पगार दिला की झालं. आपण पुन्हा जुंपून घ्यायचं आपल्या जगण्याशी. कधी तक्रार नाही, कधी कुणाशी अपेक्षा नाही. कसलं होतं असं जगावेगळं अरुणचं रसायन?

माझ्या सामानाची, वस्तूंची मी आवराआवर करत होतो.

मी पुन्हा माझ्या अडगळीतले जुने कागद शोधले, आवरले. खूप जुनं आता सांभाळून करायचं तरी काय? या पसाऱ्यात बरीच जुनी टिपणं निघाली, बऱ्याच अर्धवट राहिलेल्या, लिहिलेल्या कथा हाती लागल्या होत्या. त्या आता या मावळतीला कशा पूर्ण करायच्या? जे जे नको ते काढत गेलो. डस्टबिन भरत गेली. तीही अडगळच. ठेवून कशी चालेल. बाहेर ओतून रिकामी केली. पुन्हा नवे- जुने मिळतील ते कागद टाकून द्यायला. मनातही साचलेलं बरंच असतं. जुनं पानं. विचार, आठवणी. त्याही कधी कधी अडगळच असतात का? माणूसही अखेर तसाच आहे का. अखेर एक अडगळ. काय सांगावं?

जानका नेहमी म्हणायची, 'ही इतकी पुस्तके कशासाठी अंगाभोवती गोळा करून बसताय' म्हणून. तिचं खरं होतं का? आता त्यातही रस वाटेना. शेवटी जानकाच बरोबर होती. सगळं इथंच तर ठेवून जायचं असतं. पैसा, प्रॉपर्टीप्रमाणे पुस्तकंही.

सगळी पुस्तकं कपाटातून बाहेर काढली. टेबलावर, हॉलमध्ये खूप मोठा ढिगारा दिसू लागला. यांना आता निरोप द्यायचा ठरविलं. निरोप देताना अंतःकरण जड होतंच. पिढ्या न् पिढ्या माझ्या 'जोगी'च्या कोणाही बापजाद्यात असा निरोप देण्याची कधी वेळ आलेली नसावी. कशी असणार? सगळे मसणवाशीच. माझ्या वंशावळीत मीच तेवढा अक्षराशी जीव लावलेला. दलित असलो तरी या साहित्यानं मला अस्पृश्य केलं नाही. भरभरून दिलं. काही रितं ठेवलं नाही. आशय, वाङ्मयीन सौंदर्य सारं सारं मुक्तहस्ते मला बहाल केलं. एवढी श्रीमंती हजारो वर्षं कुणाही जोगड्याला मिळाली नसेल.

तासभर तरी मी पुस्तकं न्याहाळत बाजूला ठेवत होतो. हे निरोप घेणं सोपं नव्हतं. हरी नारायण आपट्यांच्या स्फुट गोष्टींपासून अरुण साधूंच्या शापितपर्यंत, कवी केशवसुतांपासून ते ग्रेसपर्यंत सगळ्यांना मी डोळे भरून पाहत होतो.

वीस-वीस पुस्तकांचे गठ्ठे बांधले. यादी करून सगळी मिळून ४८० पुस्तकं झाली. जवळ माझी काही व आणखी काही पुस्तकं ठेवली. जेमतेम तीसएक. अखेरची शिदोरी. बांधलेली पुस्तकं येथील खूप जुन्या व नामवंत वाचनालयास पत्र लिहून सप्रेम म्हणून सुपूर्त केली. त्यांनी आभाराचे पत्र दिले व माझा छोटासा सत्कारही केला.

दुसरा दिवस. पुन्हा प्रसन्न सकाळ. या सूर्याजवळ एवढी प्रचंड सोनेरी किरणं आहेत तरी किती? रोज माझ्या अंगणात सडा टाकून जातो. येताना त्या समोरच्या पिंपळावरून अलगद खाली उतरतो. सकाळी पिंपळही सोन्याचा होतो. सोनेरी किरणांतच त्याची असंख्य पानं मनमुक्त न्हात असतात.

आज मला दिवसभरातून माझ्या 'पाथेय' कवितेची संहिता पूर्ण करायची आहे. परवाच्या गदारोळात, माझ्या विखुरलेल्या कित्येक जुन्या कविता हाती लागल्या. किती आनंद झाला. किती वर्षं माझी सोबत करून राहिलेली माझी असंख्य पुस्तकं सोडताना जीव कासावीस होत होता. या माझ्या सापडलेल्या पाथेय कवितेनं माझ्या ओल्या जखमेवर हळुवार फुंकर घातली. 'पाथेय' कवितेच्या एकएक सुट्ट्या कविता वेचू लागलो. अडगळीतून गोळा करू लागलो- सुवर्णकण वेचावेत तसे.

वेचत होतो. वेचता वेचता संध्याकाळ होत आली. आता तरीही, या संध्याकाळची माझी होणारी अस्वस्थ पडझड मी सावरतोय. एकएक कविता गोळा करताना जिवाची होणारी घालमेलही मी माझ्या हृदयावर हात ठेवून सावरतोय. कवितेच्या ओळींची पडझडही मी तशीच सावरतोय. कित्येक कविता पाऊसझडीला घाबरून मनाच्या वळचणीला बसल्या होत्या. त्याही आता एकएक करत अलगद अंगणात उतरत आहेत. या सगळ्या कवितांची एक निर्वाणीची मोळी बांधून 'पाथेय' म्हणून मला सोबत न्यायचीय. अनेकांना माझ्या कविता माझ्यासारख्याच अस्पृश्य वाटल्या. आयुष्य जसं दलदलीत चिखलमग्न व्हावं, तसं हे कवितेचं पाथेयही होतंय. माझंच प्रतिबिंब हे.

मावळतीची ती निरोपाची असंख्य सूर्यकिरणं शेवटचा मुक्काम म्हणून समोरच्या पिंपळावर विसावा घेत आहेत. माझ्या असंख्य कविता प्रत्येक पिंपळपानावर अखेरच्या निरोपाचे शांत हिंदोळे घेत आहेत. मी कविता झालोय. संहिता होऊन मी व्यक्त होतोय...एकएक ओळ पाथेय रूपातून.

अश्वत्थाच्या, माझ्या प्रिय पिकल्या पानांनो!
इथवर साथ दिलीत
सर्व ऋतूंवर मात करून.

एके काळी गडद हिरवेपण
तुम्ही भरगच्च लेऊन मिरविले
सावलीचा गार गालिचा अंथरून.
तुम्ही बोधिवंताला सोबत केलीत
अनेक पक्ष्यांना आसरा दिला, अभय दिले
सदैव घट्ट उभे आपल्याच निश्चयावर
अंगावर ऊन, वारा, पाऊस झेलत.
... आता या मावळतीला
तुम्ही अश्रूंच्या थेंबाप्रमाणे टपटप गळू लागलात
तो पाचोळा भिरभिरेल, सैरभैर भरकटेल
निष्पर्ण होऊन जाईल अश्वत्थ
माझ्या वृक्षपणाचा आता सापळा उरेल...
मला स्मरण भयभीत करते आहे
प्रस्थान नजरेच्या टप्प्यात आलेय... निरोप तर अटळ
पाचोळ्यांवरील रेषा स्पष्ट करतील
इथले माझे वास्तव्य
सुंदर-असुंदर जगणे, तरीही
हे पाथेय... की अडगळ....

मला स्पष्ट दिसतोय
तो उडत येतोय माझ्याच दिशेने
हजारो वर्षांचा तो
स्मशानवासी कावळा...
माझ्या पिंडास स्पर्श करण्यास
माझ्या पिंडास मुक्त करण्यास...

❖